छावणी

साहित्य अकादमी पुरस्कार, २०१०

लेखक
धीरेन्द्र मेहता

अनुवाद
अंजनी नरवणे

मेहता पब्लिशिंग हाऊस

CHHAVANI by DHIRENDRA MEHTA

Jivanchhaya, Pandit Dindayal Upadhya Marg, Bhuj, Kacch - 370001.
First Published in Gujrathi

Translated into Marathi Language by Anjani Naravane

छावणी / अनुवादित कादंबरी

अनुवाद : अंजनी नरवणे
एफ १/१, नेस्ट, एच.डी.एफ.सी. कॉलनी, चिंचवड (पू.),
पुणे ४११०१९.

प्रकाशक : सुनील अनिल मेहता, मेहता पब्लिशिंग हाऊस,
१९४१, सदाशिव पेठ, माडीवाले कॉलनी, पुणे - ३०.

अक्षरजुळणी : इफेक्ट्स, २१/६ब, आयडिअल कॉलनी, कोथरूड, पुणे - ३८.

मुद्रक : स्पेक्ट्रम ऑफसेट, डी-२/४, सत्यम इस्टेट,
सीडीएसएसच्या मागे, एरंडवणे, पुणे - ०४.

मुखपृष्ठ : चंद्रमोहन कुलकर्णी

प्रथमावृत्ती : सप्टेंबर, २०१३

किंमत : ₹ २००/-

ISBN 978-81-8498-497-2

मला झालेली बोधप्राप्ती

भरपूर अनुभव गाठीशी असल्याशिवाय लेखनाची निर्मिती होऊच शकत नाही, परंतु साहित्याच्या – विशेषत: कादंबऱ्यांच्या बाबतीत 'अनुभव' शब्दाचा अर्थ काहीसा वेगळा होतो. नाटकाच्याही एका व्याख्येत 'अवस्थानुकृतिं नाट्यम्' असं म्हटलं आहे. घटना, पात्र, परिस्थिती, गद्याचं माध्यम इत्यादींतून ज्या नाटकाची किंवा कादंबरीची मांडणी होते; ती माणसांच्या आयुष्याचं प्रतिबिंबच असणार.

एवढं म्हटल्यावरही नाटक आणि कादंबरी ह्यांमधील फरक तर समोर येतोच. दोन्हींमध्येही आयुष्याचं दर्शन असतं, परंतु कादंबरीचा आवाका मोठा असतो. प्रत्यक्ष स्थळ-काळाच्या मर्यादेत तर फरक असतोच; पण ज्या स्थळ-काळाविषयी कथावस्तू असेल, तिलाही मर्यादा पडतात आणि त्याप्रमाणे तिच्या व्याप्तीलाही.

कादंबरी लिहिताना त्यामुळे प्रत्यक्ष सखोल अनुभवाची गरज असते. गुजराती कादंबऱ्यांमध्ये ह्याची उणीव असल्याची तक्रार थेट स्व. रमणलाल देसाईंच्या काळापासून होत आली आहे. माझ्या सद्भाग्यानं 'चिन्ह', 'भंडारीभवन' आणि आता 'छावणी'ला अनुभवाचा लाभ मिळाल्याचं समाधान आहे – छावणीला जरा व्यापक संदर्भात! ह्या कादंबरीत कथेच्या शेवटी जे पत्र आहे, ते धरणीकंपाच्या मला स्वत:ला आलेल्या अनुभवाविषयीचं पहिलं लेखन. त्यात आमच्या स्वत:च्या अनुभवाबद्दल लिहिलं आहे. जे घडलं त्याबद्दल शब्दांमध्ये लिहिलं की, सह-अनुभूती कशी निर्माण होते, हे तेव्हा कळलं; जेव्हा 'शब्दसृष्टी'त आणि नंतर इतर ठिकाणी ते पत्र वाचणाऱ्या मित्रांनी लिहिलं की, 'डोळे भरून आल्यानं किंवा गळा दाटून आल्यानं वाचन थांबवावं लागत होतं –'

धरणीकंप झाल्यावर घर कोसळलं होतं. त्याच्या चारी बाजूंना लावलेली आसोपालवाची झाडं आडवी-तिडवी पडताना बघून आम्ही रस्त्यावर आल्यावर बघतो, तर सर्वत्र सर्व भग्नच झालं होतं! एकाएकी आधारच निसटला होता. सामूहिक निराधार स्थितीचा तो अनुभव अजब होता. क्षणभंगुरतेचा खरा न वाटणारा हा प्रत्यक्ष अनुभव,मग भयंकर होत गेला होता. त्या काळ्याकुट्ट भयाण अंधारात घालवलेल्या रात्रीनं परिचित गोष्टींचं अपरिचित रूप दाखवलं.

आणि जी घरं तितकी सुरक्षित वाटत नसत, अशी कितीक घरं टिकून राहिली

होती; त्यांत अजूनही राहत असलेल्या आमच्याच स्नेह्यांकडे काही काळ राहून मग भूकंपपीडित छावणी शोधून काढली होती. भूज सोडून गेलेल्या मित्रांनी आम्हीही त्यांच्याबरोबर जावं, असा सल्ला दिला होता; एवढंच नाही, तर त्यासाठी जरूर ती व्यवस्था करून देण्याची तयारीही दाखविली होती. त्या सर्वांबद्दल कृतज्ञता वाटूनही छावणीतच राहण्याचा निर्णय घेतला. तिथल्या वास्तव्यामुळं भूकंपानं कित्येकांना जे अफाट दु:ख आणि त्रास सहन करावा लागला, त्याचं प्रत्यक्ष दर्शन झालं; ही तर आयुष्यातली एक अमूल्य प्राप्तीच! आश्चर्याची गोष्ट अशी की, इथून पळून जावं, असं कधीही वाटलं नाही! तरीपण आयुष्य पुन्हा व्यवस्थित चालू तर करायचंच होतं – विशेषत: दुसऱ्यांच्या आश्रयानं ठेवलेल्या वडीलमाणसांचा विचार करून राहण्यासाठी योग्य जागा शक्य तितक्या लवकर शोधून काढणं आवश्यक होतं. त्यासाठी केलेल्या धावपळीत मी काही-काही दिवस रोज आठ-आठ तास स्कूटर चालवली आहे! (त्यात आणि घरातली भांडीकुंडी स्कूटरच्या आणि साइडकारच्या डिकीत भरून ठेवलेली होती. त्यामुळं ते फिरतं घरच झालं होतं!) इतकं शोधून हाती काहीच लागलं नाही, ही गोष्ट वेगळी; पण जे शोधायला नव्हतो निघालो, असं कितीतरी ह्या रखडपट्टीत सापडले. बाह्य स्वरूपात आणि अंतर्स्वरूपात, माणसा-माणसांच्या संबंधाच्या स्वरूपात आणि व्यवहाराच्या रूपात... 'छावणी'त ह्या सगळ्या अनुभवांनी मुक्काम केला आहे!

कादंबरी लिहिण्यासाठी अनुभवाची जरूर आहे, असं म्हटल्यावरही हे तर म्हटलं पाहिजेच की, अनुभव त्या-त्या स्थळ-काळापुरता मर्यादित असेल; तरी त्यातून बाहेर पडूनही तो किती 'खरा' राहतो, ह्यावर त्याचं आयुष्य टिकून असतं. नाहीतर युद्ध, दुष्काळ, जलप्रलय, भयंकर रोगांच्या साथी किंवा भूकंप अशा दुर्घटना कितीही मोठ्या असल्या; तरी त्यांच्या पार्श्वभूमीवर किंवा त्यांना केंद्रस्थानी ठेवून लिहिलेल्या कादंबऱ्या चिरकालीन महत्त्वाच्या राहत नाहीत. कादंबरीसाठी अशा दुर्घटनांचं महत्त्व तरी अखेर माणसाच्या मनातल्या विचारांचं कथेत रूपांतर करण्याइतकंच ना? तरीही सुज्ञजन असंही म्हणतात की, भूकंपाची घटना आता जुनी झाली, विसरा आता ती, तेव्हा काय म्हणायचं? (झोन नं. ५मध्ये येणाऱ्या ह्या प्रदेशात २६ जानेवारी २००१च्या धरणीकंपाआधी आणि नंतर दोन धरणीकंप तर झाले, पण तो विषय वेगळा!) तेव्हा नाही तरी त्याला प्रासंगिक कसं म्हणता येईल?

माणूस जे काही करत असतो, ते कादंबरीचा विषय होऊ शकतं; परंतु लोकांना तो विषय किती आकर्षून घेतो, हे कादंबरीच्या मांडणीवर आणि कथा सांगण्याच्या पद्धतीवर अवलंबून आहे. कादंबरीमध्ये कथा सांगण्याच्या जितक्या पद्धती आहेत, तितक्या क्वचितच दुसऱ्या कुठल्या साहित्यप्रकारात आहेत. आणि म्हणूनच, कशा तऱ्हेनं कथा सांगितली तर ती वाचकांना जास्त आकर्षक वाटेल, हे नक्की

करण्याच्या क्षणीच कदाचित कादंबरी सफल होणार की निष्फल, हे ठरत असेल! कथानकाच्या मांडणीचे कितीतरी प्रश्न ह्यात अंतर्भूत होतात. ह्या कादंबरीत डायरी लिहिण्याच्या युक्तीचा उपयोग करताना बराच विचार करावा लागला. त्या युक्तीचा अवलंब केल्यामुळेच कथानिवेदन करणाऱ्या युवकाच्या व्यक्तिगत भावना, विचार, आत्मकथन ह्यांचा समावेश करता आला. एवढंच नाही, तर कथेतील मुख्य घटनेची वर्णनं त्यामुळं काहीशा तटस्थपणे करता आली आहेत. त्याच्या स्वतःच्या आयुष्यातले प्रसंग घालण्यामुळंच त्या युवकाची पार्श्वभूमी व स्वभाव समजत जातो आणि हे एकूण कथेसाठी महत्त्वाचं असतं.

छावणीत राहत असताना पत्र, कविता इ. लेखन होत होतं; परंतु ही कथाही मनातच रचली तर जात होती. नंतर जेव्हा लिहायला बसलो, तेव्हा तर कथालेखक होता, कथाविषय होता आणि तो तटस्थपणे सांगण्याचा प्रयत्न होता; आणि तरीही असं वाटत होतं की, सगळं काही घडलं, त्याच्या समांतर रेषेत पुन्हा घडतं आहे! अर्थात ह्या सर्व विचारांची, मेहेनतीचीच ती एक बोधकारक प्राप्तीच म्हणता येईल.

...आजही असं वाटतं की, ती छावणी, ती वसाहत मनात कुठेतरी कायमच वसून गेली आहे – तिथं राहणाऱ्या लोकांसकट.

धरणीकंपाच्या प्रत्यक्ष अनुभवावर कादंबरी लिहिणं, हे माझं कर्तव्य आहे, असं मनात वाटत राहायचं. मित्रांचं उत्तेजन चालू होतंच. त्यांच्या त्या इतक्या आपुलकीनं दिलेल्या उत्तेजनाला मी ह्या कृतीनं संतोष देऊ शकेन ना?

कविमित्र रामानुजांच्या एका कवितेच्या ओळीचा उपयोग केला आहे, त्यांचे आभार.

आषाढ द्वितीया (कच्छी नूतन वर्ष)
धीरेन्द्र मेहता
२७ जून २००६

अनुवादिकेचं मनोगत

गुजरातीतील एक महत्त्वाचे व विद्वान लेखक श्री. धीरेन्द्र मेहता ह्यांच्या अनेक कथा व कादंबऱ्यांपैकी फार थोड्या कथा आणि ही पहिलीच कादंबरी मी अनुवादित केली आहे, ही चूक कबूल. पण योगायोगानं ह्याच कादंबरीला साहित्य अकादमी पुरस्कार मिळाला!

धरणीकंपाचे जे झोन्स भूस्तरशास्त्रज्ञांनी पाडले आहेत, त्यांतील सर्वांत धोक्याच्या म्हणजे झोन ५मध्ये येणारं हे भुज छोटंसं, जेमतेम सव्वालाख वस्तीचं शहर. दि. २६ जानेवारी २००१ला उजाडताच ध्वजवंदनासाठी गणवेश घालून उत्साहानं शाळेत निघालेली मुलं... एकाएकी ६.५ ते ७ रिश्टर स्केलचा प्रचंड मोठा भूकंप झाला आणि बघता-बघता मुलं भूमातेच्या पोटात कायमची गडप झाली! अनेक पाच-सहा मजली अपार्टमेंट्स, बिल्डिंग्जचे दीड-दोन मिनिटांच्या आत, आतल्या माणसांसकट नुसते प्रचंड ढिगारे झाले! सुमारे वीस-पंचवीस हजार माणसं मृत्युमुखी पडली! गंभीर जखमी आणि थोडीफार जखमी किती झाली, ती संख्या माहीत नाही!

ह्या भयंकर घटनेनंतर माणसं कशी वागली, हा कथेचा मुख्य भाग आहे आणि तो सांगितला आहे त्याच्या मित्राला भेटायला परगावाहून आलेल्या एका तरुणानं तटस्थ, त्रयस्थाच्या भूमिकेतून. मित्र तर एका ढिगाऱ्यात गाडला गेलाच होता, मग तो तरुण तिथं का राहिला? मित्राच्या आठवणीखातर त्या लोकांना मदत करायला? मूळ स्वभावातली दयाळू माणुसकी म्हणून? माणसं अशा वेळी कशी-कशी वागतात, हे बघायला? की, ह्या सर्वच कारणांनी? – आणि मग – तो निघून का गेला? 'आश्रयस्थान' हे 'घर' नव्हे, हे उमगलं म्हणून? – मग – कुठे गेला तो?

ह्या भूकंपाचा केंद्रबिंदू भुज होता म्हणून तिथं एवढं प्रचंड नुकसान झालं. अहमदाबाद व राजकोटला तुलनेनं कमी. पण अलीकडेच एका सर्वेक्षणात वाचलं की, आज दहा वर्षांनंतर ह्या तीन शहरांमधील लोकांमध्ये मानसिक स्वास्थ्यावर सर्वांत कमी परिणाम भुजमधील लोकांच्यावर झालेला दिसतो. काय असेल ह्याचं कारण? कच्छी लोकांचा अंगभूत मानसिक कणखरपणा?

आत्तापर्यंत मी गुजरातीतून मराठीत आणलेलं हे चौदावं पुस्तक. पहिल्या तेरा

पुस्तकांसारखंच ह्याचंही चोखंदळ मराठी वाचक स्वागत करतील, अशी आशा आहे.

मेहता पब्लिशिंग हाऊसचे श्री. सुनील मेहता ह्यांनी इतकी वर्षं दिलेल्या प्रोत्साहनाबद्दल व त्यांच्या ऑफिसमधल्या सर्वांना त्यांच्या सहकार्यांबद्दल मन:पूर्वक धन्यवाद!

अंजनी नरवणे

Please contact us at **Mehta Publishing House,** 1941, Madiwale Colony, Sadashiv Peth, Pune 411030.

✆ +91 020-24476924 / 24460313

Email : info@mehtapublishinghouse.com
production@mehtapublishinghouse.com
sales@mehtapublishinghouse.com

Website : www.mehtapublishinghouse.com

- *या पुस्तकातील लेखकाची मते, घटना, वर्णने ही त्या लेखकाची असून त्याच्याशी प्रकाशक सहमत असतीलच असे नाही.*

१

रवी घाईघाईनं चट्दिशी रस्त्याच्या कडेला सरकला आणि तितक्याच घाईत असलेला टेम्पोही तशाच वेगानं पुढे निघून गेला. हे आज काही वेगळं झालं होतं असं नाही, असं तर गेल्या चार-पाच दिवसांत कितींदातरी झालं होतं.

या शहराच्या रस्त्यांवरून रवीनं वाहनं अशीच, इतक्याच वेगानं जाताना बघितली होती; की जणू ती कुठेतरी पळ काढत असतीलशी वाटायची! कोणीतरी त्यांचा पाठलाग करत असेल आणि ती घाबरून त्याच्या तावडीतून सुटायला पळत असतील, तशी!

अगदी सुरुवातीला रवी असा बाहेर पडला, तेव्हा प्रथम त्याला वाटलं होतं – 'बापरे! किती तऱ्हेची, किती वाहनं ही!' कदाचित सबंध रस्त्यावर चालत जाणारा असा तो एकटाच होता आणि खूप वेगानं अगदी जवळून कुठलंतरी वाहन जायचं, तेव्हा उडणाऱ्या धुळीत तोही जवळजवळ दिसेनासा व्हायचा. चहूकडून घेरलं गेल्यासारखं वाटायचं त्याला. जोरानं जाणाऱ्या गाड्यांचे घर्रघर्र-घणघण-धाड्धाड् आवाज, वाहनांच्या वेगानं कापल्या जाणाऱ्या हवेचा एकदम बसणारा धक्का आणि वावटळीसारखी गिरक्या घेत उडणारी रेती न् धूळ या सगळ्यांनी तो कोलमटल्यासारखा व्हायचा; पुन्हा धक्का बसला की काय भूकंपाचा, अशी क्षणभर भीती वाटायची आणि त्याचा थरकाप व्हायचा. तो जागच्या जागी उभा राहायचा. दूर फेकला गेल्यावर, उठून उभा राहिल्यासारखा त्याचा श्वास धाप लागल्यासारखा यायचा. मग एकदम त्याच्या लक्षात यायचं की, आपण सुरक्षित आहोत आणि सुटकेचा सुस्कारा सोडून तो आजूबाजूला बघायला लागायचा, तर पुन्हा त्याला तशीच वेगानं पळत असणारी वाहनं दिसायची.

बस, ट्रक, टेम्पो यांसारख्या मोठ्या वाहनांवर तर खरीच; पण मोटारसायकल, स्कूटर आणि मोपेडसारख्या लहान वाहनांवरही माणसंच माणसं भरलेली दिसायची. जणू ज्याच्या हातात जे वाहन आलं, त्याच्यावर तो चढत होता. सगळ्यांच्या जणू अंगात आलं असावं, तसे सगळे वेड्यासारखे पळ काढत होते. पळून जा इथून...

पळा-पळा – बस! वाहनात जागा तरी आहे का नाही, कोणी चढायला परवानगी तरी देतंय का नाही, हा तर नाहीच; पण कोणी हो-नाही म्हणतंय का, असा विचारही कोणाला शिवत नव्हता. ज्याला चढता येईल, तो चढून जायचा. रवी बघत होता की, माणसं स्वत: तर वर चढायचीच, पण काही ना काही सामानही वर चढवायची आणि त्याबद्दल बाकीचं कोणी काही विरोधही करत नव्हतं. दाटीवाटीनं बसलेल्या किंवा उभ्या असलेल्यांपैकी कोणीही कोणाहीकडे बघतसुद्धा नव्हतं, जणू कोणी कोणाला ओळखतच नव्हतं, मग बोलण्याचा किंवा चौकशी करण्याचा प्रश्नच कुठे आला?

एकाच दिशेला धाव घेत असलेली माणसं काय बघत-बघत जातायत, तेही लक्षात येत नव्हतं. त्यांच्याकडे बघून तर असं वाटत होतं की, त्यांना स्वत:लाही ते ठाऊक नव्हतं.

त्यांच्याकडे बघता-बघता रवीच्या डोक्यात विचित्र विचार आला – ही सगळी माणसं जशी एकेका वाहनात कोंबून भरलीयत तशीच, कुठेतरी पोहोचल्यावर ट्रकच्या तिन्ही बाजूंच्या फळ्या जशा खाली पाडून सगळा माल खाली ढकलतात, तसंच ह्या माणसांनाही...! आणि तशा परिस्थितीतही त्याच्या चेहऱ्यावर हसू उमटलं.

जेव्हा अगदी जवळून एक टेम्पो भर्रदिशी गेला, तेव्हा असे अनुभव येऊन चुकलेला रवी दचकून एकदम बाजूला झाला! तेवढ्यात त्याला वाटलं की, टेम्पोमधून काहीतरी उडून त्याच्या पायाशी पडलं. पण त्याला लागलंबिगलं नव्हतं, तो सुरक्षित होता. त्यानं खाली काय पडलं, ते बघितलं. कोणाच्यातरी घरचं सगळं सामान टेम्पोमधून भरून नेत होते, त्यातली एक डायरी खाली पडली होती. ती उचलून त्यानं त्याच्या खांद्यावर लटकवलेल्या थैल्यात टाकली आणि तो पुढे चालू लागला.

छावणीत येऊन रवी तंबूत गेला. तंबूत अंथरलेल्या प्लॅस्टिकवर तो आडवा झाला. जराशानं त्याला त्या डायरीची आठवण झाली आणि डोक्याखाली घेतलेला थैला त्यानं बाहेर ओढला. रस्त्यात पडलेली ती डायरी त्यानं त्यात ठेवली होती, ती बाहेर काढली. त्यात घरातल्या त्या सगळ्या सामानाची यादी होती, जे भरून तो टेम्पो जात होता. ती वाचता-वाचता पुन्हा त्याच्या चेहऱ्यावर हसू उमटलं. अनेक माणसं गिळून टाकणाऱ्या भूकंपाच्या भयानक घटनेतून कसल्या-कसल्या नगण्य वस्तू वाचल्या होत्या आणि कोणीतरी त्यांना किती सांभाळून घेऊन चाललं होतं! पण मग पुन्हा त्याला वाटलं – नगण्य कशा? त्या लोकांनी कुठल्या-कुठल्या प्रसंगांच्या निमित्तानं हौसेनं विकत घेऊन त्या वस्तूंनी घर सजवलं असेल! त्यांतल्या

काही वस्तू कदाचित कोणी भेट दिलेल्याही असतील... आणि अशा वस्तूंशी निगडित कोणाकोणाच्या काय-काय आठवणी असतील! असा विचार आला, तेव्हा धरणीकंप त्याला अनेक अर्थांनी विनाशक वाटला. डायरीतली तेवढी पानं फाडून टाकायला त्यानं हात उचलला न् मग तो थांबला. त्या पानांच्याही आधीच्या पानावर 'पर्सनल मेमोरान्डा'चं पान कोरंच होतं. त्यातल्या एका रेघेवर त्यानं स्वत:चं नाव लिहून टाकलं आणि पत्ता लिहिण्याच्या रेघेवर लिहिलं – 'भूकंपपीडित छावणी'.

२

स्वत:चा असा वेगळा पत्ता लिहिण्याची वेळ माझ्यावर प्रथमच आली आणि तोही असा! भूकंपपीडित छावणी! पत्ता लिहिला न् लगेच वाटलं – हा पत्ता तरी मला कशा तऱ्हेनं आणि किती अचानक मिळाला आहे!

योगायोगाच्या गोष्टी! कच्छच्या रण उत्सवाच्या वेळी पर्यटन खात्यामार्फत ही छावणी उभी करण्यात आली होती. त्यामुळेच तर भूकंपपीडित लोकांसाठी वैभवशाली म्हणता येईल, अशा तऱ्हेची आहे ही. कोणीतरी म्हणालंही की, एकेका तंबूची किंमत तीस-तीस हजार असेल! पण उत्सव सुरू होण्याआधीच धरणीकंप झाला आणि प्रवाशांना राहायला मिळण्याऐवजी भूकंपपीडितांना ह्या छावणीचा उपयोग झाला.

मला तर ह्याबद्दल खूप उशिरा कळलं होतं. एक दिवस फिरत-फिरत इकडे येऊन पोहोचलो होतो आणि मला ही छावणी दिसली होती. तोपर्यंत तर माझं असं चाललं होतं की, झोपायची वेळ झाली की, झोपायची जागा शोधायची आणि जेवायला हवं असेल, तेव्हा जेवणाची. अशा जागांची इथं उणीव अजिबात नसणार. पण कितीतरी जखमा अंगावर घेत कोसळलेल्या या शहराच्या जणू रक्तवाहिन्या म्हणता येतील असे रस्ते आणि गल्ल्या खलास झालेल्या असताना तिथं आश्रय शोधत फिरणं, ही किती मूर्खासारखी गोष्ट होती!

अशा परिस्थितीत इतकी चांगली उभारलेली छावणी मला दिसली, तेव्हा जणू माझ्याचसाठी ही उभी केली असावी, अशी भावना माझ्या मनात निर्माण आली. मी बरं वाटून आत शिरलो, आणि सबंध छावणीभर हिंडून मग जसा गेलो होतो, तसाच बाहेर पडलो होतो!

छावणी म्हणजे अर्धवर्तुळाकारात तंबूंची अशी रांग होती. एखाद्या कॉलनीतली घरं असावीत तशी ती दिसत होती. प्रत्येक तंबूच्या दाराला पडदे लावलेले होते आणि तंबूंभोवती केलेल्या व्यवस्थेमुळेही घरासारखं वातावरण उभं होत होतं. त्या तंबूंच्या मधून फिरत जणूकाही मी कोणालातरी शोधत होतो, असं दाखवत मी

निराश मनानं बाहेर पडलो.

छावणीचं समोरचं आवार जिथं संपत होतं, तिथं दगड बसवून छावणीची हद्द आखली होती. ते दगडही मोडके-तोडके, वेगवेगळ्या तऱ्हेचे होते. बघितल्याबरोबर लक्षात येत होतं की, धराशायी (धराश्रयी) झालेल्या घरांचे दगड होते ते. दगडांची रांग जिथं संपत होती, तिथे थोडी मोकळी जागा सोडली होती – आत-बाहेर जाण्या-येण्यासाठी.

त्या वाटेजवळ ती उभी होती. मी तिच्याकडे बघितलं नव्हतं की चालण्याची गती कमी केली नव्हती; तरीसुद्धा माझं मलाच समजलं नाही की, माझं लक्ष तिच्याकडे कसं वेधलं गेलं! तरीही मला तिथं थांबायचं काहीच कारण नव्हतं, त्यामुळे मी तिच्याजवळून पुढे निघून गेलो असतो; पण अनपेक्षितपणे स्वत:शीच बोलत असल्यासारखे तिचे शब्द मला ऐकू आले, आणि ते ती मलाच उद्देशून बोलली होती, असं मला वाटलं –

"एकही तंबू रिकामा नाही, म्हणून परत जाताय?"

ह्या प्रश्नाला काही उत्तर न देता मी नुसताच उभा राहिलो. तीच पुढे म्हणाली, "कुठेतरी जागा होऊन जाईल. आत्ता परिस्थिती कशी आहे! अशा वेळी हवी असेल तेव्हा लगेच जागा कोठून मिळणार? पण मग होऊन जाते कुठेतरी व्यवस्था. इथं तर बरेच लोक उगीचच येत असतात आणि मग का कोण जाणे, निघून जातात!"

ती मला मदत करण्याच्या दृष्टीनं असं सांगत असावी, पण तिच्या सांगण्यात थोडा आग्रहही जाणवत होता. काय करावं हे मला समजेना, म्हणून मी तसाच उभा राहिलो आणि मागे वळून छावणीकडे बघू लागलो.

तीही तिकडे वळली आणि एका तंबूकडे बोट दाखवत म्हणाली, "तिथं कोणी राहत नाही. थोडं काहीतरी बारीकसारीक सामान आहे पडलेलं; पण ते काही उपयोगाचं आहे, असं नाही. ते सगळं एका बाजूला ठेवून दिलंत, तर तुम्हाला राहण्यापुरती जागा तर होऊन जाईल."

तिचं बोलणं माझ्या लक्षात येतंय, अशी मान मी हलवली न् म्हणालो, "तसं राहण्यासाठी कोणाला विचारायचं वगैरे – "

त्या स्त्रीनं दिलेल्या माहितीचा फायदा घ्यावासा तर वाटत होता, पण एकीकडे संकोचही वाटत होता.

पण माझं बोलणं ऐकून तर तिला हसू आलं. "हे सगळे आलेत ते कुठे कोणाला विचारून आलेत? खरं म्हणजे, ही छावणी मुळी भूकंपपीडितांसाठी उभी केलेलीच नाही, त्याच्या आधीपासूनची आहे. पण पहिल्या दिवशी तर इथं कोणी आलं नव्हतं. आम्ही त्या तिकडच्या बाजूला कबरस्तान आहे, तिथं रात्र काढली होती."

"कबरस्तानमध्ये?"

"हो! खोटं वाटतंय?"

बोलता-बोलता सगळं सांगण्याच्या भरात तिच्या आवाजाची पट्टी जरा वर गेली, त्याचबरोबर ती जास्त भराभराही बोलू लागली. "त्या वेळी तर एक धरणीकंप सोडून माणसांना दुसऱ्या कशाचीही भीती वाटत नव्हती आणि उघड्यावरची जागा सोडून कुठंही सुरक्षित वाटत नव्हतं! कबरस्तान दिसलं, तसे तिथं शिरलो. एक जण गेला, त्याच्या मागे बाकी सगळे."

"तेही बरोबरच म्हणा. कबर काही उचकटून येऊन डोक्यावर पडत नाही!" मलाही बोलायचा मूड आल्यासारखा मी म्हणालो. त्या स्त्रीला हसू आलं.

"अहो, कबरींना चिकटून बसून राहिलो होतो. इतके की, माणूस न् कबर वेगळे करणं अवघड! सबंध कबरस्तान भरून गेलं होतं. दिवे तर नव्हतेच आणि हळूहळू अंधार पडू लागला. त्यानंतर तर मग काही वेगळेपण राहिलंच नाही! आपल्या शेजारी माणूस आहे का कबर, तेही कळत नव्हतं! दोन्ही तितकेच थंडगार! बाहेर झोपलेले आणि कबरीच्या आत 'झोपलेले' – सगळेच थरथरत होते!"

त्या स्त्रीच्या आवाजात भीती आणि गंमत या दोन्हींचं आगळं मिश्रण होतं. ते इतर वेळी मजेदार वाटलं असतं ऐकायला, पण त्या क्षणी मला कबरस्तानपेक्षा छावणीत रुची होती, म्हणून मी तिच्याकडे दुर्लक्ष करतोयसं तिला वाटू नये, एवढ्यासाठी नुसतंच हुंकारलो.

– आणि ते तिच्या लक्षात आलं असावं, कारण मग तीपण गप्प बसली आणि मी परत छावणीत गेलो.

त्या स्त्रीनं दाखवलेल्या तंबूजवळ जाऊन मी पडदा वर करून बघितलं, तर ती म्हणाली होती तशीच परिस्थिती होती. दोन खोकी, एक पोतं, बाटल्या, डबडी, अशा सटरफटर वस्तू तिथं पडल्या होत्या. त्या सगळ्यांचा एका बाजूला ढीग करून मी तिथं राहायला सुरुवात केली.

राहायला? राहायला सुरुवात करायला होतं कुठं काय माझ्याजवळ? फक्त तो एक थैला. त्यात एक चादर, तीन-चार जोड कपडे, टॉवेल, साबू, टूथपेस्ट आणि ब्रश, बस्! माझ्या 'घरातलं' सामान हे एवढंच. तंबूत खाली रेती पसरलेली होती; त्यावर मी चादर अंथरली, थैलीची उशी केली आणि अशी बसाय-झोपायची जागा तयार केली. किती छान, बरं वाटलं!

आत्तापर्यंत तर असा विचार मनात येताच मला तो सर्व काळ आठवला...

३

तशी तर ती एका ट्रस्टची शाळा आहे. खरं म्हणजे शाळा होती, असं म्हटलं पाहिजे; कारण आता तर जोखमीच्या जर्जरित स्थितीत त्या शाळेची नुसती इमारतच उभी आहे. त्या इमारतीच्या अगदी जवळ तंबूंची रांग आहे, त्यामुळे तंबूंमध्ये राहणारे भूकंपग्रस्त लोक मधून-मधून त्या इमारतीकडे भयभीत नजरेने बघत असतात. जमीन मधून-मधून हादरते, तेव्हा तर खासच. बऱ्याचदा भीतीनं गळाठून तंबूच्या बाहेर पळ काढतात, मग कितीतरी वेळ उघड्या मैदानातच बसून राहतात आणि भयभीत आवाजात म्हणत राहतात, "तंबू आणखी थोडे पुढे घातले असते तर? केवढीतरी जागा आहे." असे म्हणताना सबंध मोकळ्या मैदानावरून त्यांची नजर फिरत असते. ह्या घबराटीपायी ते बहुतेक हे विसरतात की, हे तंबू त्यांच्यासाठी ठोकलेले नाहीत; ते भूकंप होण्याआधी घातलेले होते. हे एवढे मोठे मैदानही शाळेच्या विद्यार्थ्यांना वेगवेगळे खेळ खेळण्यासाठी असावं. कारण त्या मैदानात कितीतरी रेती पसरलेली होती आणि वेगवेगळ्या जागी वेगवेगळ्या खुणा केलेल्या होत्या.

मी त्या मोडक्या-तोडक्या इमारतीच्या आतही एक चक्कर मारून आलो होतो. आत ठिकठिकाणी खड्डे पडले होते, काही दरवाजे निखळून आले होते; तर कुठे खिडक्या वाकड्या-तिकड्या झाल्या होत्या. पाण्याचे पाइप्स निघून आले होते. पण त्या निघून आलेल्या पाइपमधून काही ठरावीक वेळेला पाणी यायचं. मी त्या पाणी वाहणाऱ्या जागांचा शौच आणि स्नानासाठी उपयोग करू लागलो. माझं बघून इतरही काही जण मग तिकडे येऊ लागले.

ह्या भूकंपग्रस्त लोकांना आठवण राहिलेली दिसत नाही की, त्यांनी जिथं आसरा घेतला आहे, ती छावणी एका शाळेच्या मैदानात उभी केलेली आहे. पण विधीची विडंबना म्हणायची की, ही जागाही आता भूकंपपीडित छावणी म्हणूनच ओळखली जाते; शाळेची ओळखच राहिलेली नाही!

छावणीमध्ये जेवणा-खाण्याची व्यवस्था होण्याला फार विलंब लागला नव्हता. छावणीची हद्द दाखवणारे जे दगड ठेवण्यात आले होते, तिथेच पलीकडे कोपऱ्यात

स्वयंपाकघर उभं केलं गेलं होतं. स्वयंपाकघरासाठी ही जागा अशासाठी निवडली होती की, फक्त छावणीत राहणारे लोकच नव्हे; तर बाहेरचे लोकही त्याचा फायदा घेऊ शकतील.

स्वयंपाकघर कसंय? चार बांबू उभे करून वर प्लॅस्टिकचा मोठा शीट घालून मांडव तयार केला होता. मांडवाच्या आत एका बाजूला तीन मोठाले दगड ठेवून चूल केली होती. ती चूल बघितल्याबरोबर पहिल्या प्रथम माझ्या लक्षात ही गोष्ट आली की, हे दगडही पडून गेलेल्या घरांचेच उचलून आणलेले आहेत. क्षणभर मी त्यांच्याकडे बघतच राहिलो. भूकंपात बेघर झालेल्यांचं जेवण त्यांच्या मोडून पडलेल्या घरांमधल्या दगडांवर शिजत होतं! चुलीच्या जरा पलीकडे पत्र्याची चार टेबलं एकाला एक लागून मांडली होती. त्यांच्यावर ताटांची थप्पी आणि शेजारी वाट्यांचा ढीग ठेवलेला होता. त्याच्या शेजारी पाण्याचं पिंप आणि पाणी पिण्याची भांडी ठेवली होती.

जेवणाची वेळ झाली की, लोक ताट-वाटी घेऊन रांगेनं उभे राहत. पहिल्या दिवशी मी एका बाजूला उभं राहून ते दृश्य बघितलं होतं आणि मग तिथून परत फिरलो होतो.

सुखवस्तू घरातल्या दिसणाऱ्या माणसांनाही मी त्या रांगेत उभे राहिलेले पाहिले होते; मग मला तसं उभं राहायला हरकत काय होती, हा प्रश्न मी तेव्हा स्वत:ला विचारला होता. रांगेत उभ्या असलेल्या लोकांच्या नजरांमध्येही मला तोच प्रश्न दिसला होता. त्यांची ताट-वाटी रिकामी होती. त्या रिकाम्या ताट-वाटीकडे बघून मला कसंतरी झालं होतं. मुळात रिकामी नसलेली त्यांची ताट-वाटी आता रिकामी झाली होती. त्यात जे काय होतं, ते त्यांनी गमावलं होतं!

– आणि मग तेव्हाच असाही विचार आला मनात की, माझी ताट-वाटी तर पहिल्यापासूनच रिकामी होती! ते काही इथं आल्यावर रिकामं नाही झालेलं, तर मग ते असंच फुकट भरून घेण्याचा हक्क मला कसा आहे? हे म्हणजे, अधिकार नसताना ह्या संकटकालीन परिस्थितीवर माझा भार टाकण्यासारखं आहे.

मी स्वयंपाकघरातून बाहेर आलो आणि छावणीत चकरा मारू लागलो. कुठेतरी जाण्यासाठी एखाद्या सरळ रस्त्यावरनं मैलोन् मैल चाललो असेन, असा थकवा जाणवायला लागला. एकाएकी साऱ्या शरीराला शोष पडला आहे, असं वाटू लागलं, अंग दुखू लागलं. तेव्हा मग एका बाजूला कडुलिंबाच्या झाडाखाली उभा राहिलो. तिथे पाण्याचं एक पिंप होतं आणि लहानसा लोटा होता. तो भरून घेतला आणि पाणी घशात घटाघटा ओतू लागलो. तहान भागली का नाही, हेही समजलं नव्हतं. तहान भागवायचीही नव्हती मला. लोटेच्या लोटे पाणी पिऊन सबंध पिंपच रिकामं करायचं होतं!

हे जे थकल्यासारखं वाटत होतं, तो कदाचित थकवा नसेलही. हताशा असेल, श्रद्धा न राहण्याचा परिणाम असेल, मनातल्या मनात खळबळणारा आक्रोश असेल, हे मला समजतंय. पण शरीर निश्चेतन होईल आता, असं वाटून मी मग तंबूकडे वळलो.

पडदा वर करून आत गेलो. बघतो तर – समोरच जेवणाची पॅकेट्स आणि पाण्याच्या प्लॅस्टिकच्या पिशव्या दिसल्या. ज्या अन्नापासून मी दूर पळायला बघत होतो, ते असं माझ्या तंबूतच येऊन पोहोचलं होतं. कोण ठेवून गेलं असेल, हा प्रश्न मनात येता-येताच ती स्त्री आठवली – जिनं मला हा तंबू दाखवला होता. मी तिला स्वयंपाकघरात पाहिली होती, पण...

जेवणाचं पॅकेट उघडून मी खायला सुरुवात केली. रिकामी, चुरगळलेली पिशवी माझ्या हातात होती, ती लगेच फेकून देववली नाही... हे पॅकेट कोणी तयार केलं असेल? सामान आणलं असेल, पदार्थ बनवले असतील, पिशव्या भरल्या असतील अन् त्या ठिकठिकाणी पाठवल्या असतील! रोजच्या घरच्या कामातून हे सगळं करायला वेळ काढला असेल.

माझ्या डोळ्यांसमोर पुऱ्या लाटणारे, भाज्या निवडणारे हजारो हात तरळले... कोण शक्ती देत असेल त्या हातांना? त्यांच्या डोळ्यांसमोर त्यांना कशा स्थितीत असलेली, कोणती माणसं दिसत असतील?

– मुठीत इतका वेळ धरून ठेवलेली चुरगळलेली पिशवी मी तेव्हाच्या तेव्हा बाहेर फेकून देऊ शकलो नाही, ती मी नीट करून कोपऱ्यात ठेवून दिली. पाण्याच्या पिशवीला दातांनी भोक पाडून ते पाणी गटागटा पिऊन टाकलं आणि जिथे बसलो होतो, तिथंच जमिनीला पाठ टेकवून आडवा पसरलो. केव्हा झोप लागली, कळलंही नाही.

४

बरंच काय-काय भरलेला एका उघडा लहान ट्रक आला आणि रस्त्याच्या एका कडेला थांबला. ट्रक येऊन थांबणं आणि माणसं धावत येणं – दोन्ही एकाच वेळी झालं. कळलंच नाही की, इतकी सगळी माणसं होती कुठं आणि अशी अचानक आली कुठून? ट्रकमध्ये पोती, खोकी, करंड्या भरलेल्या होत्या. त्या सगळ्यांच्या मध्ये खाली बसलेला एक माणूस उठून उभा राहिला. ट्रकच्या चारी बाजूंनी हात पुढे झाले. पुढे झालेल्या एका गोऱ्या हातात अजीजी होती आणि सगळ्यांच्या पुढे हात पोहोचवण्याची धडपड होती. चवड्यांवर उभं राहून हात पुढे केलेल्या माणसांच्या हातांमध्ये जेवणाची पॅकेट्स यांत्रिकपणे ठेवली जाऊ लागली.

आणि मग काही वेळानं ट्रकचं इंजीन पुन्हा सुरू केलं गेलं. पुढे केलेले हात तसेच राहून गेले. सुरू होऊन पुढे जाता-जाता ट्रकमधून त्या हातांमध्ये पॅकेट्स फेकली गेली. पुढे केले गेलेले हात खाली आले आणि ट्रक निघून गेला.

हातातल्या पॅकेट्सकडे बघणाऱ्या नजराही किती वेगवेगळ्या होत्या!

"फक्त फूडपॅकेट्स?"

"तर मग आणखी काय असणार?"

"ट्रकमध्ये पुष्कळ काही होतं – कपडे होते, ब्लँकेट्स होती."

"अहो, मी तर भांडीही बघितली!"

"मग ते सगळं?"

"दुसऱ्या लोकांनाही द्यायचं असणार ना?"

"दुसऱ्या म्हणजे कुठल्या?"

"त्यांच्या 'आपल्या' माणसांना!"

माझ्या मनात चर्र झालं. अशा परिस्थितीतही? का बरं? का नाही? मदतीसाठी काही ना काही आणून देणं हा जसा मनुष्यस्वभाव आहे, तसाच असं मनात येणं हाही माणसाचा स्वभावच आहे ना? असा स्वत:शी विचार करून मी अस्वस्थ झालेलं मन शांत करण्याचा प्रयत्न केला.

तिथे जमलेले लोक पांगू लागले, तेव्हा त्या गर्दीतून बाहेर पडलेल्या एका बाईकडे माझं लक्ष गेलं. अरे! ही तर तीच आहे, जिच्या सांगण्यावरून मी छावणीत राहिलो होतो, जिला मी स्वयंपाकघरात पोळ्या लाटताना बघितलं होतं आणि हीच कदाचित माझ्या तंबूमध्ये जेवणाची व पाण्याची पाकिटं ठेवून गेली होती. त्यामुळे मला तिच्याविषयी कुतूहल वाटू लागलं. थोड्या दूर एका झाडाखाली उभ्या असलेल्या एका पुरुषाच्या दिशेनं जाताना ती मला दिसली.

दुसऱ्या बाजूनं जाऊन मी त्या दोघांच्या इतपत जवळ पोहोचलो होतो की, मला त्यांची हालचालही दिसत होती आणि बोलणंही ऐकू येत होतं; पण त्यांच्या मात्र हे लक्षात आलं नसतं.

ती बाई हातातलं जेवणाचं पाकीट त्या पुरुषाच्या समोर धरून उभी होती. मेहनत करून काहीतरी मिळवून आणलं असल्याचं समाधान तिच्या चेहऱ्यावर दिसत होतं.

पुरुषानं तिच्याकडे वळून तुच्छतेनं विचारलं, ''काय घेऊन आलीस – भीक?''

बाईनं धक्का बसल्यासारखा हात एकदम मागे घेतला. मला वाटलं, हातातलं ते पाकीट आता ही फेकून देणार. पण तिनं तर ते हातात पकडून ठेवलं. तिचे डोळे बारीक झाले आणि आवाज कठोर झाला.

''भीक?''

एखादा अनोळखी शब्द उच्चारावा तसं ती म्हणाली. मग पुन्हा स्निग्ध आवाजात ती म्हणाली, ''हे सगळं द्यायला जे येतात, ते आपण भीक घालतोय अशा भावनेनं का द्यायला येतात? भीक उरल्यासुरल्या अन्नाची घालतात – स्वत: खाऊन उरलेल्या, शिळ्या, उष्ट्या. भीक घालण्यासाठी कोणी मुद्दाम अन्न शिजवत नाही!''

बोलता-बोलता उत्तेजित होत गेलेल्या तिच्या आवाजातली स्निग्धता कोरडी होत गेली.

''ह्या पुऱ्या कोणी लाटल्या असतील, ही भाजी कोणी चिरली असेल, याचा विचार कधी आला तुमच्या मनात? हे सगळं करण्यासाठी स्वत:ची कुठली-कुठली कामं बाजूला सारली असतील त्यांनी! कशा भावना असतील त्यांच्या – ज्यांच्यामुळे त्यांना हे काम करावंसं वाटलं असेल? अहो, कोणी पडलं तर त्याला आपण उठवून बसवतो किंवा कोणी आधार शोधत असेल, त्याला आधार देतो. ते त्याच्यावर उपकार म्हणून करतो, का तसं करण्यानं आपल्या मनातल्या कशालातरी टिकवून धरतो? त्या समोरच्या माणसामध्ये मग कदाचित तेच काहीतरी कायमचं टिकून राहतं. काय असतं ते, माहीत आहे?''

असं विचारून ती त्या पुरुषाकडे बघत राहिली आणि मग तितक्याच आवेगानं

तिच्याच तोंडून एकाच शब्दात उत्तरही बाहेर पडलं –

"माणुसकी!"

पुरुषाच्या मनावर ह्याचा काही परिणाम झाल्याचं वाटलं नाही, त्याचा चेहरा आणि आवाज होता तसाच राहिला.

"पण तुला तिथे हात पुढे करून अन्न घ्यायची गरज काय होती? दुकानातून आणलं असतं धान्य आपण –"

"हो! आणि मग मी ते निवडलं असतं, दळून आणलं असतं, मोडून पडलेल्या घरातून स्टोव्ह शोधून आणला असता आणि मग स्वयंपाक केला असता... खरंतर ही पाकिटंही तुम्ही घेऊन यायला हवी होती. पण मला ठाऊक होतं की..."

आवेगानं आणि मनस्तापानं तिचा चेहरा विद्ध झाला, आवाज चिरकला.

"जिची जन्मदात्री आई आणि धाकटी बहीण –" एवढं बोलता-बोलता चिरकलेला तिचा आवाज उमटेनासाच झाला. भरून आलेल्या डोळ्यांमधून वाहणारे अश्रू चेहऱ्यावरून ओघळू नयेत, म्हणून तिनं चेहरा खाली वळवला आणि अश्रू जमिनीवर टपटप पडू दिले. मग अश्रुभरल्या आवाजात ती पुढे म्हणाली, "घरात कोणी मरण पावलं असलं, तर शेजार-पाजारचे लोक खिचडी करून आणतात, ही पद्धत माहीत आहे तुम्हाला. तुम्ही तर त्यालाही भीक म्हणत असाल. आज परिस्थिती अशी आहे की, प्रत्येक जण दुसऱ्याचा शेजारी आहे. कारण दोघंही ह्या धरतीवर राहतायत."

तो पुरुष तिथून चालू लागला. त्याच्या चेहऱ्यावर वैताग दिसत होता.

स्त्री थोडा वेळ तिथं उभी राहिली; मग जाता-जाता हातातली पाकिटं तिनं समोर दिसला त्या मुलाला देऊन टाकली आणि म्हणालीही, "ट्रक तर गेलासुद्धा रे! मला दोन पाकिटं मिळाली होती, घे –"

मग तिचा चेहरा जरा उजळलेला दिसला. मी कितीतरी वेळ ती जात होती तिकडे बघत राहिलो. मला वाटलं, एकाशी एक जोडलेल्या विटा एकाएकी दूर सरकल्या आहेत! आता त्यांच्यातलं हे अंतर परत कसं जोडलं जाईल? हे जे झालंय, ते सगळं विसरणं शक्य आहे?

त्या प्रसंगापासून मी छावणीतल्या स्वयंपाकघरात जेवायला जाऊ लागलो. त्या स्त्रीचं जे बोलणं मी ऐकलं होतं, त्यामुळे माझ्या मनातली या परिस्थितीबद्दलची दृष्टी पार बदलली होती आणि आता त्या दृष्टीमुळे थाळीत वाढल्या जाणाऱ्या अन्नाचा सुवास अन् तोंडात जाणाऱ्या घासाचा स्वाद घ्यायला मी शिकलो. तरीही हे तर सांगितलंच पाहिजे की, आत्तापर्यंत मनात ज्या भावना होत्या, त्या पार नाहीशा

झाल्या नव्हत्या. मनाच्या एका कोपऱ्यातून तो विचार मला टोचत होताच. हे माझं मलाच अशामुळे लक्षात आलं. कारण जेवायला जायला कसा काय माहीत नाही, पण मी जवळजवळ रोजच उशीर करायचो. तोपर्यंत तिथं थोडीशीच माणसं उरलेली असायची. मी एका बाजूला उभा राहायचो आणि सगळे जेवायला लागले म्हणजे मग माझं ताट आपलं-आपलंच वाढून घ्यायचो.

स्वयंपाकघराच्या मांडवाच्या मागच्या बाजूला मोठ्या घमेल्यात पाणी भरून ठेवलेलं असायचं. तिथं जवळ बसून दोघी बायका भांडी घासत असायच्या. जेवून उठल्यावर लोक थाळ्या तिथं ठेवून यायचे. मी जायचो आणि माझी थाळी स्वत: धुऊन टाकायला बघायचो. पण मी खाली वाकून पाणी घेणार तेवढ्यात त्यातल्या कोणा एकीचातरी हात माझ्या थाळीपर्यंत पोहोचायचा आणि तिचं ते थाळी घेणं असं काही असायचं की, मी तिला रोखू शकत नसे.

स्वयंपाकघरात मजूर आणि सफाई कामगार जेवायला गोळा होऊ लागले होते. थाळ्या घेऊन इतर लोकांजवळच तेही उभे राहायचे. जेवून त्यांनी घासायला दिलेल्या थाळ्या भराभरा घासून पुन्हा इतरांना जेवायला देण्यात येत होत्या. काही उच्चवर्णीय लोकांना इतक्या दिवसांनंतर आता हे खुपू लागलं होतं. त्यामुळे असं झालं होतं की, काही जण आपापली थाळी घेऊन येऊ लागले होते, जेवण झाल्यावर ते आपापली थाळी धुवायचे आणि मग जणू 'एक काम उरकलं' अशा तऱ्हेनं थाळी झटकत-झटकत परत जायचे. जाता-जाता स्वयंपाकावर होणारी त्यांची टीकाही कधीकधी ऐकू यायची. पडून गेलेल्या घरांमधलं सामान ते बाहेर काढायला लागले असणार. या थाळ्यांसारखी शिधासामग्रीही काढतील आणि मग...

कधीकधी थाळी हातात धरून त्यात जेवण वाढून घेताना एकदम घरची आठवण यायची. शेवटी-शेवटी घरी भाभी जेवायला वाढायच्या तेव्हा जसं वाटायचं, तसंच आताही वाटायचं... पण तरी ह्या दोन भावनांमध्ये कितीतरी फरक होता. इथं जे लोक होते, ते भूकंपपीडित होते. त्यांना आधार देऊन सांभाळायचं होतं, त्यांच्याबद्दल काळजी वाटून केलेली ही व्यवस्था होती. तोंडात घास घालताना ह्या गोष्टीचा विसर पडत नसे. असा विचार सतत मनात असायचा की, हा घास कोणी दिला आहे आणि कोणासाठी आहे? क्षणभर हात थांबायचा. मनात प्रश्न उठायचा – हा घास घेण्याचा मला काय हक्क आहे? माझं घर इथे नाही, मी तर आगंतुक आहे! स्वार्थ साधण्यासाठी इथं आलो होतो आणि इथंच राहिलो; आता मलाच समजत नाहीये की, मी का थांबलोय? का परत जात नाहीये?

घरी भाभी जेवायला वाढायच्या, तेव्हा मी थाळीकडेच बघत राहायचो. वर नजर करून भाभींच्या डोळ्यांकडे बघू शकत नव्हतो. ते अपराधी वाटणं कशा तऱ्हेचं

होतं? शिक्षण पुरं होऊन दोन वर्षं होऊन गेली होती. एकदा सहज असं वाटलं होतं की, जर एम.ए. करायचं ठरवलं असतं, तर एव्हाना पुरं झालं असतं.

मोटा भाईंनी (वडीलभाऊ) एकच प्रश्न विचारून माझ्या मनातली ती रुखरुख झटकून टाकली होती.

"मग काय झालं असतं?"

तोच प्रश्न पुन्हा जास्त स्पष्ट करून त्यांनी विचारला होता. "त्यानं काही फरक पडला असता? एम.ए. झाला असतास, तर लगेच नोकरी मिळाली असती?"

मी काही उत्तर दिलं नव्हतं. नोकरी करता-करता एम.ए. करायचा मी विचार केला. त्यात जितक्यांदा अयशस्वी झालो, तितक्यांदा मोटा भाईंनी मिळवलेलं यश मला जास्त जाणवलं होतं. मला जाणवत होतं की, हे जाणवणं माझ्या मनाला जास्त-जास्त आवळत चाललं होतं. जेवायच्या वेळी भाभींच्या हातातून थाळी घेताना किंवा टेबलावर वाढलेल्या ताटासमोर बसताना मन खिन्न असायचं. सतीशकडे यायला निघालो, तेव्हा त्या भावनेतून सुटका झाल्यासारखं वाटलं होतं... आणि आता एवढ्या मोठ्या दुर्घटनेत सापडलेलं हे शहर बघून असं वाटतं की, सारंकाही उघडं करून समोर ठेवणारा कसा भूकंप होता हा? माझ्या मागे-मागे तो कंप, त्याचे धक्के मला जाणवत होते; कुठे तडे जाऊन भेगा पडल्या होत्या आणि काय-काय छिन्नभिन्न झालं होतं.

५

डायरी लिहायला बसलोय तर तारीख लिहिली पाहिजे, असं मनात आलं; पण मग मनात आलेलं पटलं नाही. वाटलं, ह्याला काही अर्थ आहे? 'काळ तर कसा थांबून गेल्यासारखा वाटतोय!' हे वाक्य लिहिलं आणि तिथेच थांबलो. काळ, समय याविषयी मनात विचार येऊ लागले म्हणण्यापेक्षा प्रश्न पडू लागले –

काळ इथं थांबूनच गेलाय, का चहूकडे पसरलेल्या ह्या राड्यारोड्यांमध्ये अडकून पडलाय – माझ्यासारखा? परिस्थितीशी आपली स्थिती कशी जोडलेली असते? तुटून पडलेल्या किंवा कोसळलेल्या घरांकडे बघतो... घरं? घरं कसली – इमारती. होय, होच मुळी! इमारती, इमारती, इमारती आणि इमारतीच! 'घर' नाही – नाही – नाहीच! 'घर' काही त्याच्या आसऱ्यानं राहणाऱ्या माणसांना असं –

मन अतिशय दुखावलं जावं तसा ह्या दुर्घटनेमुळे मनात आक्रोश उठला आणि घर ह्या जागेचीच चीड आली. अन् म्हणूनच कदाचित मी असा नुसता बसून राहतो.

...कितीतरी वेळ झाला, तसाच बसलो आहे – हातात पेन घेऊन आणि डायरीत डोकं खुपसून. पण फार वेळ असं निष्क्रिय बसून राहवत नाही, कारण नुसतं विचार करत राहणंही जमत नाही. मनात आत-आत कल्लोळ उठतो आणि मग त्या कल्लोळानं उचंबळून येणाऱ्या भावना विचारांना बाहेर फेकून देतात. जसे मोडून पडलेल्या इमारतीचे दगड फेकले जाताना मी बघितले आहेत...

इथं ह्या डायरीच्या पानावरच जणू सगळं तुटून-मोडून पडतंय. घटकाभर तर वाटतं की, लिहिता नाहीच येणार. आणि तरी मांडीवर उघडी डायरी आणि हातात पेन घेऊन मी बसून आहे. दुसरं करू तरी काय?

डोळ्यांसमोर डायरीचं जे उघडं पान आहे, तेही वैराण दिसतंय. नजर ठरत नाही त्याच्यावर. पेन ज्या रस्त्यानं पुढे सरकू बघतं, त्या रस्त्यावरची दृश्यं डोळ्यांसमोर दिसायला लागतात. म्हणजे बघा ना, आत्ता मी जेव्हा लिहिलं की, काळही माझ्यासारखा ह्या राड्यारोड्यामध्ये अडकून पडलाय की काय... तेव्हा दगड-धोंड्यांचे, सिमेंटचे वाकडे-तिकडे, लहान-मोठे, वेगवेगळ्या आकारांचे ढीगच्या

ढीग डोळ्यांसमोर दिसू लागले... माझ्या डोळ्यांसमोर अगदी उंचावरून खाली आपटलेल्या उभ्या-आडव्या स्लॅब्सच्या खाली चेंगरलेल्या माणसांना ओढून-ओढून बाहेर काढण्यात येतंय. कोणाचा एक पाय, कोणाचे दोन पाय, कोणाचे हात आणि पाय दोन्ही, कोणाचा खांदा, तर कोणाची कंबर मोडली आहे. काळही आता ह्या सगळ्यांसारखाच हालचाल करू शकत नाहीये, असं वाटतंय. कारण रोज हीच, अशीच दृश्यं दिसत राहतात.

आणि मग अशा वेळी वाटतं की, मीही इथं अडकलोय, असं का वाटतंय? मी तर अगदी धडधाकट आहे, तर चला, पळून जावं ह्या विनाशातून! इथं कोणी थांबवलंय मला की, इतके दिवस मी इथं भटकतोय?

इथं असं नुसतं रिकामटेकडं भटकण्याखेरीज दुसरं काही करायचं नाहीये. हे सबंध शहर हे एवढंच करतंय, असं वाटतंय. या टोकापासून त्या टोकापर्यंत – त्याला स्थळ-काळाची काही सीमाच उरलेली नाही. चारी दिशाही चहूबाजूंना तुटून पडलेल्या इमारतींखाली दबल्या गेल्यायत. त्यात कुठली दिशा कुठल्या ढिगाऱ्याच्या खाली आहे, तेही समजत नसल्यानं सर्व हालचाल फक्त भटकण्याचीच होत आहे.

दिशाहीन गती – म्हणजे भटकणं नाही, तर काय? काही हेतूसाठी व्यतीत होण्याची सवय असलेला काळसुद्धा आता नुसता भटकतो आहे, असंच वाटतंय...

असं भटकणारं मन मला पुन्हा माझ्या डायरीच्या पानाकडे वळवतं, तेव्हा एकदम लक्षात येतं की, मी अजूनही हातात पेन अन् डायरी घेऊन नुसता बसूनच आहे! असंच एक दृश्य बघितलेलं आठवलं. मोडून पडलेल्या एका घराच्या समोरच्या दाराच्या चौकटीला टेकून एक व्यक्ती स्तब्ध बसलेली दिसली. त्याच्या उघड्या डोळ्यांमध्ये भीती वाटेल अशी शून्यता होती. मी त्याच्या जवळ जाऊन उभा राहिलो, तरी त्यानं काही हालचाल केली नाही. मला वाटलं की, ह्या मोडून पडलेल्या घरात त्यानं त्याचं सर्वस्व गमावलं असेल आणि एकटा तोच वाचला असेल. मी अगदी जवळ गेलो आणि त्याच्या खांद्यावर हात ठेवला. त्या क्षणी तो माझ्या अंगावर पडला! मी खूप घाबरून तिथून एकदम पळच काढला होता!

बहुतेक तिथं असा बसल्या-बसल्याच त्याचा प्राण गेला असेल किंवा त्याला तिथं बसायला सांगून कुठंतरी गेलेले आप्त परत येण्यापूर्वीच त्याचा प्राण गेला असेल.

आत्ता या वेळी क्षणभर मलाही असं वाटलं की, मीसुद्धा असाच मरून गेलोय – दगड-धोंड्यांखाली चेंगरून किंवा त्यातून वाचल्यानंतर. मला हे ठाऊक होतं की, इथं येऊन कोणीही माझ्या खांद्यावर हातही ठेवणार नाही; काळसुद्धा नाही. इथं तर कदाचित काळही मृत्यू पावला आहे!

मी इथं नसतो आलो तर? तर, ही दुर्घटना फक्त माझ्या मनापुरतीच मर्यादित

राहिली असती. मी रेडिओवर ऐकलं असतं, टीव्हीवर बघितलं असतं. मला सतीशची काळजी वाटली असती, त्याची खुशाली कळण्यासाठी मी धावपळ केली असती. हे सगळं झालं असतं, पण ह्या भूमीला बसलेला एवढा मोठा धक्का आणि त्याचा कंप इतक्या दूर माझ्यापर्यंत पोहोचला असता?

आज इथं तर असं वाटतयं की, जणू ह्या शहरावरच नव्हे, तर सगळ्या जगावरचं सगळं गदळ पडलंय आणि त्याच्या तळाशी असेल तो सतीश शोधून सापडण्यासारखा नाही – कदाचित आता त्याला शोधण्यात अर्थही नाही. जिथे-तिथे ठिकठिकाणी पडलेल्या मोडक्या-तोडक्या घरांच्या, सामानांच्या ढिगाऱ्यांमधून ओळखू न येणाऱ्या शरीरांच्या अवयवांमधला कुठलाही एखादा सतीशचा असू शकेल.

पण आज जितकं स्पष्टपणे हे समजतंय, तितकं स्पष्ट त्या दिवशी कुठं समजलं होतं?

त्या दिवशी तर –

बस थांबली होती आणि एक पाय जमिनीवर टेकवून बसच्या पायरीवरून दुसरा पाय खाली ठेवत होतो, तेवढ्यात मी हेलपाटलो होतो. मी दिङमूढच झालो होतो. माझ्या मागून उतरत असलेल्या प्रवाशांपैकी कोणीतरी घसरत माझ्यावर पडलं. ओरडाआरडा आणि रडारड सुरू झाली होती. झालं काय, हे मला लगेच तर समजलंच नाही. ड्रायव्हरनं एकदम बस चालू केली की काय, असं वाटलं. उठून उभं राहायलाही मला जमत नव्हतं. तोलच सावरत नव्हता.

चहूकडे पळापळ सुरू झाली होती, विचित्र-विचित्र आवाज येऊ लागले होते. चहूकडे इतका धुराळा झाला की, ढग भरून आले असतील तसं वाटू लागलं. आणि तेही जमिनीपासून आभाळापर्यंत सलग! त्या ढगांचा असावा तसा प्रचंड मोठा गडगडाटही ऐकू येत होता. आकाशातून जमिनीवर जणू काहीतरी पडत होतं. धुळीचे लोटच्या लोट उडत होते. त्या धुळीची करकरीत कच डोळ्यांत जाऊन, अंगावर पडून टोचायला लागली होती आणि तिचा एक विचित्र वास नाकातही जात होता. कसंबसं उठून, उभा राहून चालू लागायला बघितलं; तर खाली पडलेल्या दगडांच्या ठेचा लागू लागल्या. बसस्टेशनच्या फरशीवर सर्वत्र धूळ पसरली होती. हे सगळं एकत्र जणू कुठूनसं एकाएकी येऊन पडलं होतं आणि मग तर त्या आवाजांपेक्षाही मोठ्यानं किंकाळ्या ऐकू येऊ लागल्या – 'भूकंपऽऽ भूकंपऽऽ'

त्या किंकाळ्यांनी माझं मन आतपर्यंत दुभंगावं तसं दुभंगलं आणि जे झालं होतं ते सगळं डोळ्यांसमोर दिसू लागलं. दूर फेकला गेलेला खांद्यावरचा थैला उचलून खांद्यावर पुन्हा लटकवला. पुढे काय करावं, ते सुचेना. माझ्या एवढं लक्षात आलं की, जी माणसं एकदम हेलपाटून किंवा तोल जाऊन खाली पडली होती, ती तितक्याच झट्कन उठून उभी राहिली होती, प्रत्येक जण स्वतःला सांभाळण्यात

इतका व्यग्र होता की, कोणाचंही लक्ष स्वत:खेरीज दुसऱ्याकडे जात नव्हतं. दिशा अदृश्य झाल्या होत्या, का चारही दिशा एकमेकांत मिसळून गेल्या होत्या...? तेही कळत नव्हतं. तिथून दूर जायचं, एवढाच विचार करून सगळे जण कुठं जायचं ते न ठरवता चालू लागले होते. ते बघून मला वाटलं की, मलाही तिथून दूर गेलं पाहिजे. म्हणून मीही चालू लागलो.

मी मनातल्या मनात सतीशचा पत्ता आठवून बघितला – 'पारिजात अपार्टमेंट्स, पटेल नगर, जोसेफ सर्कल.' पण त्याला आता काय अर्थ होता? कोणाला विचारण्यासारखंही कुठे काय होतं? वाहनं भरभरून जाऊ लागली होती, पण त्यांच्यातल्या कोणाला थांबवून अमुक पत्त्यावर मला घेऊन जा, असं सांगण्याचा विचारही मूर्खपणाचा वाटला.

सतीशनं मला सांगितलं होतं, "रिक्षा कर. दहा रुपयांपेक्षा जास्त भाडं नाही होणार." त्यावरून मी अंतराचा अंदाज केला होता.

बसस्टेशनच्या बाहेर पडायच्या आधीच प्रवेशद्वारासमोर असलेल्या लहान दुकानांच्या टपऱ्यांची सबंध रांग उचकटली जाऊन पालथी पडलेली दिसली. आतून बाहेर फेकलं गेलेलं सगळं सामान फुटून-तुटून, सांडून-लवंडून बाहेर रस्त्यावरच्या धुळीत पडत होतं. एका कोपऱ्यात कशानंतरी पेट घेतलायसं वाटलं, कदाचित चहा-नाष्ट्याची हातगाडी असेल. हातगाडी उलथून पडल्याबरोबर त्यावर असलेला पेटलेला स्टोव्ह उलटा पडला असणार, त्यावर असलेलं उकळतं तेल स्टोव्हच्या जाळावर पडलं असणार आणि भडका झाला असणार. ती आच हवेत पसरली आणि त्या हवेनं पसरत चाललेल्या अग्नीच्या ज्वाळांची धग माझ्यापर्यंत येऊन मला ओझरती जाणवली.

एवढ्या माणसांमध्ये त्या हातगाडीचा मालक कोण असेल, हे समजू शकलं नाही. कदाचित तिथून पळालेल्या लोकांमध्येच तोही असेल. तिथे जे उभे होते, त्यांतलं कोणीही आग विझवायला पुढे आलं नाही. त्यांच्यासाठी कदाचित मातीत पडलेलं सामान आणि जवळ असलेलं सामान, ह्यात काही फरक नव्हता – दोन्ही नाशवंतच होतं!

रस्त्यावरची रहदारी एकदम वाढली होती. घरांमधून धावत बाहेर आलेल्या लोकांना काय करावं, हे सुचत नसल्याप्रमाणे ते साऱ्या शहराची चौकशी करायला लागले होते. त्यांच्या सग्या-सोयऱ्यांच्या काळजीबरोबर इतर कोणाचं काय झालं, ह्याबद्दलचं कुतूहलही मिसळलेलं होतं. मी थोडा वेळ तिथं उभा राहिलो. तेवढ्या वेळात लोकांची जिज्ञासा वाढत जाऊन पसरू लागली. त्यात अचानक मला 'पारिजात अपार्टमेंट्स'चं नावं ऐकू आलं आणि मी तिकडे वळलो.

६

ही डायरी लिहायला लागल्यामुळे जणू ह्या शहरात मी पुन्हा प्रवेश केला. ज्या घटनांशी, परिस्थितीशी आणि व्यक्तींशी आलेल्या संपर्कातून मी गेलो आहे; त्यांच्याबद्दल ह्या डायरीमध्ये लिहीत असताना असं वाटतं की, जसंकाही पुन्हा तेच प्रसंग जगायची वेळ आली आहे! कधीकधी असंही वाटतं की, त्या वेळची खरी परिस्थिती मी आता जगतो आहे. तेव्हा तर फक्त बघून थोडं समजलं होतं...

सतीश जिथं राहत असे, त्या पारिजात अपार्टमेंट्सच्या जागेवरून परत येताना त्या दिवशी किती चाललो असेन, कोण जाणे! पण असं वाटतं होतं की, रस्ता संपता संपत नाहीये! आणि रस्ता संपवून तरी कुठं जायचं होतं? थंडी इतकी होती की, चहूकडून दाटून येणारा अंधारसुद्धा जणू थरथरत होता. त्या अंधाराबरोबर येणाऱ्या वाऱ्यानंही थरथरायला होत होतं आणि बघायला गेलं, तर अंधाराशिवाय दुसरं काही दिसत नव्हतं; म्हणूनही कदाचित असं वाटत असेल. तेवढ्यात रस्त्याच्या एका बाजूला मला तुरळक-तुरळक दिवे दिसले. त्यांच्यापैकी काहींचा उजेड वर, काहींचा खाली, काहींचा खूप तेजस्वी, तर काहींचा अंधुकसा पडत होता. काही हलतही होते. त्या सगळ्यांहून वेगळा झोत फेकणारा एक प्रकाशही दिसत होता. तो मध्येच दिसायचा, मध्येच बंद व्हायचा. हा सगळा प्रकार बघून प्रथम तर मला भीतीच वाटली होती. एक दुर्घटना घडली की, ती किती तऱ्हेतऱ्हेची भीती घेऊन येते! पण ते प्रकाश येत होते त्या जागी पोहोचल्यावर दिसलं की, एका मोकळ्या जागेत झाडीझुडपांमध्ये माणसं गोळा होऊन बसली आहेत.

मीही रस्त्यावरून खाली उतरून तिकडे गेलो. खूप जवळ गेल्यावर दिसलं की, तिथं बरीच माणसं उकिडवी बसली होती, काही मांड्या घालून, काही पाय लांब करून. स्त्रिया, पुरुष, मुलं... त्यांच्या भोवताली गाठोडी, वळकट्या, पिशव्या, बॅगा असं सगळं पडलं होतं. कोणाच्या हातात बॅटरी, तर कोणाच्या मेणबत्ती न् काड्यापेटी, लायटर असं पेटवलेलं होतं. मधून-मधून पाय मोकळे करायला सगळे इकडे-तिकडे हिंडायचे, मधून जरा वेळ लाइट्स बंद करायचे. भीती आणि शंकाकुशंका

दूर करण्यासाठीचे हे प्रयत्न असणार. मीही त्यांच्यामध्ये जाऊन बसलो.

मी असा त्यांच्यामध्ये जाऊन बसलो, हे कोणाच्या लक्षातही आलं नाही. माझा थैला मी मांडीवर असा दाबून ठेवला होता की, जणू शक्य असतं तर मीही त्याच्या आत जाऊन बसलो असतो. जिकडे बघावं तिकडे काळाकुट्ट विस्तार आणि त्यावर कुठे-कुठे दिसणारे झगमगणारे लाल ठिपके. ऊब, उजेड – जे हवं असेल ते त्यातून मिळवायचं होतं. वाऱ्याची झुळूक यायची तेव्हा तंबाखूचा वासही त्याच्याबरोबर यायचा. दीर्घ श्वास घेऊन मी तो वास नाकात भरून घ्यायचो. जवळ कोणीतरी माणूस आहे, असं त्यामुळे वाटायचं. मधूनच केव्हातरी कोणाचीतरी खोकल्याची दाबून धरलेली ढास, हलक्या आवाजातले हुंकार, खोल निःश्वास ऐकू यायचे. हे आवाजही आसपास माणसं असल्याचं आश्वासन देऊ पाहायचे; पण क्षणभरच. निःस्तब्धतेमध्ये दडलेली प्रचंड भीती कुठलंही आश्वासन टिकू देत नव्हती, काळाच्या पुढे सरकण्यालाही नाही. त्याचीच भीती वाटत असेल तशी मीही नजर खाली जमिनीवर खिळवत होतो किंवा मग वर आकाशाकडे.

ह्या तशाच्या तशा राहिलेल्या स्थितीमुळे वेळाचा काही अंदाजच येत नव्हता. भीती वाटायला हेही एक कारण होतं. असं वाटत होतं की, रात्र लांबच लांब झाली आहे. कदाचित संध्याकाळ होता-होताच अंधार पडल्यानं तसं वाटत असेल. संध्याकाळपासून प्रचंड गारठा जाणवू लागला होता. थंडगार वारा वाहत होता, म्हणून जणू रात्रीनं अंधाराची रजई लवकरच पांघरून घेतली असेल. खूप तास उलटून गेले तेव्हा वाटायला लागलं की, रात्र कदाचित थिजूनच गेली असेल. असंच असेल, कारण सूर्य उगवला असणार तरीसुद्धा अंधाराचा काळा रंग खूप हळूहळू ओसरायला लागला होता – इतका हळूहळू की, थिजलेली रात्र थोडी-थोडी विरघळतेयसं वाटावं!

पूर्ण उजाडेपर्यंत रात्री जसे बसलो होतो तसेच सगळे बसून होते, काळ्याकुट्ट भयंकर भीतीनं मूढ बनून गेल्याप्रमाणे. आणि आता समुद्री वादळात सापडलेल्या बोटीतले वाचलेले प्रवासी हळूहळू उभे राहावेत, तसा एक-एक जण उठून उभा राहत होता; एखाद्या अनोळखी प्रदेशात येऊन पोहोचल्यासारखा चहूकडे बघत होता. जणू आपल्याच गावात कोणाला दिशा ओळखत नव्हत्या! आणि बघण्यासारखी आणखीही एक गोष्ट ही होती की, मुंग्यांच्या वारुळातून मुंग्या बाहेर पडाव्यात, तेवढे लोक होते; पण जणू कोणी कोणाला ओळखतच नसावं! रात्रीच्या अनुभवानंतर सगळ्यांनी जणू मनाशी निश्चय केला होता की, आता रात्र पडूच द्यायची नाही आणि सगळे निघाले होते नवी जागा शोधायला.

मीही तसाच निघालो, अशी जागा शोधायला – जी कुठे आहे, ते मला माहीत नाही. शेवटी ह्या छावणीत असा येऊन पोहोचलो तेव्हा वाटलं की, इतके दिवस

भटकत होतो, ते ही छावणी सापडावी म्हणून असेल का?

पण छावणीत आल्यानंतरही भटकणं कुठे थांबलंय? असं भटकता-भटकता तर ही डायरी मिळाली आहे. भटकताना आणखी काय घडलं, काय दिसलं, काय वाटलं त्या सगळ्याची नोंद करायला. ह्या डायरीत कोणीतरी जशी घरातल्या सामानाची यादी केलीय, तशी मला नोंद करायचीय – घटना, दृश्यं, व्यक्ती, विचार, भावना ह्यांची. थोडक्यात म्हणजे, एका प्रचंड दुर्घटनेची आणि त्यातून उत्पन्न झालेल्या सर्व गोष्टींची.

ही डायरी सापडली नसती, तर ते सगळं मनातल्या मनातच कोंडून राहिलं असतं ना? डायरीच्या पानावर पेन ठेवतो तेव्हाही पुष्कळदा असं एकदम वाटतं की, जणू एखादा प्रचंड स्फोट होऊन सगळं उसळून त्या पानावर पसरतंय. जर हा विस्फोट डायरीच्या पानावर नसता झाला तर...

मी डोळे घट्ट मिटून घेतो आणि माझ्या डोळ्यांसमोर मला एक प्रचंड मोठा रेडा जोरजोराने हुंकारे देत, जोरजोराने डोकं हलवत, शेपूट वर करून उडवत, चारी पाय उधळत, लाथा झाडत येतो आहे आणि त्याच्या वाटेत जे काही येईल ते कधी उजवीकडे, कधी डावीकडे, दूर-दूर फेकलं जात आहे, त्याच्या टणक पाठीचं जाड कातडं जोरजोरानं थरथरत आहे...

माझा थरकाप झाला. मला वाटलं की, दुसऱ्या कशानं नाही, तरी नुसत्या त्या थरथरण्यानंसुद्धा सगळं उन्मळून पडू शकलं असतं. हे जे सगळं उन्मळून उद्ध्वस्त झालं, ते कदाचित ह्या थरथराटामुळेच असेल आणि चहूकडे सर्वांमध्ये व्यापलेली ही भीतीही... आणि हा तर आत्ता नुसता थरथराटच होता, तर मग –? लोकांना समजलं होतं आणि म्हणून भीती वाटत होती की, हे कापणं, हे थरथरणं हे त्या प्रचंड प्राण्याला सतत दिला जाणारा त्रास असह्य झाल्याचा परिणाम होता!

७

तसा तर सतीश कितीतरी दिवसांपासून मला 'इकडे निघून ये' असं सांगत होता, पण ते लक्षात ठेवून निघून येणं मात्र झालं नव्हतं आणि जेव्हा झालं, तेव्हा –

या कोसळून उद्ध्वस्त होऊन पडलेल्या शहरात येऊन पडल्याचं वाईट वाटतंय मला? अशा भयंकर दुर्घटनेचं दुसरं काहीच वाटत नाहीये माझ्या मनाला? हा विचार मनाला वरचेवर टोचतो, डिवचतो आहे, असं मनात येत असतानाच माझी दृष्टी छावणीत सगळीकडे अस्ताव्यस्त पसरलेल्या, विखुरलेल्या भूकंपग्रस्त निराश्रितांवर फिरत राहते.

हे सगळे असे इतस्तत: विखुरलेले का दिसतात? ह्या सर्वांना एकमेकांशी बांधणारा संबंधाचा दुवा कोठे का दिसत नाही? सगळीकडे कोलमडून उद्ध्वस्त झालेल्या इमारतीच क्षणभंगुर होत्या, का हे संबंधही वरवरचे?

असे विचार का येतात मनात, हे भूकंपग्रस्त शहर बघून? का अशाच एका दुर्घटनेशी सामना करून इथं आलोय, त्याचा परिणामही माझ्या विचारांवर झाला आहे? आणि मग असंही वाटतं की, तसं पाहिलं तर दोन्ही गोष्टी सारख्याच नाहीत का?

तर मग त्या दुर्घटनेबद्दलही ह्या डायरीत लिहिणं काही चूक नाही...

मोटा भाईंनी चर्चा तिथेच थांबवली, तेव्हा आणखीही काहीतरी बंद व्हावं आणि मी बाहेरच राहून जावं, तसं मला वाटलं होतं. त्या प्रसंगानंतरही मी त्याच घरात राहत होतो, पण त्या घरातलं वातावरणच असंकाही बदललं होतं की, मला तिथं परक्यासारखं वाटायचं – परकं आणि एकटं!

वडील गेल्यानंतर मोटा भाई कुटुंबप्रमुख झाले होते. ते कुटुंबप्रमुख झाल्यापासूनच्या वर्षांचा हिशोब त्यांनी एक दिवस माझ्या हातात दिला होता आणि साधाच कसलातरी कागद देत असावेत, तितक्या सहजपणे म्हणाले होते, ''सवडीनं जरा हे बघून घे.''

मी तेव्हा बाहेर निघालो होतो, घाईत होतो; म्हणून मी तो कागद बाजूला ठेवून दिला आणि मग मी त्याबद्दल विसरूनच गेलो. दोन दिवसांनी मोटा भाईंनी विचारलं, ''मग, बघितलास का तो कागद?''

"अरे हो, ते तर राहिलंच!"

सरळ मनानं मी म्हटलं आणि मग लगेच तो कागद घेऊन बसलो. पहिल्यांदा बघितला, तेव्हा लगेच तर मला काही समजलंच नाही; उलट शंका आली की, चुकून दुसराच कुठला कागद तर मोटा भाईंनी दिला नाही ना? कागद उलट-सुलट करून बघताना शेवटी जी नोंद केली होती, तिकडे माझं लक्ष गेलं. माझ्यासाठी त्यांनी आत्तापर्यंत केलेल्या खर्चाचा हिशोब करून माझ्याकडून त्यांना किती 'येणं' होतं, त्या रकमेचा तो आकडा होता. त्याच्या बदल्यात घराच्या मालकीचा माझा हिस्सा मी सोडावा, असं त्यांनी म्हटलं होतं अन् तशा तऱ्हेचं करारपत्र तयार करून ते बरोबर जोडलं होतं... आणि त्याच्यावर मी सही करायची होती!

माझं मन अगदी सुन्न झालं. त्या सुन्नपणातून बाहेर येण्यापूर्वीच मी त्या करारपत्रावर सही करून टाकली. सही करून मी वर बघितलं तेव्हा मला वाटलं की, मोटा भाई माझ्याकडे टक लावून बघत होते. मी सही केल्याबरोबर त्यांनी नजर फिरवली. मी उठून उभा राहिलो. बाहेर पडायला त्यांच्या जवळून पुढे जात होतो, तेव्हा त्यांनी वळून माझ्याकडे बघितलं. ते जणू स्वतःवर ताबा ठेवण्याचा प्रयत्न करत होते. मला म्हणाले, "आता महेश मोठा झाला, तेव्हा सगळा विचार केला पाहिजे ना?"

त्यांचा मुलगा महेश दहावीत होता.

मी काही उत्तर दिलं नाही. बाहेर पडता-पडता बघितलं – दारामागे उभ्या असलेल्या भाभी तिथून मागे सरकल्या.

ह्या प्रसंगानंतर भाई-भाभी, माझं सगळं इतकं काही नीट करू लागले की, मला वाटू लागलं, मला आता हे घर सोडलं पाहिजे. नेमकी तेव्हाच मला सतीशची आठवण झाली आणि दुसऱ्याच दिवशी मी त्याच्याकडे जायला निघालो.

पण ह्या भूमीवर एक पाय ठेवला न् दुसरा ठेवणार, तेवढ्यात तर...

"पारिजात अपार्टमेंट्स?"

समोरच्या माणसानं विचारलेला हा प्रश्न त्याच्या भयभीत डोळ्यांमध्ये गोल-गोल फिरत भयानक होऊन गेला. त्याच्या शेजारी उभ्या राहिलेल्या माणसानं उत्तर दिशेला अशा काही तऱ्हेनं बोट दाखवलं की, जणू त्याच्या तोंडातून शब्द फुटत नव्हता.

त्यानं बोट दाखवलं त्या दिशेला मी जाऊन बघितलं, तर तिथं एक उंच टेकाड दिसलं, ज्यात अपार्टमेंट्सचा आकारच दिसत नव्हता. सगळा सांगाडा उद्ध्वस्त होऊन पडला होता. एकाही घराचं नामोनिशाण शिल्लक नव्हतं. सगळ्याचा एक मोठा, प्रचंड ढीग झालेला होता.

मी थोडा वेळ नुसताच बघत राहिलो. मग हळूहळू त्या ढिगासमोर जाऊन उभा राहिलो. आजूबाजूला कोणी दिसत नव्हतं. घरदारच नाही, तर ती जागाच सोडून लोक निघून गेले होते. बघून असं वाटत होतं की, लोकांनी ती जागा नव्हती

सोडली, त्या जागेनंच लोकांचा त्याग केला होता.

त्या आसपासच्या परिसरात दिसणाऱ्या इमारतींमध्ये मला वेगवेगळे आकार दिसू लागले. खालचे दोन मजले धराशायी करून त्यांच्यावर चढून बसलेला तिसरा मजला... गुडघ्यावर उकिडवे बसल्यासारखे झालेले खांबांवरचे फ्लॅट्स... वाकडे-तिकडे होऊन कुशीवर वळल्यासारखे आडवे पडलेले बंगले... सगळे आमच्याकडे टक लावून बघत होते. त्या दृश्याकडे बघून भीती वाटत होती की करुणा? मलाच कळत नव्हतं. असहाय नजरेनं मी इकडे-तिकडे बघितलं. ते दोघे जण अजून तिथल्या तिथेच उभे होते.

निरुपायानं, थकल्या पावलांनी मी तिकडे गेलो आणि त्यांच्यातलाच एक असल्यासारखा त्यांच्यासमोर उभा राहिलो. पण तसं उभं राहण्यात मला उगीचच ओशाळल्यागत वाटलं.

पारिजात अपार्टमेंट्सची उंच टेकडी दाखवणाऱ्या माणसानं उपहासानं विचारलं, "कोण राहत होतं?"

"मित्र."

त्यांच्यापासून सुटका करून घेत असल्यासारखं मी एका शब्दात उत्तर दिलं आणि मग अपराधी वाटून मान वळवली.

"ओ! मित्र?"

तो दुसरा मनुष्य मोठ्यानं हसला.

मला वाईट वाटलं.

त्यानं तोंड फिरवलं, मग उलटा वळला. मी बघतच राहिलो. त्यानं मान खाली करून दोन्ही हातांनी चेहरा झाकून घेतला. त्या झाकलेल्या चेहऱ्यातून ऐकू येणारा आवाज हसण्याचा होता का रडण्याचा? मला समजेना. मी त्याच्या पाठीकडे बघत राहिलो. त्याची पाठ जोरजोरात हलत होती. आजूबाजूचंही सगळंच हलत असेल, असं मला वाटलं.

जराशानं मी तिकडे पाहिलं तर तो तिथं नव्हता, पण त्याच्या त्या हसण्याचा का रडण्याचा आवाज ऐकू येत होता. त्याच्यासारखेच आणखी आवाज चारी बाजूंच्या मोडक्या-तोडक्या इमारतींमधून येत आहेत, असा मला भास झाला आणि मग त्या साऱ्याच विस्तारामधून त्याचे प्रतिध्वनी येत असावेत तसे मला ऐकू येऊ लागले.

मला चक्कर आल्यासारखं झालं. तेवढ्यात माझ्या लक्षात आलं की, तो दुसरा माणूस अजून तिथल्या तिथेच उभा होता. त्याच्याकडे बघून मी स्वतःला सावरलं.

"त्याचं सबंध कुटुंब –"

तो सांगत होता, पण मी पुढचं वाक्य ऐकू शकलो नाही. तो माणूस ज्या दिशेनं गेला होता, त्या दिशेला मी बघितलं. तिथे कोणीच नव्हतं... पण त्याच्या हसण्याचे

आणि हुंदक्यांचे राडेरोडे पडले होते तिथे! त्या रस्त्यानं एकट्यानंच गेलेल्या त्या माणसाची मला काळजी वाटू लागली. मी त्या दुसऱ्या माणसाकडे बघितलं. माझ्या मनातलं कळल्याप्रमाणे तो म्हणाला, "इथं एवढ्यातच असेल तो, कुठेही जाणार नाही. ही जागा सोडून आता तो कुठेही जात नाही."

त्याचा आवाज थंड होता आणि चेहरा निर्विकार. तरीही काहीतरी कळेल, असं वाटून मी त्याच्या चेहऱ्याकडे बघत राहिलो, पण माझी दृष्टी त्याच्या चेहऱ्याचा निर्विकारपणा भेदू शकली नाही. एक टणक थर जणू त्याच्या डोळ्यांवर आणि चेहऱ्यावर घट्ट बसला होता. तो पुढे जे सांगू लागला, ते शब्द कुठून येत होते, हेही कळत नव्हतं.

"त्याच्या घरातली माणसं जणूकाही आत काहीतरी कामात असतील आणि थोड्याच वेळात बाहेर येणार असतील, तसा तो घटकाभर ह्या टेकाडाच्या समोर उभा राहतो; मग घटकाभर टेकाडाच्या चारी बाजूंना फिरतो, खाली वाकून-वाकून शोधत राहतो की, कुठूनतरी बाहेर येता येईल अशी जागा दिसतेय का? मग पुन्हा सरळ उभा होऊन म्हणतो – 'ह्याच्यातून कशी बाहेर येतील ती सगळी?' त्याचा चेहरा मग निराशेनं फिक्का पडतो. मग त्या निराशेतूनच आशेचा किरण शोधत असल्यासारखा तोच बोलायला लागतो – 'मला वाटतं, कोणी ना कोणीतरी ह्यातनं सापडेलच; नाही का?' असं म्हणतो खरं, पण मग त्यालाच राहवत नाही आणि तोच आपल्या हातांनी ढीग बाजूला करू बघतो –"

सांगणारा सांगता-सांगता स्वतःच हसू लागतो. त्यात त्याची चूक नाही. सगळी हकिगतच वेड्यासारखीही होती आणि अतिशय करुणही होती. ती केव्हा वेड्यासारखी वाटायची अन् केव्हा करुण, हे ठरवणंही अवघड होतं, पण मला तसं हसू मात्र आलं नाही. अत्यंत उदास मनानं मी ऐकत राहिलो.

"बघा ना, आता आहे इथं कोणी काही करू शकेल असं? पण त्यानं समजून, पटवून घेतलं तर ना? इथं ह्या राडारोड्यात हातांनी उकरून-उकरून त्याचे हात खरचटले आहेत. थकला म्हणजे, ह्या ढिगावरच पालथा पडतो. मग हा ढीगही त्या इमारतीचा राडारोडा आहे, हेच विसरतो आणि घरच्या माणसांपैकी एकेकाला मिठीत घेतल्यासारखा दगड-धोंडे, सळया ह्यांना कवटाळून त्यांच्याशी बोलत राहतो... रडू लागतो, रक्तबंबाळ होतो – कसातरी सोडवतो मग त्याला..."

त्या माणसाला विसरून आम्ही दोघेच मित्र असल्यासारखे एकमेकांशी बोलत होतो.

"कोण कोण होतं आत?"

"त्याची बायको, मुलगा न् मुलगी."

"तिघंच्या तिघं –?"

मी वाक्य पुरं करू शकलो नाही. मलाही लक्षात आलं नाही की, मी बोलता-बोलता केव्हा आणि का थांबलो. परंतु त्यामुळे सांगणाऱ्याला काही प्रश्न पडला नाही. परिस्थितीच अशी होती की, इथं शब्द काही सांगू शकतील असं नव्हतं आणि न बोलण्यानं सांगणं थांबेल, असंही नव्हतं.

"हो. तसंच झालंय ना! अख्ख्याच्या अख्ख्या इमारतीची ही एक प्रचंड कबर झालीय, बघताय ना? आता ह्यातून कोण वाचलं असेल, सांगा!"

"आणि तो स्वत:?"

"आम्ही दोघंही सुरतला नोकरी करत होतो. आमच्या इथं बदल्या झाल्या. गेल्याच आठवड्यात त्यानं त्याची फॅमिली इथं शिफ्ट केली. आम्ही रिलीव्हरची वाट बघत होतो. दोन दिवस सलग सुट्ट्या आल्या, म्हणून आम्ही इथं आलो. मला तो आग्रह करून घेऊन आला. मलाही वाटलं, जिथे नोकरी करायची आहे, ते गाव बघून तर यावं..."

तो एका दमात एवढं बोलला न् मग एक मोठा उसासा टाकत म्हणाला, "...आणि बघितलं!"

तो उसासा होता का वावटळ? ते शब्द होते का दगड? क्षणभर त्याच्या डोळ्यांमध्ये कोसळून पडलेलं सगळं गाव दिसलं.

"तुमची फॅमिली?"

"माझा मुलगा दहावीत आहे, म्हणून त्याची परीक्षा झाल्यावर मग शिफ्ट करणार होतो."

सगळं बोलून संपल्यासारखा तो गप्प झाला, पण माझ्या मनाला अजून कितीतरी प्रश्न टोचत होते.

"जे आत गाडले गेले, त्या सगळ्यांची शवं?"

"हा राडारोडा न् भंगार काढलं जाईल, तेव्हा निघतील."

त्याच्या त्या साध्या-सरळ एका वाक्यात जे डोंगराएवढं ओझं होतं, ते धाड्कन जणू माझ्यावर येऊन आदळलं.

हा राडोराडा काढला जाईल तेव्हा? मी त्या उंच टेकाडाकडे पुन्हा एकदा बघितलं. त्या कामासाठी लागणारी यंत्रसामग्री आणि त्या यंत्रांचे जाणकार येण्यासाठी जो वेळ लागेल तो, ह्या राड्यारोड्याच्या डोंगरात शवांची शोधाशोध आणि ओळख पटणं, ह्या सगळ्या विटंबनांचा विचार मनात आला, तसा मीच खाली गाडला गेलो असल्यासारखा माझा श्वासच गुदमरायला लागला.

तेवढ्यात त्यानं एक नवाच प्रश्न विचारला, जो अगदीच वेगळा होता. तो ऐकता क्षणीच मला वाटलं की, माझा श्वास गुदमरून टाकणाऱ्या पहिल्या प्रश्नापेक्षा हा प्रश्न आणखी अवघड होता.

"ह्या राड्यारोड्यातून शवं काढतील, तेव्हा ह्या माणसाला कसा सांभाळायचा?"

गळा आवळल्यासारखा आवाज येत होता त्याचा आणि गळा दाबल्यासारखं होत होतं मला!

त्या स्थितीतही माझ्या लक्षात आलं की, हे सगळं बोलणं इतका वेळ चाललं होतं, त्यात प्रथमच त्यानं त्याच्या मित्राचा 'माणूस' असा उल्लेख केला होता. असं का झालं? त्यात त्याच्यापासून दूर होण्याचा प्रयत्न होता, का मग 'माणूस' ह्या शब्दावर जोर होता?

पण मग लगेच माझ्या लक्षात आलं की, असा काही प्रयत्न किंवा असा काही विचार करायला तो थांबूच शकत नव्हता! त्या उद्ध्वस्त इमारतीच्या ढिगाऱ्यातून एखादं प्रेत बाहेर ओढून काढलं जात असावं, तसं त्यानं त्याच्या घशात दाटून येऊन अडकून बसलेल्या आवाजाला ओढून बाहेर काढलं आणि पुन्हा सांगायला सुरुवात केली.

"सबंध इमारतीमधील एकही व्यक्ती वाचली नाही, त्या सगळ्या प्रेतांच्या ढिगातून तो त्याची माणसं..."

माझा थरकाप झाला, पण तेवढ्यात त्यानं स्वत:च बोलणं सुधारत म्हटलं, "त्याच्या माणसांची शवं ओळखेल कसा?"

"त्याला इथून कुठं दुसरीकडं—"

मी जे म्हणणार होतो, ते पुरतं म्हणायच्या आधीच माझ्या लक्षात आलं की, मी घाईघाईत किती अविचारानं बोलणार होतो!

पण घाई तर झालीच होती. माझं अर्धवट सोडलेलं वाक्य पूर्ण होऊन त्याच्यापर्यंत पोहोचलंही होतं. त्यानं लगेच उलट विचारलेल्या प्रश्नावरून ते माझ्या लक्षात आलं.

"मग त्या शवांची ओळख दुसरं कोणी कसं पटवून घेईल आणि त्यांची विल्हेवाट...?"

"विल्हेवाट?"

तो शब्द बाणासारखा माझ्या मनात घुसला आणि एक कळ उठली!

'अग्निसंस्कार, का विल्हेवाट?'

क्षोभ वाटण्याचा क्षण होता हे खरं, पण लगेचच क्षोभ वाटण्यातला मूर्खपणाही माझ्या लक्षात आला. माझ्या डोळ्यांसमोर प्रेतांचे ढीग रचलेले दिसले आणि त्या भयानक कठोर वास्तवानं मला गरगरायला लागलं. मला कळेना की, माझ्या डोळ्यांसमोर अंधारी येतेय, का संध्याकाळ झालीय आणि अंधारच पडायला लागलाय? तेवढ्यात त्या अंधारामधून एखादा मोठा धोंडा घरंगळत यावा तसं कोणीतरी आलं आणि आम्ही दोघंही दचकलो.

त्या अंधारलेल्या उजेडातही त्याचे डोळे लकाकत होते, आवाज धपापत होता;

पण तरी त्याच्या डोळ्यांसारख्याच अनाकलनीय उत्साहानं तो उत्तेजित झाला होता. तो मोठमोठ्यानं सांगू लागला.

"सापडली वाट! वाट सापडली – सापडली वाट! ह्या ढिगाऱ्याखालून मी त्यांनी मारलेल्या हाकापण ऐकल्या! चला, चला, आपण दोघं मिळून हा ढिगारा हटवू या! म्हणजे ती सगळी धपाधप उड्या मारत बाहेर येतील!"

धपाधप म्हणताना तो स्वत:ही त्या ढिगाऱ्यातून उडी मारून बाहेर यावा, तशी त्यानं उडी मारली आणि माझ्या शेजारी उभ्या असलेल्या माणसाचा हात पकडून तो त्याला ओढू लागला. तेवढ्यात एकदम त्याची नजर माझ्याकडे गेली आणि तो म्हणाला, "हे भाईपण मदत करतील की, चला हो लवकर, चला!" माझ्या उत्तराची वाट न बघता त्या माणसाला ओढत तो घेऊन गेला.

मी त्याच्या बरोबर जाऊन काय मदत करायची होती, मला समजेना. मी तसाच, जिथे होतो तिथेच, समोरच्या एका पडून गेलेल्या इमारतीच्या शिल्लक राहिलेल्या खांबासारखा उभा राहिलो.

कोण जाणे का, ही घटना जणू माझ्याच आयुष्यात घडली असेल, तसा मी मनानं त्यात अडकलो. मी इथं आलो होतो सतीशला शोधायला, हेही मला एकदम आठवलं नाही, पण मग तो माणूस म्हणाला होता ते एक वाक्य मनावर लक्कन वीज पडावी तसं आठवलं –

"सबंध इमारतीतील एकही व्यक्ती वाचली नाही!"

तेव्हा कुठे एकाएकी माझ्या लक्षात आलं – 'म्हणजे तर सतीशही...'

हे लक्षात येण्यानं मला पुरतं गांगरून टाकण्याआधी मी तिथून निघून जाण्यासाठी पाय उचलले. तरीही पुढे जाण्यापूर्वी पारिजात अपार्टमेंट्सकडे एकदा नजर वळलीच. चहूकडून गोळा होऊन अंधकार तिथं ढीग होऊन पडला होता. त्या ढिगाभोवती काळी वस्त्रं (शोकप्रसंगी घालतात) घातलेल्या व्यक्ती खाली माना घालून बसल्या होत्या, असा मला भास झाला. पण ते मर्तिकाला आलेले पुरुष होते, का स्त्रिया होत्या, ते मात्र लक्षात आलं नाही. मला हेही कळलं नाही की, कोंडाळं करून बसलेल्या त्या लोकांमधून जो आवाज ऐकू येतोय; तो कोणाचा विलाप आहे, का काहीतरी धडधड फुटतं आहे, का तटातट तुटतं आहे, का कोणीतरी कोणालातरी मोठमोठ्यानं हाका मारून बोलावतं आहे...

तो आवाज आधी हळुवार वाटत-वाटत मग एकदम फाटत होता. त्याचबरोबर कोणीतरी कोणाचेतरी हुंदके थांबवत, समजावू बघत असेल असे आवाज येताहेत, असाही भास झाला आणि मग एकदम एक प्रचंड आक्रोश...

असे तऱ्हेतऱ्हेचे भ्रम मनाला होत असताना त्यातून बाहेर पडून पुढे पाऊल टाकायला पायांत बळ आणण्याचा मी प्रयत्न करत राहिलो.

८

डायरी उघडतो आणि सतीशच्या आठवणींनी मन व्याकूळ होतं. तो राहायचा त्या पारिजात अपार्टमेंट्सच्या भागात त्याच्या आठवणी घेऊन त्या दिवशी गेलो होतो आणि आठवणी घेऊन परत आलो. बस... बस? दुसरं काही नाही? काहीही विनाश होताना डोळ्यांनी बघितला नाही. कोणाचं किंचाळणं, कण्हणं... काही नाही. तिथे भेटलेल्या त्या माणसाचे शब्द कानात पुन:पुन्हा घुमत होते, मनात घोळत होते... 'सबंध बिल्डिंगमध्ये एकही व्यक्ती वाचली नाही...' तर मग – म्हणजे–

काळ्याकुट्ट ढगांनी भरून गेलेल्या आकाशासारख्या झालेल्या माझ्या मनात आत्ता एकदम लख्कन वीज चमकली! ऐकताना तर अशीच, काही माहिती ऐकतो तसं हे बोलणं ऐकलं होतं की, पारिजात अपार्टमेंट्समध्ये राहणारी सगळीच माणसं त्या कोसळलेल्या इमारतीखाली गाडली गेली – सगळीच माणसं... सगळीच?

ह्या शब्दांनी मनासमोर काही नेमकं चित्र उभं होत नव्हतं. माणूसच डोळ्यांसमोर येत नव्हता. कदाचित सगळ्या मोडतोडीच्या ढिगाऱ्यातच माणसांची शरीरंही तुकडे-तुकडे होऊन चिखल-माती होऊन गेली होती. डोकी, धड, हात-पाय ह्यांची हाडं, रक्त, मांस... हे सगळं दगड, सळया, माती, पाणी ह्यात मिसळून गेलं असेल, मग बाकी काय राहणार?

म्हणजे... कोणी नाही वाचलं? – सतीश?

राडारोड्याचा ढीग झालेली पारिजात अपार्टमेंट्सची इमारत माझ्या डोळ्यांसमोर आली. सगळं संपलं होतं. 'एकही व्यक्ती वाचली नाही,' हे ऐकताना त्या सगळ्यांमधून वेगळा होऊन सतीश का आला नाही माझ्या डोळ्यांसमोर किंवा मनात? मला आठवलं की, ती बातमी ऐकताना क्षणभरही माझं मन तिथं घोटाळलं नव्हतं! जणू सतीश नावाच्या कोणाशी माझा काही संबंधच नव्हता, हे जाणवल्याबरोबर मगाशी मनात चमकलेली वीज आता कडाडून माझ्या मनात घुसली न् वाटलं की, मीही जणू खलासच झालोय.

ह्या भयंकर घटनेनं झालेल्या शेकडो मृत्यूंमुळे मृत्यू ह्या घटनेचं रूपच क्षीण

झालं होतं. मी इथं आल्यापासून बघितलं होतं की, स्मशानात प्रेतं घेऊन येणारे लोकही सगळं लवकर उरकून टाकण्याच्या मन:स्थितीत असायचे.

'किती जण? कोण कोण?' असे प्रश्नार्थक चेहरे, भेटणाऱ्या ओळखीच्या लोकांच्या उजाड चेहऱ्यांवरच्या शून्य नजरांमधून पट्‌दिशी नाहीसे व्हायचे. हिंडती-फिरती माणसंही जीव नसल्यासारखी दिसायची.

ह्या सगळ्या प्रकारात मी व्याकूळ होऊन गेलो होतो. काही मोजक्या क्षणांमध्ये, एकाच वेळी झालेल्या अगणित मृत्यूंच्या घटना, का एकाच घटनेच्या जणू इतस्तत: उडालेल्या चिंध्या, ज्यांच्यात मी अडकत होतो? शहरात हिंडता-हिंडता मी अशा घटनांमध्ये अडकत होतो.

ते दोघं आता कदाचित मला पुन्हा कधी भेटणार नाहीत, तरी त्यांचे विचार डोक्यातून जात नाहीत. असंही वाटत राहतं की, मरण पावलेला सतीश आणि ह्या क्षणी असं जगत असणाऱ्या माझ्यामध्ये काही फरक आहे? तो प्रसंग एकदम माझ्या डोळ्यांसमोर येतो आणि जे सगळं घडलं, त्याचं एकच दृश्य बनतं – त्या माणसानं माझ्याकडे लांब केलेला हात आणि त्याच्या तोंडून निघालेले शब्द – 'हे भाईपण मदत करतील'... लांब केलेला तो हात. बस, एवढाच संबंध! घटकाभर मला असं वाटतं की, तो मदत मागण्यासाठी पुढे केलेला हात झटकून टाकून मी निघून आलो आणि तसं केल्याचा मला खूप पश्चात्ताप होतो.

आपल्या मनाचं सांत्वन करण्याच्या हेतूनं मी स्वत:ला प्रश्न विचारू लागतो – मी जरी गेलो असतो त्याच्याबरोबर, तरी मी काय केलं असतं जाऊन? तो म्हणत होता तशी त्याच्या घरच्या माणसांना त्या ढिगाऱ्याच्या तळाखालून बाहेर निघायची वाट करून देता आली असती? मनात येणारे दुसरे अनेक प्रश्न ह्या प्रश्नाला टिकू देत नाहीत; बाजूला सारतात. त्या राड्यारोड्यातून जिवंत माणसांऐवजी निघालेल्या मृत शरीरांकडे बघून त्याचं काय झालं असेल? त्याच्या मित्राविषयीही विचार येतो – किती दिवस तो त्याच्या मित्राला असा सांभाळू शकेल?

आणि ह्या सगळ्या विचारांमध्ये मध्येच एकदम वाटलं – सतीशचं शव पण... माझ्या अंगांगाचा त्या विचारानं थरकाप झाला. तसं बघितलं, तर जी परिस्थिती सध्या उभी होती त्यामध्ये तर जे सगळीकडे घडत होतं, त्यातलीच ही एक घटना होती; तरी आपल्या मनात येणारा असा विचार त्या घटनेचं स्वरूप किती भीषण करून टाकतो! कदाचित असं म्हणता येईल की, मृत्यू होणं ही घटना भीषण नाही; जो मृत्यूपासून बचावतो, त्याच्यासाठी ती भीषण होते! तसाच भीषण वाटतो हा विचार की, सतीशच्या मृतदेहाची ओळख कोणाला पटली असेल? एका बाजूला ठेवून देण्यात आलेलं एक मृत शरीर माझ्या डोळ्यांसमोर आलं. त्याचा एक हात माझ्याकडे लांब केलेला होता, पण माझा हात त्याच्याकडे लांब होऊ शकला नाही.

वाटतं, सतीशसाठी मी ह्या शहरात आलो आणि सतीशलाच काय, पण त्याच्या शवालाही... पोटात का असं ढवळतंय? का जमिनीच्या आत काही खदखदतंय?

एका प्रश्नातून दुसरा प्रश्न... असे प्रश्न मनाला पडत जातात, वेगवेगळ्या शक्यता समोर येतात – सग्या-सोयऱ्यांच्या प्रेतांचा ताबा घ्यायला आलेल्या सगळ्या लोकांना त्यांना हवं असलेल्या व्यक्तीचं शव ओळखू येत असेल; मिळत असेल? ज्यांना नसेल मिळालं, त्यांच्यातल्या कोणी सतीशचंच शव...?

मला माहीत आहे की, असं होणार नाही; तरीही मनुष्य म्हणून एक असं काय नातं असतं, जे मला तिकडे घेऊन जातं?

दोन्ही हातांमध्ये डोकं घट्ट पकडून मी बसून राहिलो. डोक्यात एकामागून एक बघितलेली दृश्यं गोल-गोल फिरत राहिली – जसा मी ह्या शहरात फिरत होतो, तशी...

ह्या शहरात आलो, त्यानंतर कितवा दिवस असेल हा?

ढासळून पडलेली ती इमारत किती मजली असेल, ह्याचा अंदाज करता येत नव्हता, असे काहीतरी विचित्र तऱ्हेनं पार्किंगच्या जागेतले खांब वाकून तुटून गेले होते. इमारतीच्या चारी बाजूंना राडारोडा पडला होता, त्यात दबून जाऊन त्याच्या मधून-मधून दिसणारे अर्धेमुर्धे फ्लॅट्स कुठल्या मजल्याचे असतील, ते नक्की सांगणं शक्य नव्हतं. कशाचाही विचार न करता लोक घरातून कसेही बाहेर पडले होते – घाबरून. आणि मग कुतूहलानं भोवताली बघत होते. ही भयंकर दुर्घटना किती व्यापक आहे, ह्याचा कदाचित अजून त्यांना पूर्ण अंदाज नव्हता. माझी स्थितीही तशीच होती.

पण ह्या बाजूला येणाऱ्या लोकांना रोखून धरण्यासाठी या कॉलनीच्या नाक्यावर काही माणसं उभी होती. त्यांना चांगलं ठाऊक होतं की, काळ जबडा वासून उभा होता.

मलाही तसंच तिथं थांबवण्यात आलं होतं. मी उभा होतो, तेवढ्यात माझ्या खांद्याला धक्का बसला. बघितलं, तर एक माणूस कशाचीच पर्वा न करता कॉलनीत घुसू बघत होता. त्याला कोणीतरी पकडून धरून ठेवला. मी त्याच्याकडे बघितलं. त्याचा प्रचंड घाबरलेला चेहराच भीती वाटेल असा होता.

"पण इथं माझं घर..."

एवढं बोलेपर्यंत त्याचा आवाज चिरकला, भीतीनं आणि तणावानं वर गेला.

"कुठलं घर? आता इथं एकही घर नाही."

इतक्या रुक्ष आवाजात उत्तर दिलं जाईल, असं नव्हतं वाटलं.

"हे काय करताय तुम्ही? जाऊ द्या मला. तुम्हाला सगळं लुटून न्यायचंय काय?"

आत्तापर्यंतचे त्याचे चेहऱ्यावरचे, आवाजातले भाव बदलून त्यांची जागा आता आक्रोशानं घेतली होती. त्याला थांबवणाऱ्याला त्यानं धक्का मारायचा प्रयत्न केला.

"जे लुटलं जाणार होतं, ते सगळं लुटलं गेलंय. तुम्हाला काय हवंय, ते बोला. काहीही उरलेलं नाही तुमच्यासाठी."

इतकं निर्विकार, तटस्थपणाचं बोलणं? इतकी बेपर्वाई? या दिशेनं कोणालाही पुढे जाऊ द्यायचं नाही, एवढंच काम जणू त्या माणसाकडे सोपवलेलं होतं.

"पण... माझी बायको, मुलं..."

"जेवढं जिवंत होते, तेवढ्यांना चर्चच्या आवारात पोहोचवतं केलंय. तिकडे जाऊन शोधा... कोणी सापडलं तर."

"चर्च? चर्च... चर्च..." असं तोंडानं म्हणत-म्हणत तो माणूस मोटार चालविल्याचा अभिनय करत-करत दिसेनासा झाला. ट्रेलर खेचला जात मागे जावा, तसा मीही त्याच्या मागे-मागे गेलो.

चर्चचं आवार माणसांच्या गर्दीनं ओसंडून वाहत होतं; पण कोणाच्याही डोळ्यांमध्ये ओळख असल्याचे, परिचयाचे भावच नव्हते. कोणीही कोणालाही ओळखत नव्हतं. एकमेकांकडे बघणाऱ्या त्या सगळ्यांच्या डोळ्यांमध्ये एकच प्रश्न होता – जो तोंडानं विचारायचीही गरज नव्हती. उत्तर तसंच मिळून जात होतं. विचारायचं तरी काय असायचं?

"तुमची किती?"

"दोन."

"माझी पाच."

"कोण-कोण?"

"बायको, मुलगा, आई-वडील आणि मी."

"तुम्ही? तुम्ही तर...?"

पण पुढे बोलायला किंवा ऐकायला कोणी थांबत नव्हतं. कोणी काही खुलासा करत नव्हतं, शोक करत नव्हतं, सांत्वन करत नव्हतं. चेहऱ्यावरची एकही रेषा बदलत नव्हती. निर्जीव प्रेतं खाली पडली होती, जिवंत प्रेतं इकडे-तिकडे हिंडत होती!

आश्चर्य वाटेल अशी गोष्ट ही होती की, कुठूनही रडारड ऐकू येत नव्हती; कदाचित ती होऊन गेली होती. जे काही बाहेरून आणण्यात येत होतं – कसंही – खांद्यावर टाकून, दोघांनी हाता-पायांना उचलून, हातगाडीवरून, रिक्षातून; त्यांत फक्त जखमा झालेले, हात-पाय तुटलेले किंवा कापले गेलेले, पण जिवंत देह

किंवा मृतदेह यांशिवाय दुसरं काहीच नव्हतं. बघण्यासारखं हेही होतं की, खूप जीव तोडून, जन्मभर मेहनत करून मिळवलेल्या, व्यवस्थित जतन केलेल्या मालमत्तेतलं काही वाचवावं, असं कोणाला वाटलं नव्हतं!

उचलून आणलेल्या शरीरांना एवढ्या मोठ्या आवारात जिथं जागा दिसेल तिथं खाली उतरवून ओळीनं झोपवण्यात येत होतं. उचलून आणणारे मजूर किंवा हातगाडीवाले त्यानंतर क्षणभरही थांबत नव्हते. दोन्ही बाजूंच्या लोकांच्या माना खाली होत्या. परस्परांकडे न बघताच मूक समजुतीनं काही दिलं आणि घेतलं जात होतं. तिकडून हात पुढे केला जात नव्हता; इकडून हात खिशात जायचा आणि हातात काय आलंय ते न बघताच पुढे केला जायचा. तिकडची व्यक्तीही न बघताच ते खिशात ठेवून द्यायची. मजूर व रिक्षावाल्यांबरोबर मजुरी अन् भाडं यांबाबत होणाऱ्या बाचाबाचीचे अनेक प्रसंग मला आठवले आणि मग असंही वाटलं – कदाचित ह्यांच्यातलंही कोणी त्यांचं आपलं माणूस कुठे ना कुठे... ही अशी गोष्ट क्षुद्र, यःकश्चित करून टाकणाऱ्या घटना समोर घडत होत्या...

जिता-जागता शोक रस्त्यांमध्ये हिंडत होता आणि कण्हण्या-विव्हळण्याचं कुंपण चारी बाजूंनी रचलं गेलं होतं. त्या सगळ्यांमध्ये मी वेगळा दिसत असणार; पण तसं वाटण्याइतकंही लक्ष माझ्याकडे कोणाचं जातच नव्हतं, ही एक कशी वेगळीच बेपर्वाई!

याबद्दल जास्त काही विचार करण्याआधीच कोणीतरी माझ्यावर येऊन आपटलं. मी दचकून त्याच्याकडे बघितलं. असं अंगावर आदळल्याबद्दल अवघड वाटणं दूर करण्यासारख्या संभ्रमातच त्यानं विचारलं, ''किती?''

त्याच्या वर गेलेल्या भुवयांवर त्याचा प्रश्न लटकत राहिला.

माझा थरकाप झाला. मी काही उत्तर देऊ शकलो नाही. फक्त नकारार्थी मान हलवली.

त्याचं माझ्या उत्तरानं समाधान झालं नसावं. त्याने पुन्हा डोळे फिरवून भुवया वर चढवलेल्याच ठेवल्या.

''मी बाहेरूनच आलोय.''

''बाहेरून आलायस? बाहेरून आलायस तर काय झालं?'' त्यानं धमकावल्यासारखं विचारलं.''

''भूकंप काय असा भेदभाव करतो? बाहेरून आलेले कितीक जण गाडले गेले. होते बाहेरचे, पण इथल्या भूमीत गाडले जाऊन इथले झाले! माझाच भाचा अन् भाची... अरे, तू वाचलास म्हण ना मूर्खा!''

हे बोलणं ऐकत असलेला दुसरा एक जण मध्येच म्हणाला, ''माझ्या घरी तर लग्नाचा मांडव घातला होता. बोहल्यावरच वर न् वधू दोघंही...'' त्याचा गळा दाटून

आला, पण त्याला सहानुभूती दाखवण्याऐवजी तो माणूस, त्याचं म्हणणं खरं ठरल्यासारख्या उत्साहानं म्हणाला, ''झालं ना? तर मग आता?''

आणि जे झालं त्याला मीच जबाबदार होतो, अशा रितीने माझ्याकडे बघून म्हणाला, ''बघा, बघा!'' आणि मग तो अशा काही तऱ्हेनं पुढे गेला, जसाकाही कुठल्या घरातून किती जण गेले त्याची मोजणी करायला निघाला असावा!

मी तिथेच उभे राहून विचार करत होतो. माणूस टिकून राहण्यासाठी किती-किती न् कसकशा धडपडी करू लागला आहे. ह्या शहराच्या जमिनीवरच नाही, सगळ्या पृथ्वीवरच भेगा पडून त्या या चौकात एकत्र झाल्यासारखं वाटलं. एक कंपन तडकून विजेच्या वेगानं साऱ्या मानवसमुदायात पसरलं होतं. त्यामुळे कुठे खड्डे पडले होते, कुठे नासधूस झाली होती. हे सगळं आत्ता ह्या ठिकाणी मला एकत्र दिसू लागलं होतं.

आवाराच्या एका कोपऱ्यात मोठमोठाल्या दगडांवर तुटलेल्या स्लॅब्स फळ्यांसारख्या टाकून तीन-चार प्लॅटफॉर्म्स तयार केले होते आणि तिथे डॉक्टर्स कामाला लागले होते. तेही कोणी नाइटड्रेसमध्ये होते, तर कोणी जॉगिंगच्या ट्रॅकपॅन्ट्समध्ये. चार-पाच माणसं त्यांच्या मदतीला उभी होती. जखमी माणसाला उचलून प्लॅटफॉर्मवर ठेवलं जात होतं. ड्रेसिंग करून बँडेज लावण्यात येत होती. तुटलेले हात, पाय चटाचट जोडून जवळ पडलेल्या ढिगातून हाताला ज्या लागतील त्या लाकडाच्या पट्ट्या बसवून बांधून टाकले जात होते.

एकाएकी एका प्लॅटफॉर्मजवळ हलक्या आवाजात काही चर्चा सुरू झाली. एक माणूस खांद्यावर घेतलेल्या मुलाला प्लॅटफॉर्मवर झोपवू बघत होता आणि स्वयंसेवकासारखा दिसणारा दुसरा एक जण त्याला अडवत होता.

डॉक्टरांचं लक्ष गेलं, तेव्हा त्या स्वयंसेवकानं खुलासा केला.

''साहेब, हा ऐकत नाहीये! ह्या मुलामध्ये काही राहिलं नाहीये आणि...'' तो माणूस घाबराघुबरा, अधीर होऊन सांगायला लागला, ''नाही, नाही! अहो, आत्ता एवढ्यात तर त्याचा श्वास चालू होता. डॉक्टरसाहेबांनी एकदा जरा तपासलं, तर त्यात तुझं काय जातं? अं?''

''पण असं जर प्रत्येक माणूस एक-एक मुडदा घेऊन...''

''मुडदा?'' त्या माणसानं भीतीनं, संतापानं डोळे विस्फारले. पण तेवढ्यात डॉक्टर तिथे आले. त्यांनी त्या माणसाच्या खांद्यावरच त्या मुलाला तपासलं. स्वतःचा रक्तानं माखलेला हात त्या मुलाच्या डोक्यावर ठेवला, क्षणभर डोळे मिटले आणि मग तोंड फिरवलं.

तेवढ्यात एक माणूस औषधाचं एक खोकं उचलून घेऊन आला.

''कुठून आणलंस?''

"दुकानातून! का?"

"दुकान? दुकान उघडं होतं?"

"नाही."

"मग?"

"कुलूप तोडलं."

"लूट?"

"नाही, काहीही इकडचं तिकडे केलेलं नाही. यादीप्रमाणे औषधं काढून घेतली आणि शटर परत बंद केलं आहे."

कोणालाही लांबलचक उत्तरं द्यायला वेळ नव्हता, तशी मन:स्थितीही नव्हती. तरी त्यानं एवढं सांगितलं आणि जखमींना तपासत असलेल्या डॉक्टरांनीही ते ऐकल्यासारखं डोकं हलवलं.

तेवढ्यात दुसऱ्या कोणीतरी बातमी सांगितली, "रस्त्याच्या दुसऱ्या बाजूचे सगळे केमिस्ट दुकानं उघडून टाकून निघून गेलेत. अशा वेळी दुकानात कोण बसून राहू शकेल?"

तपासणी आणि शक्य ते उपचार झाल्यावर प्लॅटफॉर्म्सवरून घेऊन जाण्यात येणाऱ्या देहांकडे बघून वाटलं – ह्यात आणि अंत्ययात्रेत काय फरक आहे? असा विचार आला आणि तो बाणासारखा मनाच्या आरपार गेला. तेवढ्यात माझ्या मागून जवळून जात असलेला एक आवाज झाला – ठक्-ठक्-ठक्

चहूकडून येत असणाऱ्या आवाजांमध्ये हा आवाज वेगळा होता. मागे वळून बघितलं, तर एकाच वेळी उचलल्या जाणाऱ्या आणि एकाच वेळी पुढे आपटणाऱ्या दोन कुबड्या... दोन्हींच्या मदतीनं उचललं जाणारं सरळ, सपाट शरीर... शरीराचा भार पेलणारे सोट्यासारखे पाय ज्या गतीनं चालणं शक्य होतं, त्यापेक्षा जास्त वेगानं चालण्याचा प्रयत्न करत असल्याचं लक्षात येत होतं.

माझ्या असहाय डोळ्यांमध्ये हे दृश्य थरथरू लागलं. तेवढ्यात माझ्या लक्षात आलं की, त्या पुरुषानं पायांना कॅलिपर्स लावलेले होते. त्यावरून एवढं लक्षात आलं की, त्यांची ती परिस्थिती ही भूकंपाची 'भेट' नव्हती. एवढं लक्षात आल्यानंही जरा बरं वाटलं.

ओळीनं खाली ठेवलेल्या देहांसमोर उभ्या असलेल्या माणसांमधून वाट काढत पुढे जाणारा तो पुरुष कोणालातरी शोधत-शोधत जाता-जाता एका स्त्रीला बघून थांबला. ती स्त्री होती का खांब होता? तिच्याजवळ चादरीत गुंडाळलेलं एक गुंडाळं पडलं होतं. वर रक्ताचे डाग होते. कुबड्या घेऊन चालत-चालत तो पुरुष तिथं पोहोचायच्या आधी ती स्त्रीच येऊन त्या पुरुषाच्या कुबडी काखेत असलेल्या खांद्याला बिलगली. पुरुषानं कसाबसा तोल सांभाळला – शारीरिक तोल आणि

आत्मविश्वासही. त्या स्त्रीला मानसिक आधार देऊ शकल्याचं समाधान त्यात होतं. पण त्याची नजर त्या रक्ताचे डाग दिसणाऱ्या गुंडाळ्यावर होती. ते जणू त्याला सबंध उघडून बघायचं होतं; पण कुबड्या घेऊन तो वाकू कसा शकणार होता?

त्याची ती मन:स्थिती समजून त्या स्त्रीनं खाली वाकून चादरीचं टोक उचललं. क्षणार्धात तिचा चेहरा बदलला. डोळ्यांमध्ये आरपार वेध घेणारा शून्यभाव होता, तो जणू विचारत होता, 'घ्या, बघून घ्या! काय बघायचंय आणखी?'

पुरुषानं काय बघितलं, ते मला कळलं नाही. मी मनातल्या मनात मूर्खासारखं म्हटलं, त्या स्त्रीनं कशावर चादर झाकली असेल? ते मानवी शरीरच कशावरून असेल? राड्यारोड्यावरही रक्त सांडलेलं मीच नाही का येता-जाता पाहिलेलं? कोसळलेल्या इमारतींच्या राड्यारोड्यात मोडून पडलेल्या स्लॅबमध्ये बऱ्याचदा माणसांसारखे आकार नाही दिसलेले? जवळजवळ पडलेल्या दोन शिळा तर एकदा एकमेकांना कवटाळलेली दोन शरीरं असावीत तशा वाटल्या होत्या. जीव वाचवायला वरून उडी मारून पालथ्या पडलेल्या माणसांच्या शरीरांवर चिकटलेली विष्ठाही मी पाहिली होती आणि किळस येण्याऐवजी अतिशय वाईट वाटलं होतं.

ते समोरचं दृश्य मनातून पुसून टाकण्यासाठी मी भराभरा पुढे निघालो, तर माझ्यासमोर जे दृश्य आलं, त्यानं तर मी दगडासारखा होऊन गेलो. समोरून पाच-सहा माणसांचा एक घोळका हळूहळू येत होता. त्यांच्यातल्या दोघांनी मिळून एक पोतं पकडलं होतं, त्यातला एक वैतागानं म्हणाला, "आता ह्याचं काय करायचं, बोला!"

पोत्यावर वाळून काळ्या पडलेल्या रक्ताचे गठ्ठे झाले होते.

"करायचं काय आता? सख्ख्या भावानं प्रेताचे हे तुकडे घ्यायला नकार दिला आणि दारातूनच आपल्याला बाहेर काढलं. आपण हे पोतं घेऊन थेट त्यांच्या गावापर्यंत जाऊन आलो, आणखी काय करायचं?"

"असं होईलच कसं? तुम्ही समजावून सांगितलंत ना? तुम्हीच तर आत गेला होतात, आम्ही तर बाहेर रस्त्यावर उभे राहिलो होतो."

"समजावायचं? अशा बाबतीत समजावायचं काय असतं? मी त्याच अपार्टमेंटमध्ये राहणारा म्हणून माझी ओळख सांगितली आणि जे घडलं होतं, ते सांगितलं."

"काय?"

"की, त्यांचा भाऊ थेट पाचव्या मजल्यावरून खाली उतरायला गेला आणि..."

"तुम्ही सांगितलं नाहीत की, हे शवही हातात मिळालं नसतं; पण तुकडे करून घेऊन, एकही अवयव इकडे-तिकडे जाणार नाही, ह्याची पूर्ण काळजी घेऊन..."

सांगणारा वाक्य पुरं बोलू शकत नव्हता. बाकीच्या हकिगतीत असंकाही होतं

की, जे कदाचित सांगायची जरुरी नव्हती किंवा मग ते कसं सांगावं, हे समजत नव्हतं किंवा सांगण्याआधीच काहीतरी खच्चदिशी कापल्यासारखं त्याचं बोलणं थांबत होतं आणि जे कापलं जात होतं, ते आवंढ्याबरोबर गिळून टाकावं लागत होतं.

"सांगण्यासारखं होतं, ते सांगितलं. आणि नाहीतरी ह्या काय सांगायच्या का गोष्टी आहेत? मला तर उलट भीती होती मनातून की, हे त्याला बघवणार नाही आणि बघितलं की, लगेच चक्कर येऊन पडेल म्हणून!"

"त्याच्याऐवजी त्यानं तर आपल्यालाच खाली पाडलंन!"

अचानक हा नरमाईचा सूर कुठून आला? असह्य झालं मला सगळं. चीडही आली, खूप खिन्नही वाटलं. तो माणूस पुढे सांगू लागला, "आधी तर ते हबकून गेले. मग एकदम उसळून म्हणाले, 'इथं कशाला आणलंत हे सगळं? हे गारांचे गोळे न् हाडांचे तुकडे मी काय तिजोरीत ठेवायचेत?' मी म्हणालो, 'तुम्ही सख्खे भाऊ असून...' तेव्हा डोकं सटकलं त्यांचं. 'कोणाचा भाऊ? हे तर प्रेताचे तुकडे – कोणाच्याही प्रेताचे असतील – माझ्या गळ्यात बांधायला बघताय?' मी पोत्यातून डोकं बाहेर काढून त्यांच्यासमोर धरलं आणि म्हणालो, 'बघा – चेहरा तर ओळखू येण्यासारखा आहे ना?' पण त्यांनी तर चक्क सांगून टाकलं, 'मी नाही ओळखत.' मग काय करणार मी? जसा गेलो होतो तसा परत आलो."

"पण आता ह्याचं करायचं काय?"

पुन्हा परत मूळ प्रश्नावर येऊन ते उभे राहिले.

"मुडद्याचं दुसरं काय करायचं असतं? करून टाकू या अंत्यसंस्कार!"

"पण त्या माणसाचा काय नेम? उद्या एखादे वेळी आपलंच नरडं धरेल!"

त्याला काही उत्तर न देता त्या दुसऱ्या माणसानं त्याच्या हातातून ते पोतं घेतलं.

मी श्वास रोखून बघत राहिलो. रस्त्याच्या कडेला काहीतरी भडभड जळत होतं. तो माणूस पोतं तिकडे घेऊन गेला, पोतं जरा झुलवलंन आणि त्या अग्नीत टाकून दिलं. अग्नीनं आणखी पेट घेतला. ठिणग्या उडाल्या. मी लांब उभा होतो, तितक्या लांब मला झळ लागली.

ती माणसं पुढे निघून गेली. माझ्या डोळ्यांसमोर अंधारी आल्यासारखं झालं. जवळ पडलेल्या एका तुटक्या स्लॅबवर मी कसाबसा बसलो.

जराशानं थोडं बरं वाटलं तसा मी उठलो. समोर लक्ष गेलं, तर दिसलं की, एक मृतदेह उघडाच पडला होता. त्याच्याजवळ कोणीच नव्हतं. एवढ्यात एक वेडा असावा तसा दिसणारा माणूस कुठूनसा आला. अडखळल्यासारखा एकदम तिथे उभा राहिला. कंबरेची लुंगी सोडून त्या देहावर झाकली. त्याची गुडघ्याच्या

खालपर्यंत असलेली कफनीच तेवढी आता त्याच्या अंगात होती. त्या कफनीच्या खिशांमध्ये हात घालून गात-गात तो पुढे निघाला.

"मैं नहीं, मेरा नहीं, ये तन है किसीका दिया,
जो भी तेरे पास है, ये धन किसीका है दिया!"

मीही तिथून पुढे निघालो. कोसळून पडलेल्या बिल्डिंगचा राडारोडा काढण्याचं काम सुरू होतं. चारी बाजूंना लोक उभे होते. काढण्यात येत असलेल्या राड्यारोड्यातून घरांमधले सामान लष्कराची माणसं काळजीपूर्वक बाजूला काढून ठेवत होती. भोवताली उभ्या राहिलेल्या माणसांमधले काही जण होते, ज्यांना त्यांच्या घरच्यांचे मृतदेह काढून घ्यायचे होते, पण त्यांच्याही घरांमधलं सामान तर आता पुरलं गेलं होतंच. काही जणांना फक्त घरातलं सामान काढून घ्यायचं होतं, तर काही, ज्यांना ह्या दोन्हींपैकी काहीच काढायचं नव्हतं; पण त्यांना असं वाटत होतं की, त्या ढिगाऱ्यातून अशा वस्तूही निघतील, ज्या घ्यायला कोणीच हजर नसेल – ते सोडून! वस्तूच काय, काही मृतदेहही असे निघत होते, जे ताब्यात घ्यायला कोणीच तिथे नव्हतं, पण वस्तूंवर हक्क सांगणारी माणसं होती!

क्षणभर वाटलं की, मला इथं असा उभा असलेला बघून कोणाला मीही तशांमधलाच एक वाटलो, तर मी माझा बचाव कसा करेन? माझी म्हणता येईल अशी एकतरी वस्तू इथं अडकून पडलेली आहे? किंवा जो कोणीही घेऊन जायला तयार नसेल, असा एखादा मृतदेह घेऊन जाण्याची माझी तयारी आहे? इथं असं उभं राहण्याचं काय कारण देऊ शकेन मी? ह्या विचारानं धक्का बसून मी दूर सरकलो, पण तिथून दूर नाही जाऊ शकलो.

तेवढ्यात एक मृतदेह सापडला. चहूबाजूंनी लोक एकदम गोळा झाले. तो देह बघून त्यांतले बरेचसे परत मागे फिरले; पण दोघे जण तिथून हलले नाहीत, त्या दोघांच्या मध्ये ते शव होतं. डोकं फुटलं होतं आणि त्याच्या भोवतीही रक्त साकळून वाळलं होतं. रक्तानं भिजून वाळलेले केस चेहऱ्याला चिकटले होते. लाल, मातकट आणि काळसर रंग सर्वांगावर लागलेला होता. शवाच्या दोन बाजूंना उभे असलेले दोघे सगळ्या बाजूंनी ते तपासून बघू लागले, जास्त बारकाईनं बघू लागले. मग दोघांनी देहाचा हात पकडला आणि लगेचच दोघांनी एकमेकांकडे बघितलं. चेहऱ्यावर खात्री होती.

"बरोबर, हाच आहे!"

दोघं जवळजवळ एकदमच म्हणाले आणि दोघांनीही आसपास उभ्या असलेल्या सगेसोयऱ्यांकडे बघितलं. तसे ते सगळे जण पुढे आले आणि तत्क्षणी ह्या दोघांच्या डोळ्यांमधले भाव बदलले.

"हे बघा – हे –"

त्या मृतदेहावरच्या वेगवेगळ्या खुणा दाखवून तो त्यांचाच नातेवाईक असल्याचं सिद्ध करण्याचा दोघंही प्रयत्न करू लागले!

दोघांपैकी कोणीच माघार घ्यायला तयार नव्हतं.

मला वाटायला लागलं, 'दोघांपैकी कोणीही एकानं मृतदेह नेला, तर काय फरक पडणार होता? करायचा होता तर अंत्यसंस्कारच ना? आणि एवढंच असलं, तर दोघांनी मिळून करावा.' हे मनात आलं, तेव्हा मला कुठे माहीत होतं की, ह्या दोघांची अडचणच काय – सामूहिक अंत्यसंस्काराचे प्रसंगही येणार आहेत....

जमिनीवर पडलेल्या त्या मृतदेहाच्या समोरासमोरच्या दोन बाजूंना दोघं जण एकमेकांकडे तोंड करून उभे होते. दोघांच्याही डोळ्यांतून अश्रूंच्या धारा वाहत होत्या आणि तोंडातून निघणारे तुटक-तुटक शब्द त्यांमधून वाहत होते –

''ह्याची आई न खाता-पिता बसून आहे... किती रात्री गेल्या, एक डुलकीसुद्धा घेतली नाहीये तिनं!''

''आणि आमच्याकडे ह्याची बायको न् मुलं...''

त्यानं हातात धरून ठेवलेला प्रेताचा हात जोरात हलवला.

''तुम्हाला मी म्हटलं की, ह्याला घेऊन जा, तर तिला त्याचं तोंडही बघायला मिळणार नाही. त्याच्या बायकोचे *चूडी करम विधी...* (स्त्री विधवा झाली म्हणजे आपल्याकडेही अजून काही ठिकाणी बांगड्या फोडणे, मंगळसूत्र काढणे इ. विधी करतातच; त्याच प्रकारचा हा 'चूडी करम विधी' असतो.) तुम्हाला काय सांगू? ह्याची बायको म्हणजे माझी बहीण. मी तिला सांगितलंय, कुठूनही, कसाही शोधून आणीन. जिवंत नाही निघाला, तर त्याचं शव तरी. सगळा राडारोडा एकट्यानं काढेन हवं तर, पण घेऊन येईन.''

माझ्या मनाच्या विचित्र स्थितीत 'हा माझाच मुलगा आहे' म्हणून भांडत कोर्टात गेलेल्या दोन बायकांची गोष्ट मला आठवली. न्यायाधीशांनी सांगितलं की, 'मुलाचे दोन तुकडे करून दोघींना एकेक द्या, तेव्हा खऱ्या आईनं माघार घेतली आणि भांडण मिटलं!'

हळूहळू तिथं गोळा झालेल्या आणि खिन्न झाल्यानं गप्प झालेल्या गर्दीतून कुजबुजण्याचे, दोषारोपांचे, हसण्याचे, सुस्काऱ्याचे आवाज येऊ लागले.

शेवटी अधिकाऱ्यांनी ते शव एका बाजूला ठेवून घेतलं. तमाशा बघायला गोळा झालेले लोक तिथून जाऊ लागले.

हा एक प्रसंग लिहायला बसलोय, त्याच्याबरोबर इतर कितीतरी प्रसंग आठवतायत. असं वाटतंय की, मृत्यूंचा अध्यायच लिहायला बसलो आहे!

सरकारी हॉस्पिटलची प्रचंड इमारत कोसळली होती आणि त्यात गाडले जाऊन अनेक लोक मरण पावले होते. त्यांची संख्या खरोखर किती होती, ते ठरवणं

अवघड होतं; कारण हॉस्पिटलच्या इमारतीत तर स्टाफ, पेशंट्स, त्यांचे नातेवाईक, भेटायला आलेले असे कितीतरी वेगवेगळे लोक होते. त्या सगळ्यांचा शोध घ्यायला खूप गर्दी जमली होती आणि त्यांच्यात आपापसात तऱ्हेतऱ्हेचं बोलणं चालू होतं.

विचार करतो तेव्हा नवल वाटतं की, अशा प्रत्येक जागी मी कसा हजर होतो! कदाचित असं असेल की, या शहरात कुठेच काही वेगळी परिस्थिती नाही! मला चांगलं ठाऊक आहे की, मी या लोकांमधला, त्यांच्यातला नाही; पण कोण जाणे का, तसं वाटत नाही. लोकांची आपापसात चाललेली बोलणी ऐकता-ऐकता मी त्यात केव्हा गुंतून जातो, लक्षातही येत नाही.

"आमच्या शेजाऱ्याला हॉस्पिटलमध्ये ठेवलं होतं. सकाळी त्यांच्या घरचं कोणीच मोकळं नसतं पेशंटसाठी चहा-पाणी घेऊन जायला, म्हणून माझ्या मुलाला पाठवला आणि..."

"रात्री पेशंटजवळ झोपायला बाई ठेवली होती, तिला सकाळी घरी जाऊन अंघोळ वगैरे उरकायला जाता यावं म्हणून थोड्या वेळापुरती माझी मुलगी हॉस्पिटलमध्ये गेली आणि तेवढ्यात..."

"माझ्या मुलाला सकाळी डिस्चार्ज देणार होते. तसा तर कालच पाठवणार होते, पण डॉक्टर रजेवर होते म्हणून... नाही तर..."

अशा कथा वाऱ्यासारख्या चारी बाजूंनी कानांवर येऊन पडत होत्या, त्यांच्यात वाऱ्यानं हेलपाटल्यासारखा मी इकडून तिकडे जात होतो. असा जाता-जाता एका ठिकाणी थांबलो, तर तिथं एक माणूस उकिडवा बसला होता आणि दुसरे दोघे त्याला बखोट्यांना धरून उभं करायचा प्रयत्न करत होते. तस्सा हटून बसून राहिलेल्या त्या माणसाच्या अंगात एकदम काय संचारलं, कोण जाणे! तो उठला आणि त्या दोघांच्या अंगावर धावला. त्याला पकडून ठेवून एक जण त्याच्यावर मोठ्यानं ओरडला, "डोकं फिरलंय तुझं? आपण तिघं काय, तीस जण गोळा झालो तरी ह्या एवढाल्या शिळा सरकवता येणारेत आपल्याला? आणि अशा किती शिळा सरकवशील तू? हे डोंगर उथलवू शकणार आहेस तू? ह्या सगळ्या ढिगाऱ्यांखाली कित्येक जण गाडले गेलेले आहेत! चल आता इथून, नाहीतर तूही दगड होऊन जाशील!"

दोघं मिळून त्याला फरफटत नेऊ लागले. त्या दृश्यापासून सुटण्यासाठी मी तिथून चालू लागलो, पण कसा सुटणार होतो मी? कोसळून पडलेल्या त्या समोरच्या हॉस्पिटलजवळ पोहोचलो, तिथं रस्त्याच्या कडेला एक पोलीस ऑफिसर उभे असलेले दिसले. मध्यम वयाचा एक माणूस त्यांच्या पायाशी लोळण घेत गयावया करत होता. त्याच्या खांद्याला पकडून साहेब त्याला उभं करायचा व्यर्थ

प्रयत्न करत होते.

"पण साहेब, तुम्ही एकदा येऊन बघा तर खरं!"

हॉस्पिटलकडे वळणारी नजर बळजबरीने फिरवताना होणारी घालमेल साहेबांच्या चेहऱ्यावर दिसत होती.

"साहेब, फक्त एकदाच – "

"येऊन काय करू भाई? मी गेलो नाहीये का तिकडं? एक भिंत तरी उभी आहे का तिथं? छप्पर सबंध खाली येऊन जमिनीवर पडलंय आणि जमीन तर..." एवढं बोलेपर्यंत त्यांचे पुढचे शब्दही उमटेनासे झाले.

"माझी बायको... साहेब, माझी बायको इथं नर्स होती. नाइट ड्यूटी होती तिची. पेशंट्सजवळ ती नेहमी तासन्‌तास उभी असायची आणि आता ती स्वतःच...?"

उठून उभा राहून तो सांगायला जायचा आणि मग पुन्हा असा खाली पडायचा की, पार थकून गेलेला असावा. दाटून आलेले हुंदके आणि लागलेली धाप, ह्यांच्यामुळे त्याचा आवाज उमटत नव्हता. पण मग महाप्रयत्नानं हुंदके अन् धाप ह्यांवर मात करून आणि उभं राहून तो म्हणाला, "साहेब, तुम्ही मनात आणलंत तर काय नाही करू शकणार? तुम्ही हुकूम करा ना..."

साहेबांनी त्याच्याकडे बघितलं. त्यांच्या चेहऱ्यावरचे भाव बदललेले होते. कदाचित कंटाळा अन् उद्विग्नता, तीच ती परिस्थिती, तसेच सगळे दैवाचे घाले, ह्यांचा परिणाम असेल; कमालीच्या थकव्याचा परिणाम असेल; कदाचित एकाएकी असहाय स्थितीशी सामना करण्याची वेळ आलेल्या अंमलदाराला वाटणाऱ्या हतबलतेमुळे असेल; कदाचित असह्य निष्फलतेमुळे असेल... ह्या सगळ्यांमुळे मी त्यांना प्रथम बघितलं होतं, तेव्हापेक्षा ते आता वेगळे दिसत होते. मला त्या वेळी जे नव्हतं दिसलं, ते आता एकाएकी कसं दिसू लागलं, असा विचार मनात आला. तेवढ्यात तोच आवाज पुन्हा ऐकू आला.

"साहेब, साहेब, पण ती जिवंत आहे अजून!"

कुठून येत होता आवाज? त्याच्या खाली-वर होणाऱ्या पाठीशिवाय मला काही दिसलं नाही. भूकंप झाला तेव्हा ही धरती अशीच खाली-वर झाली असेल आणि तिच्या आतल्या पोकळीतून...

माझा थरकाप झाला.

"काय म्हणालास? जिवंत आहे?"

साहेबांनी झट्‌कन अशा तऱ्हेनं विचारलं की, मला कळेना – हा प्रश्न आहे की उत्तर! संपूर्णपणे कोसळून पडलेल्या हॉस्पिटलच्या इमारतीकडे नजर टाकायला त्यांनी चेहरा वळवला, तेव्हा मला त्यांच्या चेहऱ्यावर उमटलेल्या रेषा दिसल्या – चिरा पडल्यासारख्या – ज्या त्यांच्या मनातल्या कंपानं पडल्या होत्या.

"अरे, ही एवढी मोठी इमारत जमीनदोस्त झाली आणि त्याच्या खाली चेंगरली गेलेली व्यक्ती अजून जिवंत आहे, असं म्हणायचंय तुला?"

हा तुसडेपणा, हा राग समोर उभं राहून काकुळतीनं विनवण्या करणाऱ्या त्या व्यक्तीवर नव्हता, हे समजू शकत होतं. तो कशामुळे होता, हेही मला चांगलं समजत होतं.

तो माणूस एकाएकी खूप आवेगानं पुन्हा उभा राहिला, "होय साहेब, होय! मी तिचा आवाजही ऐकला."

त्याच्या आवाजात जरा आशा डोकावली, पण साहेबांचा चेहरा तर कठोर झाला. ती कठोरता आवाजात जाणवू नये, ह्याची काळजी घेत ते बोलू लागले, पण आवाज रुक्ष-निर्विकार तर झालाच.

"तुम्ही तर एक आवाज ऐकलात मिस्टर; पण मी किती आवाज ऐकून आलो आहे, माहीत आहे तुम्हाला? आणि ते आवाज ऐकू येणं अजूनही बंद झालेलं नाही! तुमची बायको नर्स होती तिथे, पण मोफत सेवाचाकरी करायला आपण होऊन आलेले लोकही गाडले गेले, त्यांचं काय? जे नुसते भेटायला आले होते किंवा सेवा म्हणून खायच्या-प्यायच्या वस्तू वाटायला आले होते..."

प्रौढ गृहस्थ वरमला खरा; पण त्याला समजेना की, साहेब जे म्हणत होते त्याचा आणि तो जे म्हणत होता, त्याचा काय संबंध होता?

"पण साहेब, मी तिचा आवाज..."

साहेब चिडले. त्यांनी सरळच विचारलं, "तू कसं म्हणू शकतोस की, तो तिचाच?"

आता तो प्रौढही चिडला.

"अरे! असं कसं म्हणता साहेब? तिचा – माझ्या बायकोचा आवाज मी नाही ओळखणार? मी तिला उत्तरसुद्धा दिलं ना! असं वाटत असलं तर चला, तुमच्यासमोर – समोरच काय, तुमच्याशीही बोलायला सांगतो तिला – मग झालं?"

मला भीती वाटली की, हा आता साहेबांचा हात धरणार. त्यानं पुढे जाता-जाता हात हलवून-हलवून साहेबांना त्याच्या मागे-मागे यायला खुणा केल्या; पण साहेब जागचे हलले नाहीत. त्यांचा आवाजही तसाच राहिला – निर्लेप!

"असं तर वाटतंच, सगळ्यांनाच वाटतं. सध्याच्या परिस्थितीत ह्याचं आश्चर्य नाही. कोणाचाही आवाज आपल्याच माणसाचा वाटतो – पण ही भ्रान्ती आहे! खोटे भास! असं काही नसतं!"

साहेबांनी आवरतं घेतल्यासारखं म्हटलं. त्यांच्या आवाजात दुःखही होतं आणि खिन्नताही. ते जणू एकूण सगळ्या परिस्थितीतून मनानं मुक्त व्हायला बघत असावेत, असं मला वाटलं.

"बघितलंत? बघितलंत? कसली माणसं 'साहेब' होऊन आली आहेत आपल्या मुलुखात?" तो प्रौढ जणू साऱ्या जगाला सांगितल्यासारखा बोलत होता.

साहेब दुसरीकडे वळले होते. तिथं एक आजी उभ्या होत्या. त्यांना जे सांगायचं होतं, ते त्यांच्या घाबरलेल्या निस्तेज डोळ्यांमधून आणि थरथरणाऱ्या ओठांमधूनच एकदमच बाहेर आलं –

"साब, ही तर एक जीव वाचवायची गोष्ट आहे हो! तुम्ही जरा विचार तर करा, तो कसाबसा तग धरून जिवंत राहिला असेल... कुठवर राहील तसा?"

"आजी, तुम्ही जरा समजून तरी घ्या! मी काय करू? कसं करू? हा राडारोडा तुम्हाला न् मला काढता येईल? रडून, हाय खाऊन करू काय शकणार आपण? काही मशीनरी, साधनं तरी मिळू द्यात; तोवर काय करणार आपण?"

साहेबांच्या आवाजातही घटकेत व्याकुळता न् घटकेत लाचारी जाणवत होती. त्या आजी कोणाबद्दल सांगत होत्या, ते विचारायचीही गरज त्यांना वाटली नाही.

"असं कसं म्हणता साहेब? तुमची मशिनं यायची वाट बघत टिकवून धरंल तो जीव? जिवाला काय हो, हा राडारोडा नडणार काय? त्या सगळ्यांमधून वाटत काढून निघून जाईल ना तो!"

साहेबांनी काही उत्तर दिलं नाही. पण काय घडलं ते आजी सांगू लागल्य, "तो घरातून माझ्याबरोबरच बाहेर निघाला होता. पण मला आठवलं की, माझा चश्मा तर घरातच राहिला! चश्म्याशिवाय काही दिसणारच नाही मला ना, म्हणून तो आत परत गेला आणि..."

आजींचं वाक्य अर्धवटच राहिलं, पण त्यांच्या डोळ्यांवर चश्मा नव्हता, हे मी बघितलं; तेव्हा त्या अर्धवट सोडलेल्या वाक्याचा पूर्ण अर्थ मला समजला! मी साहेबांच्या चेहऱ्यावरच्या भावना वाचण्याचाही प्रयत्न केला. मानसिक त्रास, राग, तिरस्कार ह्या सगळ्या भावना येऊन दु:खामध्ये विरघळून जात होत्या आणि शेवटी केवळ दु:ख! निव्वळ दु:खाशिवाय काही राहत नव्हतं.

तेवढ्यात एक जीप येऊन उभी राहिली. साहेब जीपमध्ये बसले, जीप निघून गेली, धूर आणि धूळ उडवत. आता ती दुसऱ्या ठिकाणी जाईल, मग तिसऱ्या ठिकाणी. ठिकठिकाणी घडलेल्या अशाच भयंकर घटना, तिथे जमलेले लोक ह्यांचा सामना करण्यापेक्षा त्यांच्या ह्या बाबतीतल्या स्वत:च्या लाचारीचा सामना करणं त्यांना जास्त अवघड जाईल; चेहऱ्यावर दु:खाचा रंग आणखी चढत जाईल.

साहेबांच्या जीपच्या मागे झपाझप चालत चपलांनी धूळ उडवत मीही जाऊ लागलो. माझ्या चालण्यात एकाएकी जणू वेड संचारल्यासारखी गती आली. सबंध शहर जणू मला पालथं घालायचं असल्यासारखा मी जोरजोरात चालू लागलो. मी कुठल्या दिशेला जातोय, ह्याचं भानही मला जणू राहिलं नव्हतं. थोड्या वेळानं मला

असं वाटलं की, मी सारं शहर हिंडून आलो आहे! एका किंवा दोन्ही हातांनी मोठमोठाले स्लॅब्सचे तुकडे उचलून मी दूर फेकून देत होतो. माझ्या हातांमध्ये जणू राक्षसी बळ संचारलं होतं... मी डोळे विस्फारून बघत राहिलो...

मी बघत राहिलो... मी हटवलेल्या स्लॅबच्या खालून काय निघत आहे? एक सबंध शरीर खेचलं जाऊन बाहेर निघालं होतं, पण त्याचा एक पाय काही केल्या निघत नव्हता. स्लॅबच्या सळया पायातून आरपार गेल्या होत्या आणि त्या सळया आरपार जाऊन मग वाकड्या झाल्या होत्या. सळया कापायच्या का पाय? मी ह्याबद्दल जास्त विचार करायच्या आधीच कोणीतरी खच्चकन तो पाय कापून टाकला! दचकून मी बघितलं, तर माझ्याच हातात कोयत्यासारखं काहीतरी हत्यार होतं! रक्ताचा फवारा उडाला. कोणीतरी लगेच आपल्या अंगातला झब्बा काढून त्या पायाला घट्ट आवळून बांधला. मग माझ्या एकदम लक्षात आलं की, ते झब्ब्याचं बँडेज मीच बांधलं होतं; पण कशाला बांधलं, हे मला कळत नव्हतं. पायाच्या आरपार ज्या सळया गेल्या होत्या, त्यांबद्दल तर काही करता येण्यासारखं नव्हतं; आता वाहणारं हे काळं-काळं रक्त थांबवून... पण हा विचार तर मला आत्ता मी हे लिहीत आहे तेव्हा आला. त्या वेळी तर – मी... मला असं दिसत होतं की, ते शरीर खांद्यावर टाकून मी चालू लागलो आहे. कोणाचातरी हात, कोणाचा पाय, हाता-पायांची बोटं, चेचला गेलेला चेहरा आणि छाती, सगळं पोत्यांमध्ये एका पाठोपाठ एक भरून मी घेऊन चाललो आहे – जाळून टाकायला – स्मशानात – जे नाहीसं झालं होतं, त्याला नाहीसं करून टाकण्यासाठी. स्मशनात चितेवर जागा नव्हती, तेव्हा मग चितेजवळच्या दुभंगलेल्या जमिनीवर, मग बाहेर आवारात, मग एका कोपऱ्यात – एका शवावर दुसरं, त्याच्यावर तिसरं... शरीरांचे तुटलेले अवयव – सगळ्यांना मी एकत्र अग्नी देऊ लागलो. सगळं एकत्र धूर होऊन वर जात होतं, राख होऊन खाली पडत होतं. हे सगळं जमिनीवर एकमेकांत मिसळून जात होतं, का वाऱ्यानं उडून कुठं जात होतं, हे बघायला मला थांबणं शक्य कुठे होतं?

...असा अंगात वेड संचारल्यासारख्या स्थितीतच मी छावणीत केव्हा पोहोचलो आणि माझ्या तंबूत जाऊन आडवा पडलो, तेही मला कळलं नाही...

१

डोळे उघडतात, आणि मनावर कशाचातरी खूप भार असावा, तसं वाटतं. उजाडेपर्यंत दोन-तीनदा असं झालं की, जाग का आली हे कळलंच नाही! काहीतरी भयंकर स्वप्न पडलं असावं, असं वाटत राहतं.

छावणीत रात्रभर एक बल्ब जळत असतो, पण तो आहे थेट स्वयंपाकघराजवळ. त्यामुळे किती वाजलेत ते घड्याळात बघायला इथपर्यंत तो उजेड पोहोचत नाही. नुसतं पडून राहण्याखेरीज काहीच करता येत नाही. मग वाटतं की, नाहीतरी करायचं तरी काय आहे?

पुन्हा डोळा लागायला वेळ लागतो तेव्हा वाटतं की, आपल्याला भीती वाटतेय. कशाची भीती? स्वप्नात भीती वाटण्यासारखं काही बघितलं असेल? काही आठवत नाही.

बाहेरून काही आवाज येतोय का ते ऐकण्याचा प्रयत्न करतो, तेव्हाही संपूर्ण शांततेशिवाय काहीच ऐकू येत नाही. पण काल रात्री मात्र काहीतरी हालचाल ऐकली होती, असं वाटलं होतं. त्याबद्दल काही करण्याची माझी जबाबदारी असल्यासारखा मी सावध झालो. काही लक्षात आलं नाही, तेव्हा उठून उभा राहिलो. घाईघाईनं जाऊ लागलो, तर पायाच्या अंगठ्यात काहीतरी अडकलं आणि मी तोल जाऊन पडता-पडता कसाबसा बचावलो, कारण जवळ आधार घ्यायलाही काही नव्हतं. तेवढ्यानंच जरा आणखी भीती मात्र वाटली.

तंबूमधून बाहेर निघालो, तर जवळच्या तंबूच्या बाहेर कोणीतरी माणूस उकिडवा बसून डोकं खाली करून रेतीकडे टक लावून बघत होता. काहीतरी शोधत असावासं वाटलं. दूरच्या त्या बल्बचा फिकट उजेड आणि तंबूंच्या वर आभाळात दिसणाऱ्या चंद्राचा थोडासा फिकट प्रकाश, एवढ्या उजेडात त्याचा काहीतरी शोधण्याचा प्रयत्न चालू होता. तेवढ्या त्या उजेडातही त्याचा सबंध वेष मला दिसला. डोक्यावर काळी टोपी, गळ्याभोवती गुंडाळलेला पंचा, बंडी, बंडीच्या आत सदरा आणि खाली पायजमा, पायात जोडे. ह्यापैकी फक्त टोपीचा काळा रंग ओळखू येत होता

आणि जोडे अर्थात धुळीनं माखलेले दिसत होते.

तो माणूस त्रस्त वाटला, म्हणून मी त्याच्याजवळ जाऊ लागलो आणि तेव्हाच नेमकं त्यानं माझ्याकडे तोंड वळवलं आणि सर्वांत पहिल्यांदा त्याच्या चश्म्याच्या जाड काचांकडे माझं लक्ष गेलं. चश्म्याच्या दोन काचांवर दोन चंद्र चमकत होते. त्याखालचा त्याचा चेहरा सावलीसारखा दिसत होता. छावणीतलं तेव्हा असलेलं वातावरण सगळं त्या माणसामुळे प्रभावित झालं असल्यासारखं वाटत होतं.

तो काही बोलला नाही; पण तो जसा बघत होता, त्यावरून तो मला बोलावत होता असं वाटलं. मी त्याच्याजवळ पोहोचलो, तसा तो पुन्हा डोकं सरळ करून खाली बघू लागला. मी लगेच तिकडे बघितलं, तर कुठल्यातरी जनावराच्या पाऊलखुणा दिसल्या. मला ती पावलं ओळखू आली नाहीत, पण त्यांबद्दल मी काही विचारणार, त्यापूर्वीच जणू त्या पावलांमधूनच आवाज निघाला असेल, तसा त्याच्या खाली वळवलेल्या तोंडातून आवाज आला –

"भगाड आहे."

"भगाड?"

मला काही समजलं नाही. त्याच्या लक्षात आलं की, मला हा शब्द माहीत नाही.

"तुम्ही काय म्हणता?"

आणि तो पुढे लगेचच म्हणाला, "तरस... तरस – होय ना?"

(येथे मूळ पुस्तकात 'घोरखोदियो' हा शब्द वापरला आहे. 'भगाड' व 'घोरखोदियो' ही एकाच प्राण्याची नावं. पुरलेले मृतदेह हे प्राणी माती उकरून काढतात व खातात. ह्यालाच आपण तरस म्हणतो.)

तो म्हणाला; पण ते ऐकताक्षणी माझा थरकाप झाला.

आता तो उठला आणि तरसाचा माग काढायला निघाल्यासारखा दबक्या पावलांनी पुढे जाऊ लागला. मी तिथेच उभा राहिलो. डोकं बधिर झालं होतं.

छावणीत होणारी बोलणी मी ऐकली होती. सगळं शहर रिकामं झालं होतं. रिकामं आणि अंधारात बुडालेलं. रिकामं? डोंगरा-टेकड्यांसारखा राडारोडा तर पडला होता तिथं, पण तो राडारोडा रिकामा कुठे होता? त्याच्या खाली काय-काय गाडलं गेलं होतं, ते दिसत नव्हतं; पण माहीत तर होतंच – मालमत्ता आणि मृतदेह! जे शोधूनही सापडले नव्हते, असे देह, ज्यांची चौकशी करायला अजून कोणी आलं नसेल, असे देह. कोणी म्हणायचं की, रात्रीच्या शांत वेळी कधीकधी कोणीतरी रडत-ओरडत असेल, असा आवाजही ऐकू येतो. पण ह्याबद्दल बरेच मतभेद होते. एवढाल्या ढिगाऱ्यांच्या खाली इतके दिवस कोणी जिवंत राहणं शक्य आहे? हा प्रश्नच एवढा भयानक होता की, 'हो' म्हणायला खूप हिंमत हवी. त्या

प्रचंड ढिगांच्या समोर उभं राहून अशी हिंमत बाळगणं सोपं नव्हतं. त्यासाठी श्रद्धेचं बळ असावं लागतं आणि मुळात ते बळ आपल्या मनात नसेल, तर कुठूनही मिळवणं शक्य नसतं. पण मनात ते असणं किती अवघड होतं! कदाचित म्हणूनच इतर लोक असं म्हणत असतील की, हा माणसाच्या ओरडण्याचा आवाज नाही, तर कुठल्यातरी जनावराचा आवाज आहे. जनावराचा आवाज? असा?

प्रश्नांना आणि शंका-कुशंकांना अंत नव्हता. त्यांना उत्तरंही मिळायची आणि लोक दुसऱ्या कशावरतरी बोलायलाही लागायचे. धरणीकंप होण्यापूर्वी काही दिवस लोकांनी कुत्र्यांना घाबरंघुबरं होऊन अस्वस्थपणे इकडे-तिकडे हिंडताना बघितलं होतं. त्यांचं भुंकणंही बंद झालं होतं. गाईही हंबरत नसत, पण अस्वस्थ होऊन सैरभैर झाल्यासारख्या हालचाली करायच्या... तर मग माणसासारखं ओरडणारं हे जनावर कुठलं?

तेव्हा कोणीतरी हळूच म्हणालं होतं, ''तरस – तेच असणार –''

''पण ते...''

''ते तर थडगं खोदूनही आतलं शव काढून नेतं. इथं तर नुसता राडारोडा आहे.''

''परवा काय झालं ठाऊकाय? रात्रीच्या अंधारात दागिने-पैसे शोधून पळवायला एक चोरांचं टोळकं राडारोडा बाजूला करून शोधत होतं, तेवढ्यात त्यांनी त्यांच्या मधूनच कोणालातरी एक प्रेत खेचत नेताना बघितलं आणि त्यांनी पळ काढला. हा असाच आवाज आणि ओढून नेलं जाणारं प्रेत...''

ह्या सगळ्या बोलण्यानं माझे कान किटून गेले. मनात जे खोलवर दडपलं होतं, ते बाहेर का पडू बघत होतं? कदाचित मनाचा तळ हादरला होता आणि तिथं पुरून टाकलेलं शव, मनाचं थडगं खोदून कोणी बाहेर खेचत होतं!

तो मघाचा माणूस तरसाच्या पाऊलखुणांच्या मागे थेट छावणीच्या बाहेर गेला होता आणि मी तिथल्या तिथेच उभा राहिलो होतो, जसाकाही त्याची वाट बघत असल्यासारखा.

जरा वेळानं तो परत आला, त्याचा मघा तंग असलेला चेहरा आता सैलावला होता. परत येऊन मला तो म्हणाला, ''इथून बाहेर निघून गेलं, हे नक्की. कदाचित इथून नुसतंच पुढे गेलं असेल, बाहेरून कुठलंतरी प्रेत ओढत आणून.''

एवढं बोलून तो तिथून निघून गेला. जणूकाही माझ्या सांगण्यावरूनच त्यानं हे सगळं केलं होतं आणि आता त्याचं काम झालं होतं, अशा तऱ्हेनं.

त्यानं जे काही सांगितलं, ते समजायला वेळ लागल्यासारखं जरा वेळानं मी वर बघितलं, पण तो तिथे नव्हता. तो छावणीतल्या कुठल्यातरी तंबूत गेला होता; पण कुठल्या, ते मला कळलं नाही.

तो गेला तरी तरसाचा विचार माझ्या मनातून गेला नाही. कदाचित एक भावना पहिल्यापासूनच मनात होती – काही नेमका आकार नसलेली, व्यक्त होण्यासाठी तडफडत मनात कोंडून राहिलेली – तिला खोदून ह्या तरसानं बाहेर काढलंय... का तरस ज्याला घेऊन गेलं, ते शवच मी होतो?

राडारोड्यात गाडल्या गेलेल्या दोन गोष्टींचा संबंध जोडण्याचा मी प्रयत्न करतो. काय-काय गोष्टी निघतात आतून! त्यांचा सगळ्यांचा एकमेकांशी संबंध जोडला, तर एक सलग आयुष्य उभं राहतं... मोडून-तोडून कचरा झालेलं आयुष्य!

अशा विचारांचं वादळ उठतं मनात; तेव्हा माझं मन खूप अस्वस्थ होतं, गोंधळून जातं. छिन्न-भिन्न होऊन गेलेलं हे शहर सोडून निघून का जात नाही मी? आणि त्यातून मग मनात अनेक प्रश्न उभे राहतात – 'कुठे जायचं हे शहर सोडून? जी जागा सोडून मी इथं आलो, ती जागाही छिन्न-भिन्नच नाहीये झालेली? काय-काय घडलंय तिथं? इथं जसा उगीचच भटकतोय, तसाच तिथंही भटकतच होतो ना?'

पुढे शिकायची माझी इच्छा होती, पण मोटा भाईंनी सांगितलं, "आणखी डिग्र्या गोळा करत बसण्यापेक्षा आता नोकरीचा अनुभव मिळव. आज अनुभव असण्यालाच लायकी समजतात." मोटा भाई 'अनुभव' कशाला म्हणत होते? त्याचं स्पष्टीकरण त्यांनी दिलं नव्हतं, परंतु भाभींनी ओळखीतली दोन उदाहरणं दिली होती – एकानं पॉवर हाउसमध्ये हेल्पर म्हणून नोकरी धरली होती. काम होतं, शिड्या उचलून इकडून तिकडे न्यायचं आणि दुसऱ्यानं पत्करलं होतं गॅस एजन्सीच्या ऑफिसात, सिलिंडर घरोघर पोहोचवायचं काम! ह्या दोघांची शैक्षणिक लायकी काय होती, ही गोष्ट भाभींनी विचारात घेतली नव्हती किंवा त्यांच्या लक्षात आली नव्हती!

"एकदा आत घुसलं, म्हणजे वर चढता येतं," असं म्हणत मोटा भाईंनी त्यांची सूचना पुन्हा आणखी स्पष्ट केली होती. त्यांच्या मते नोकरीमध्ये अनुभवाचंच महत्त्व होतं, शिक्षण ही तर फक्त आत घुसायची एक पायरी होती. पाय टेकण्यापुरतंच त्याचं महत्त्व. मोटा भाईंच्या ऑफिसात कमी शिकलेला माणूस कसा साहेब होऊन बसला आहे आणि त्याच्याहून जास्त शिकलेल्या लोकांना कसे हुकूम सोडत असतो, ते त्यांनी विस्तारपूर्वक सांगितलं.

हे सगळं सांगण्यात त्यांचा हेतू काय होता, ह्याची कल्पना मला आली होती. मला ते बोलणं, भाभींनी दिलेली उदाहरणं ऐकून अपमानस्पद वाटलं होतं; परंतु तसं पाहिलं, तर त्यांच्या त्या बोलण्याबद्दल भाई-भाभींना दोष तरी मी कसा देणार होतो? वास्तवाच्या अशा जमिनीवर पाय रोवून ते सांगत होते की, त्यांच्या सांगण्याच्या पद्धतीवरून हे सगळं ते सांगत होते हे महत्त्वाचं नव्हतं; मला वास्तव परिस्थितीची जाणीव व्हावी, हे महत्त्वाचं होतं. परंतु त्या सर्व बोलण्यावरून त्यांच्या मनी माझी

किंमत काय होती, हे माझ्या बरोबर लक्षात आलं आणि ती माझी किंमत मला मंजूर नव्हती!

मला निर्णय घ्यायला मदत करत आहेत, अशा सुरात भाभींनी एक नवाच मुद्दा काढला होता. त्या बोलत होत्या भाईंकडे बघून, पण माझ्याबद्दल लाडानं बोलत असाव्यात अशा सुरात –

"...आणि भाई काही आता लहान नाहीत. आपण त्यांचं लग्न ठरवायचंही बघितलं पाहिजे ना? हो की नाही? आणि मुलीचे आई-बाप काय बघतात? मुलगा मिळवता आहे का नाही? लहानशी का होईना, नोकरी असली म्हणजे मुलगा घरी बेकार बसून नाही, थोडं का होईना कमावतोय, ह्या गोष्टीचं वजन पडतं. आणि फार वय वाढलं, म्हणजे हे लग्न जुळण्याचं कामही अवघड होत जातं."

मोटा भाई हे बोलणं लक्षपूर्वक ऐकत होते. त्यावरून समजत होतं की, त्यांनाही भाभींच्या बोलण्यात अर्थ वाटत होता.

क्षणभर मी माझ्यातून बाहेर येऊन स्वत:कडे बघितलं आणि जे चित्र दिसलं, ते माझ्या वयाच्या तरुणाला मोह पाडेल, असंच होतं. दुसरं म्हणजे, एक वर्ष निष्फळ प्रयत्न करत हिंडत राहिल्यानं जो थकवा वाटू लागला होता, त्यातून सुटका होण्याची लालूचही वाटलीच. भाई-भाभींच्या चेहऱ्यांवर आणि आवाजात माझ्या भल्याची चिंता दिसत होती. मी गप्प बसून विचार करत राहिलो.

भाईंचीही स्थिती माझ्यासारखीच झाली असावी, असं वाटलं. तेही गप्पच होते. त्यांच्या त्या मन:स्थितीकडे बघूनच बोलाव्यात तशा भाभी मला पुढे म्हणाल्या, "बघताय ना तुम्ही? तुमचे भाई रात्रंदिवस ह्याबद्दल विचार करत असतात. मला तर अलीकडे त्यांच्या तब्येतीची फार काळजी वाटायला लागलीय."

अशा तऱ्हेनं माझ्याभोवती एक असं वातावरण उभं करण्यात आलं, ज्यामुळे मनावर एक दडपण राहू लागलं. असं दडपण ज्यामुळे भाभींचं म्हणणं बरोबर वाटू लागेल. भाई न् भाभींच्या चेहऱ्याकडे मी बघत राहिलो. त्यांच्या चेहऱ्यांवर दिसणारं दडपण मलाही जाणवलं. मला तशाच मनानं दडपलेल्या स्थितीत ठेवून भाभी स्वयंपाकघरात निघून गेल्या; जणू त्यांना असंच व्हायला हवं होतं. आता तिथं थांबायचं काही कारण नाही, असं वाटल्यासारखे मोटा भाईही उठून गेले. मीच एकटा बसून राहिलो.

त्या संध्याकाळी सतीश भेटला, तेव्हा मी त्याला हे सगळं सांगितलं. माझं सांगणं अशा तऱ्हेचं होतं की, मी जणू भाई-भाभींचं म्हणणं स्वीकारायचं, असं मनाशी जवळजवळ ठरवलं होतं; आणि सतीशला केवळ मनावरचा बोजा हलका करण्यासाठीच मी सांगत होतो, असं माझं मलाच वाटत होतं. पण माझं कथन ऐकून घेतल्यानंतर तो माझ्याकडे बघून अशा तऱ्हेनं हसला, जणू ह्या सर्व

प्रकारामागचं मर्म त्याच्या लक्षात आलं असावं! तशा तऱ्हेनंच तो म्हणाला, "भाभी चांगल्या वस्ताद आहेत हं! माणसाचं मन त्यांना बरोब्बर समजतं, आणि तुलाही त्या चांगल्या ओळखून आहेत, असं दिसतंय!"

मला त्याच्या बोलण्याचा अर्थ समजला नाही, हे त्याच्या लक्षात आलं असावं; तसा भाभींच्या बोलण्यातल्या दोन मुद्द्यांमधले उभे-आडवे धागे उलगडून तो मला समजावून सांगू लागला –

"तुझ्या लायकीपेक्षा खालच्या दर्जाची नोकरी करण्यात तुला कमीपणा वाटेल, हे त्यांना चांगलं ठाऊक असणार. म्हणून त्यांनी ही लग्नाची कल्पना त्या कल्पनेबरोबर जोडून दिलीय!"

हे ऐकूनही माझ्या मनोभूमिकेत काही फरक पडला नाही.

त्याचं म्हणणं आणखी स्पष्ट करून सांगण्यासाठी सतीश म्हणाला, "तुझ्या लग्नाचा विचार तेव्हाच होऊ शकेल, जेव्हा तू मिळवता होशील आणि मिळवता व्हायला आत्ता लगेच जी नोकरी मिळेल, ती पत्करली पाहिजे आणि एकदा संसार मांडलास, म्हणजे ते गाडं तुझं तुलाच ओढलं पाहिजे आणि ते ओढायचं, म्हणजे तू पत्करलेली नोकरी सोडू शकणार नाहीस. मग तुझ्या संसाराची जबाबदारी तर साहजिकच तुझ्याच डोक्यावर असणार, तेव्हा भाई-भाभींच्या डोक्यावरून तुझं ओझं दूर होणार."

मी बावळटासारखा सतीशकडे बघत राहिलो. ह्या सगळ्या धाग्यांच्या गुंत्यामध्ये तो कुठले तंतू कुठे जोडत होता? त्याही पुढे जाऊन तो म्हणाला, "तू बघत राहा आता पुढे, थोड्या दिवसांनंतर कोणाकडूनतरी मुलगी सांगून आल्याचं त्या सांगतील आणि म्हणतील, असं स्थळ पुन्हा मिळणं अवघड हं! आणि बच्चमजी, तू पकडला जाशील बरोब्बर सापळ्यात!"

मला गोंधळल्यासारखं, अडकल्यासारखं वाटायला लागलं. सतीश भाभींबद्दल असं सगळं बोलत होता, ते मला आवडत तर नव्हतं; तरीही त्यानं मला मोठ्या सत्यानाशातून वाचवलं होतं, असंही मनातून वाटत होतं. पण आता करावं काय, हेही समजत नव्हतं. त्या गोंधळलेल्या मन:स्थितीत मी मनातल्या मनात उलट-सुलट विचार करत होतो. पण एवढं तर मनाशी नक्की केलं की, आता भाई-भाभींवर ओझं होऊन राहायचं नाही.

आश्चर्य म्हणजे, इतक्या स्वच्छपणे सतीशच्या सगळंकाही लक्षात आलं होतं आणि त्याला मी पुढे कोणता रस्ता घ्यावा, हेही स्पष्ट दिसलं होतं! तो रस्ता त्यानं मला दाखवूनही दिला. तो एकदम म्हणाला, "तू एक काम कर. हे नोकरी-बिकरीचं झंझट सोड आणि काहीतरी धंदा सुरू कर." ही कल्पना माझ्यासाठी अगदीच नवी होती. मी कुतूहलानं त्याच्याकडे बघत राहिलो.

पण त्याबद्दल तो पुढे जास्त काही बोलला नाही आणि मग त्याचा परत जायचा दिवस आला. जाण्याच्या दिवशीही तो घाईत होता. निघता-निघता तो मला एवढंच म्हणाला होता, "निराश होऊ नकोस. काही अडचण आली, कधी गोंधळल्यासारखं वाटलं, तर माझ्याकडे निघून ये."

त्याच्या तेवढ्या शब्दांनीही मला भरून आलं. त्याच्या शब्दांमधून सहानुभूती जाणवत होती. त्याच्या बोलण्यातला सच्चेपणा मला भावला. कदाचित त्यामुळेच त्यानं दिलेल्या सल्ल्याचा विचार माझ्या मनात पुन:पुन्हा येऊ लागला, शेवटी मी मोटा भाईंशी त्याबद्दल बोललो.

मी काही कमालीची विचित्र-वेडगळ कल्पना सांगत असल्यासारखे मोटा भाई माझ्याकडे बघत राहिले. त्यामुळे मी काही अगदीच चुकीचं, काहीतरीच बोललो असेन, असं मला वाटायला लागलं. तो भाव माझ्या चेहऱ्यावर उमटलेला बघितल्यावर चांगली संधी हाती लागल्याप्रमाणे ते ताबडतोब म्हणाले, "भांडवल? भांडवलाचं काय? धंदा सुरू करायला आधी हातात भांडवल हवं ना? आहे भांडवल तुझ्याजवळ?"

हा प्रश्न ज्या तऱ्हेनं विचारला गेला, त्यानं मला चांगलाच धक्का बसला. 'आहे भांडवल तुझ्याजवळ?' हे शब्द विचारले नव्हते गेले, जोरानं फेकले गेले होते आणि ते शब्द माझ्या अंगावर फेकून मोटा भाई दूर कुठेतरी निघून गेले असावेत, असं वाटलं. त्यामुळे आमच्यामध्ये पडलेलं अंतर कमी करायला धडपडत असल्यासारखं मी विचारलं, "कर्ज मिळू शकतं ना?"

"कर्ज काय असंच आपलं कोणी देतं? कर्ज मिळण्यासाठी गहाण टाकायला काहीतरी मिळकत लागते. ती कुठाय तुझ्याजवळ?"

मिळकत म्हणता क्षणी मी ज्या घराच्या जमिनीवर उभा होतो, त्या घराचा विचार मनात आला होता; पण मोटा भाई जे काही म्हणाले होते, त्यातला तो शेवटचा प्रश्न – 'ती कुठाय तुझ्याजवळ?' एखाद्या मोठ्या वादळासारखा आला आणि त्या वादळानं मला त्या घराच्या जमिनीवरून मुळासकट उपटून फेकून दिलं! उठून उभा होऊन बघतो, तर जणू माझ्या आजूबाजूला काहीच नव्हतं. मी जिथे होतो, तिथे मी एकटाच होतो – अगदी एकटा आणि कोणीही 'माझं', ओळखीचं माणूस नसलेला!

त्या वेळी अशा मन:स्थितीत मला सतीशची आठवण झाली आणि तो एकटाच काय तो 'माझा आपला' असा आहे, असं वाटून मी त्याच्याकडे जायला निघालो होतो.

१०

...आणि सतीश भेटलाच नाही, तेव्हा जणू ह्या जगातला 'माझा आपला' असा एकमात्र माणूसही मी गमावल्याचं दुःख मनाला चटके देत होतं.

इथं आल्यापासून मी अनेक चिता जळताना बघितल्या होत्या, ज्यांमध्ये कितीतरी मृतदेह भडभडा जळत असत. अशा प्रत्येक वेळी मी जळणाऱ्या चितेसमोर हात जोडून अशा भावनेनं उभा राहायचा, जणू ती सतीशचीच चिता असावी! कदाचित म्हणूनच उद्ध्वस्त झालेले हे शहर मी सोडून जाऊ शकत नव्हतो.

पुष्कळदा तर स्मशानात शव घेऊन आलेले लोकही थोड्या वेळानं निघून गेले तरी मी एकटाच तिथं उभा असायचो, असंही व्हायचं. एक मनुष्य म्हणून ही जणू एक पहिली अन् मोठी जबाबदारी असते, असं मला वाटायचं आणि जणू ही जबाबदारी पार पाडण्यासाठीच मी इथं येऊन पोहोचलो असेन, असंही मनात यायचं.

एकदा मी असाच एका धडाडणाऱ्या चितेसमोर उभा होतो. एकाएकी कोणीतरी माझे खांदे जोरानं दाबून मला जबरदस्तीनं उलट वळवलं आणि रुक्ष आवाजात विचारलं, "अस्थी शांत करायला उभे आहात? किती प्रेतं जाळलीयत आत्ता इथं, ठाऊक आहे? त्यातल्या तुमच्या एकाच्या अस्थी कशा वेगळ्या कराल?"

मग त्या विझत आलेल्या चितेजवळ जाऊन तो खाली वाकला. कोणाच्यातरी पूर्ण जळालेल्या शवाची ओंजळभर राख आणि अस्थी हातात घेऊन मला दाखवत त्यानं विचारलंन, "सांगा, आहे काही वेगळं?"

खरबरीत अर्धवट वाढलेली दाढी, गुंता झालेले केस आणि काळसर पडलेल्या त्वचेमुळे कठोर दिसणाऱ्या चेहऱ्यानं तो माझ्याकडे बघत राहिला.

त्याच्या बटबटीत डोळ्यांच्या वाकड्या-तिकड्या शिरांमध्ये मला पेटलेल्या अस्थी दिसल्या आणि त्यातून निघणाऱ्या पाण्याच्या वाफेत उडणारी राख! माझा थरकाप झाला. तेवढ्यात त्यानं त्या अस्थी अन् राख माझ्या अंगावर उडवली आणि मोठ्यानं म्हणाला,

"घ्या, विसर्जन करून टाका नदीत!"

माझ्या डोळ्यांची आग होऊ लागली आणि त्यांच्यातून पाणी यायला लागलं. मी डोळे चोळत राहिलो आणि तो काहीतरी बडबडत तिथून निघून गेला.

तो सबंध दिवस माझ्या मनात स्मशानाचेच विचार येत राहिले.

स्मशानात जायचं म्हणजे, केवढी मोठी घटना असायची, मला आठवलं! वर्तमानपत्र आलं की, मोटा भाई पहिल्या प्रथम मृत्यूंच्या नोंदींवर नजर टाकायचे. भाभीही तेव्हा काम करता-करता तिकडे लक्ष ठेवायच्या. तेवढा वेळ इतर सगळं काम थंडावायचं. मग मोटा भाई पेपर घडी करून बाजूला ठेवून द्यायचे अन् भाभी पुन्हा कामाला लागायच्या. रोजच्या इतर घडणाऱ्या गोष्टींपैकी ही एक मी रोज बघत असे. माझं त्यात फारसं लक्ष नसायचं. नात्यातल्या, ओळखीतल्या कोणाचा मृत्यू झाला असेल, तर भाई भाभींना सांगायचे. कधीकधी त्या दोघांचं त्या व्यक्तीबद्दल बोलणंही व्हायचं. त्या व्यक्तीच्या दुखण्यातल्या उपचारांबद्दल, घरच्यांनी केलेल्या शुश्रूषेबद्दल किंवा त्या व्यक्तीला सहन कराव्या लागलेल्या नातेवाइकांच्या उपेक्षेबद्दल; तर कधी अगदी धडधाकट दिसणाऱ्या कोणाच्यातरी अचानक झालेल्या मृत्यूबद्दल. मग त्या मृत व्यक्तीविषयी अभिप्राय व्यक्त व्हायचा, तेव्हा त्यांचं सबंध जीवन तेवढ्या शब्दांमध्ये येऊन जायचं, असं वाटायचं.

आणि मग त्या दिवशीचा घराचा सगळा कार्यक्रम बदलून जायचा. मोटा भाई ऑफिसमध्ये 'यायला उशीर होईल' असा फोन करायचे आणि स्मशानात जायचे कपडे घालायचे, *डाघु* होऊन जायचे. (स्मशानयात्रेला जाणाऱ्यांना 'डाघु' म्हणतात आणि तसे जाताना लोक पांढरा झब्बा-पायजमा घालून खांद्यावर टॉवेल टाकून जातात.) मी त्यांना असं जाताना बघत राहायचो. विचित्र वाटायचं. मनावर त्या प्रसंगाचं दडपण आलेलं असायचं. घरातलं वातावरणही बदलून जायचं. भाभी स्वयंपाकाला उशिरा सुरुवात करायच्या; कारण त्यांना माहीत असायचं की, भाईंना यायला उशीर होणार. मधल्या वेळात त्या घरातलं दुसरं काम काढायच्या, जे नेहमी वेळ नसल्यानं त्यांना करता येत नसे. काम करत असल्या, तरी त्या अस्वस्थ असायच्या. कुठल्याच कामात त्यांचं लक्ष लागायचं नाही, हे दिसून यायचं. थोड्या-थोड्या वेळानं त्या बाहेरच्या दरवाजाशी जाऊन बघून यायच्या. हे सगळे माझ्या लक्षात यायचं आणि जणू मरण पावलेल्या व्यक्तीची सावली थेट इथपर्यंत येऊन पडल्यासारखं वाटायचं. ह्याच वेळी इतरही अनेक घरांत असंच चालू असणार, असंही वाटायचं.

मोटा भाईंना परत यायला खरंच उशीर व्हायचा. खूप थकलेले दिसयाचे ते. काहीही न बोलता ते सरळ अंघोळीला जायचे. भाभीही समजून घ्यायच्या, काही विचाराच्या नाहीत. त्यांच्याही चेहऱ्यावर तणाव जाणवायचा. मला वाटायचं, त्यांना मोटा भाईंची काळजी वाटत असेल. भाभी मग जेवणाची तयारी झटपट करायच्या,

भाई अंघोळ करून येईपर्यंत तिघांची ताटं वाढलेली असायची आणि आम्ही जेवायला बसायचो.

शहराचं मूळ स्मशान दूर होतं, नदीकाठी. पाऊस पडेल तेव्हा नदीला थोडंफार पाणी असायचं, बाकीचं वाहून जायचं, नाही तर सुकून जायचं. जे पाणी शिल्लक असायचं, ते खारं होऊन जायचं. परंतु नदीच्या दोन्ही काठांवरच्या स्मशानांमध्ये मृतांना अग्नी देण्याचं माहात्म्य फार होतं; गेलेल्या व्यक्तीनं बऱ्याचदा तशी इच्छाही मृत्यूपूर्वी व्यक्त केलेली असायची. पण एकतर हे स्मशान शहरापासून दूर, जवळजवळ उजाड म्हणता येईल अशा जागी होतं. दुसरं म्हणजे मुख्य रस्त्यापासून खाली उतरून आत जरा अंतरावर होतं, त्यामुळे तिरडी उचलून तिथपर्यंत जाणं हे सोपं काम नव्हतं. पण मृत व्यक्तीच्या इच्छेपुढे कोणाचं काही चालत नसे.

मोटा भाईच बोलायची सुरुवात करायचे. भाभी मध्ये-मध्ये प्रश्न विचारायच्या, सगळे गोळा व्हायला वेळ लागला का, सगळ्यांना कळवण्यात किती वेळ गेला इ. आणि मग उत्तरक्रियेची सर्व तयारी करण्यात कोण-कोण खूप माहीतगार आहेत, कोण आपण होऊन सगळं काम अंगावर घेतात, कोण नव्हतं आलं, कोण स्मशानात न येता घरूनच परत गेलं इत्यादी सगळ्याबद्दल बोलणं व्हायचं. प्रत्येक वेळी हेच सगळं. मी कितींदातरी हे सर्व ऐकलं होतं. सगळं तस्संच सांगितलं जायचं, प्रतिक्रियाही तश्शाच असायच्या. दर वेळी मृत्यूच्या घटनेचं पुनरावर्तन होत असेल, असं वाटायचं आणि जेवण संपेपर्यंत ही चर्चा चालायची.

अशा प्रत्येक प्रसंगी मी तिथेच असायचो. माझ्या लक्षात यायचं की, मरण पावलेल्या व्यक्तीविषयी क्वचितच काही ऐकायला मिळायचं, हे सगळं इतरच बोलणं ऐकता-ऐकता असं वाटायचं की, जाणारं माणूस तर गेलंच, जग मागे राहिलं...

आणि हा सगळा वेळ मी तिथेच असलो, तरी मला एका बाजूलाच टाकलेलं असायचं. मोटा भाई माझ्याशी काहीच बोलायचे नाहीत, त्यामुळे गेलेल्या व्यक्तीबद्दल मला काहीच समजायचं नाही, आणि तरी मृत्यूच्या घटनेचं दडपण आणणारी जाणीव मला आमच्या घरातच जणू मृत्यू झाला असल्यासारखी होत राहायची.

अशीच काहीशी भावना इथंही मला ह्या स्मशानात येत राहते. इथं जे मृतदेह आणले जातात, त्यांच्याशी माझं काही नातं-गोतं नाही. तरीही, कोण जाणे का, त्यांच्याशी असलेला संबंध मी नाकारूही शकत नाही. इथं येणाऱ्या प्रत्येक मृतदेहाला बघून भूतकाळात होऊन गेलेल्या त्या सर्व मृत्यूंच्या घटनांच्या स्मृती मनात जाग्या होतात. त्या सर्व घटना घडल्या, तेव्हा मी स्मशानात जाऊ शकलो नव्हतो; पण असंही वाटतं की, त्या सर्व घटनांपेक्षा ही घटना किती वेगळी आहे! इथं एका व्यक्तीच्या मृत्यूपेक्षा दुसऱ्या व्यक्तीचा मृत्यू वेगळा नाही. कोणाच्या घराची भिंत

कोसळली, कोणाचं छप्परच तुटून पडलं, का जिन्याचा स्लॅब मोडून गेला ह्यापेक्षा इथल्या मृत्यूंमध्ये काय फरक होता?

लोकांच्या बोलण्यात यायचं की, एके काळी तीन मजली इमारतही इथल्या लोकांना गगनचुंबी वाटायची. नंतर मग सात-सात, आठ-आठ मजली टॉवर्स बांधले जाऊ लागले; तेव्हा गावातले लोक आश्यर्चचकित नजरांनी बघत राहायचे आणि मग भूकंप झाल्यावर त्यातले दोन-तीन टॉवर्स कोसळून कसे मोडून-तुटून पडले होते, ते बघायला तितक्याच आश्चर्यभरल्या डोळ्यांनी लोक जायचे. मग अचंबा आणि भीतीनं भरल्या आवाजात दुसरे काही लोक पुढे वर्णन करायचे, "सुमेरू टॉवर बघितला होतात ना तुम्ही? कसा होता, नाही? स्वप्नातसुद्धा पाहिली नसेल, एवढी उंच इमारत! पण अहो, असे... बघा ना इकडे... अहो, असे उभेच्या उभे दोन तुकडे झालेत त्याचे!" दोन्ही हातांनी ते दाखवत असलेल्या आकारानं त्या भयानक घटनेचं हुबेहूब चित्र डोळ्यांसमोर उभं राहायचं. त्याचं भयमिश्रित आश्चर्य मनात मावत नसेल, असं बोलत राहायचे, "तुम्ही आलात बघून? आम्ही हे आत्ताच बघून आलो."

"आकाशगंगा टॉवर बघितला होता तुम्ही? आत आवारातच स्विमिंग पूल, बाग, असं सगळं. आणि तो कसा पडलाय, माहितीय? सगळ्यात वरचा मजला हवेत अंधातरी लटकतोय आणि बाकी सगळं भुईसपाट!"

."वृंदावन पार्क कसं होतं? एकाच इमारतीत जणू एक अख्खं शहर उभं केलं होतं. म्हणजे, एका मजल्यावरून दुसऱ्या मजल्यावर जाताना किंवा एका फ्लॅटमधून दुसऱ्या फ्लॅटमध्ये जाताना जणू गल्ल्या ओलांडत असल्यासारखं वाटायचं! ह्या भूकंपानं एकमेकांवर आदळून-आपटून ते मजले आणि फ्लॅट्स ह्यांची दशा अशी झालीय की, तिथे काय होतं ह्याची कल्पनाच येणार नाही...."

भीती, आश्चर्य, धसका, कुतूहल ह्या सगळ्यांचं मिश्रण असलेल्या, काही खऱ्या, तर काही अतिरंजित अशा चर्चा छावणीत रोज रात्री शेकोटीच्या भोवती गोल करून बसलेल्या लोकांमध्ये चालू असायचा.

शेकोटीतून पडणारा प्रकाश शेकोटीतच पुन्हा विझून जायचा. चहूबाजूंचा गडद अंधार त्याला फार उंच किंवा लांबवर पोहोचूच देत नसे. काही बघायला त्या ज्वाळांचा उपयोग होण्याऐवजी त्या ज्वाळांकडेच बघत राहावंसं वाटे.

कोण, केव्हा, काय बोलत असायचं आणि कोणाला सांगत असायचं, ते कळायचंच नाही. नाहीतरी अशाही, कोणीतरी एकानं दुसऱ्या कोणा एकाला सांगाव्यात, अशा ह्या गोष्टी नव्हत्याच. त्यांमध्ये 'संबोधन' नसायचंच, पण गप्पा मारतानाही जेव्हा संबोधनासारखा सूर यायचा; तेव्हाही आवाज कोण्या एका व्यक्तीचा

नाही, बऱ्याच जणांचा असावा, असं वाटायचं. कधीकधी वाटायचं की, एक उलटून गेलेला काळ त्याच्यानंतरच्या पंगू झालेल्या काळाला हे सगळं सांगत आहे – दया-माया न दाखवता, क्रूर थट्टा करत अन् उपहासानं.

शेकोटीच्या ज्वाळा प्रकाशापेक्षा उष्णताच जास्त द्यायच्या, आणि भोवती बसलेल्या लोकांना आत्ता ऊब मिळायचीच जास्त गरज होती, म्हणून तर त्यांचे हात शेकोटीकडे लांब-पुढे धरलेले असायचे. चादर, पांघरूण, धाबळी किंवा घोंगडीनं गुंडाळून घेऊन उकिडवे बसलेल्या त्या सगळ्यांचे फक्त डोळेच दिसायचे. विझत आलेल्या शेकोटीचं प्रतिबिंब पडून त्यांची बुबुळं निखाऱ्यांसारखी चमकायची. अशा वातावरणात मी एका बाजूला आडोशाला बसत असे, त्यामुळे माझं तिथं अनोळखी असणं कोणाच्या लक्षात येत नसे.

या सगळ्यांमध्ये माझीच एकट्याची कोणाशी ओळख न होण्याचं कारण हे होतं की, दिवसा मी बराच वेळ छावणीच्या बाहेर भटकत असायचो. त्यामुळे या सर्वांपासून दूर असायचो आणि शिवाय मी नव्हतो भूकंपपीडित की, नव्हतो निराश्रित; आणि नव्हती माझी काही सांगण्यासारखी कथा. मी तर ह्या छावणीतही अगदी आगंतुकच होतो ना!

म्हणूनच मी पुष्कळदा त्या शेकोटीभोवतीच्या वर्तुळातून मागे सरकून माझ्या तंबूच्या दोराला धरून बसत असे. इथून शेकोटी दिसायची आणि भोवती बसलेल्या लोकांचं बोलणंही इथपर्यंत पोहोचत होतं. पण ते एकूण दृश्य एक वेगळाच परिणाम उत्पन्न करत होतं. शेकोटीची ज्वाळा एखाद्या प्रचंड ज्योतीसारखी भासत होती आणि भोवताली बसलेले लोक अंधारात एकाकार होऊन त्यांचं वर्तुळ झालं होतं. असं वाटत होतं की, त्या ज्वाळेत काहीतरी काळं-काळं विरघळून जातंय – ते काय असेल? मनातल्या त्या प्रश्नाला मनातूनच उत्तर आलं की, ह्या लोकांचं दुःख विरघळून जातंय. ते दृश्य आणि मी ह्यांच्यामध्ये काही नव्हतं; म्हणजे काही दिसत नव्हतं. मीही मला दिसत नव्हतो. समोरून जे शब्द येत होते, तेच आमच्या मधल्या हवेत तरंगत होते...

त्या शब्दांमध्ये इमारती तुटण्याची वर्णनं ऐकून जे आकार समोर उभे होत होते, त्यांतून मला किंकाळ्या आणि चीत्कार ऐकू येत होते. इमारती कोसळून पडण्याच्या भयानक आवाजांना ते दाबून टाकत होते आणि धुळीच्या लोटांना लुप्त करत होते. ते सगळं जणू हवेच्या रूपानं श्वासांमध्ये येऊन शेवटी रक्तात मिसळून जात होतं.

एखाद्या बातमीचं स्वरूप घेऊन येणारा मृत्यू, एक-एक पळ मोजत होणारा मृत्यू... सग्या-सोयऱ्यांनी केलेली शुश्रूषा, डॉक्टरांचे प्रयत्न, उपचारांची साधनं, थेंबाथेंबानं नसेत घातले जाणारे औषधांचे थेंब... या सगळ्यांनी मिळून थोपवून धरलेला मृत्यू, चेहऱ्यांवर किंवा डोळ्यांच्या कोपऱ्यात येऊन थांबलेल्या अश्रुबिंदूंच्या

ओलाव्यात स्थिर झालेला मृत्यू... ह्या मृत्यूच्या घटना मला माहीत होत्या; पण त्या सर्व घटनांपेक्षा ही घटना किती वेगळी होती! इथं झालेले मृत्यूही अशी रूपं घेऊ शकले असते, त्यांनाही तो हक्क होता!

स्मशानात आता चिता रिकाम्या मिळत नव्हत्या आणि जास्तीच्या चिता उभ्या करायला जागाही राहिली नव्हती. प्रेतं येतच होती, मोटारमध्ये, टेम्पो, ट्रेलर, रिक्षा, हातगाडी... सगळ्यांमध्ये भरभरून आणि वाहनांमधून खाली काढून स्मशानात रचली जात होती. मी तिथे होतो तेवढ्या वेळात मी बघितलं की, वाहनांमधून प्रेतं खाली काढण्याची क्रियाही आता बदलत चालली होती. चार खांदे इथं होतेच कुठे? पण सुरुवातीला दोघं जण हळुवारपणे शव उचलून ठेवायचे, त्याऐवजी आता दोन-दोन, तीन-तीन मृतदेह एकदम उचलून एकावर एक फेकले जात होते. एखाद्या शवाचा हात लटकत राहायचा, कोणाचा पाय फरपटला जायचा, तर एखाद्याची मान लटकायची! एकदा तर भरून आणलेली मृतदेहांची हातगाडी तिरकी करून त्यांचा ढीग खाली ओतताना मी पाहिलं होतं. ते बघून माझं डोकं भणभणायला लागलं होतं. मी त्या हातगाडीवाल्याच्या अंगावर धावून जाणार होतो, तेवढ्यात मी बघितलं की, त्याच्या बरोबर आलेला एक माणूस त्या आधीच खच्चून भरलेल्या हातगाडीत त्याच्या एका नातेवाइकाचं प्रेत ठेवू देण्याबद्दल त्याचे उपकार मानत भावनापूर्ण आवाजात त्याला काहीतरी म्हणत होता... पण हातगाडीवाल्याला तेवढं ऐकायला तरी वेळ कुठे होता थांबायला? मग मलाच ओशाळल्यासारखं झालं.

तेवढ्यात माझ्या खांद्यावर कोणीतरी इतक्या दाबून हात ठेवला की, मला धक्का बसल्यासारखं झालं. मी मागे वळून बघायच्या आधीच तोच पुढे आला. समोर पडलेल्या प्रेतांच्या ढिगाकडे हात दाखवून त्यानं तो हात अशा रितीनं हलवला की, त्याला काय मदत हवी होती, ते माझ्या लक्षात आलं. त्याच्याबरोबर मीही तिकडे वळलो. आम्ही दोघांनी मिळून प्रेतं उचलायला सुरुवात केली. समोरच भडभडा जळणाऱ्या चितेत एक-एक प्रेत उचलून आम्ही टाकू लागलो.

ज्या भूमीवर मी ह्या क्षणी उभा होतो, त्याच धरतीवर अनेक संसार सामावून उभ्या राहिलेल्या इमारती काही क्षणांमध्ये कोसळून नष्ट होऊन गेल्या होत्या. एका पाठोपाठ एक डम्पर्समध्ये भरून त्यांतील राडारोडा भराभर काढून टाकण्यात येत होता; आणि तशाच तऱ्हेनं ह्याच भूमीवर हिंडणाऱ्या-फिरणाऱ्या आयुष्यांचाही निकाल लावून टाकायचा होता. ती आयुष्यंही पूर्णपणे नष्ट झाली होती ना! एखाद्या शवाचं डोकं चेंदामेंदा होऊन गेलं होतं, तर कोणाच्या डोक्याच्या जागी नुसती कवटीच होती! रक्तबंबाळ झालेल्या काही शवांचे हात-पाय शोधायचे होते, ते शोधण्याचा मी प्रयत्न करत असलेला पाहून माझा साथीदार चिडलेला दिसला; म्हणून मग मीही प्रेतांचा निकाल भराभरा लावू लागलो. जमीनदोस्त होऊन गेलेल्या

इमारतींच्या खाली पुरली गेलेली ही प्रेतं कबरी खोदून काढलेल्या मुडद्यांसारखी होती. मनात असं वादळ उठत होतं, पण हात-पाय आता यंत्रासारखे काम करत होते. त्यातच आणि इथून परत जात होतो तेव्हा रस्त्यात जे काही बघितलं, त्यामुळे तर मनात जणू कडाकड काहीतरी मोडून-तुटून गेलं अन् ते आधीचे सगळे विचार गाडले गेले. रस्त्याच्या कडेला कोसळलेल्या एका इमारतीपाशी तीन-चार माणसांमध्ये वादविवाद चालला होता. त्यांच्यात सुट्या-सुट्या काही गोष्टी पडल्या होत्या.

एक जण जोरजोरानं म्हणत होता, ‘‘पण ह्यात काही चेहरा-डोकं ओळखू येतंय? तुम्ही ठरवाल कसं की, कुठले अवयव तुमच्या नातेवाइकाचे आहेत न् कुठले नाहीत? आणि हा जो पुरा चेंदामेंदा पडलाय, त्यातून तर कुठलेच अवयव वेगळे करता येणार नाहीत...’’

त्याचे हे शब्द प्रचंड तणावाखाली वैतागून कसेबसे बाहेर पडत होते. त्यात मानसिक ताण, राग, कंटाळा, उद्विग्नता, थकवा आणि काय काय होतं, ते वेगळं ओळखणं अवघड होतं; पण जे काही होतं, ते चेहऱ्यावरच्या ओसंडून जाणाऱ्या मनोव्यथेत मिसळून जात होतं.

आणि समोर उभ्या असलेल्या व्यक्तीच्या चेहऱ्यावर आणि शब्दांमध्ये काय होतं? त्या बोलणाऱ्या माणसासमोर उलट वाद घालण्यासारखा काही मुद्दा त्याच्याकडे नव्हता आणि तरी त्याच्या भावना थोडंही नमतं घ्यायला तयार नव्हत्या. ह्या सगळ्या वादविवादाच्या मुळाशी असलेली लाचारी – जीवघेणी लाचारी – तो जे शब्द बोलू शकत नव्हता, त्या शब्दांमधून मूकपणे, त्याच्या चेहऱ्यावरच्या सुरकुत्यांमधून दिसत होती.

समोरच्या माणसाच्याही हे लक्षात आलंच असणार. कारण दोन्ही हात पसरून तो जे म्हणाला, त्यावरून मला तसं वाटलं.

‘‘स्मशानात आता प्रेतं ठेवायलाही जागा राहिलेली नाही आणि लाकडंही कमी राहिलीयत. अशात हे असे चेंदामेंदा झालेले गोळे तिथं घेऊन जाण्यात काही अर्थ आहे? ह्याला तर लावून टाकू या इथंच काडी!’’

काडी तर त्याच्या शब्दांनीच पेटवली होती; बाकी राहिलं होतं फक्त कर्मकांड! राडारोडा गोळा करत असलेल्या एका माणसाच्या हातून फावडं घेऊन इतस्तत: विखुरलेले शरीरांचे वेगवेगळे भाग तो एकत्र करू लागला. मग सरळ उभं राहत समोर उभ्या असलेल्या रिक्षाकडे बोट दाखवत, हे सगळं बघत असणाऱ्या त्या माणसाला तो म्हणाला, ‘‘त्या रिक्षातून थोडं पेट्रोल काढून आणा बरं. ह्या राड्यारोड्यातून एखादं डबडं घेऊन जा.’’

तो माणूस गेला. तेवढ्यात शेजारी उभ्या असलेल्या माणसानं आपल्या अंगातला झब्बा काढला. समोर पडलेल्या अवयवांच्या ढिगातून कुठल्यातरी शरीराचा

एक भाग त्यानं बाहेर काढला आणि तो झब्ब्यात गुंडाळला. रक्तानं माखलेल्या आपल्या हाताकडे आणि मग झब्ब्यावर पडलेल्या रक्ताच्या डागांकडे त्यानं बघितलं. त्या भागातलंच ते रक्त असेल, अशी काहीही खात्री असणं शक्यच नव्हतं; पण त्याबद्दल विशेष विचार न करता ते गुंडाळं घेऊन तो निघाला.

फावडं घेऊन उभा असलेल्या माणसानं हे सगळं बघितलं आणि तो बेपर्वाईनं म्हणाला, "चला, इथला ढीग तेवढाच कमी झाला!"

पण त्याची ही बेपर्वाई फार वेळ टिकली नाही. काहीतरी त्याला खटकलं, असं क्षणभर त्याच्या चेहऱ्यावर दिसलं. ते लपवण्याचा प्रयत्न करत तो म्हणाला, "आपण खरं आहे ते सांगू बघतो, पण समजून नाही घेतलं तर काय करायचं? आता तो तुकडा घेऊन हा कुठे जाईल? आपल्याच घराच्या अंगणात त्यावर अग्निसंस्कार करेल? असं करून-करून माणसं घरांचीच स्मशानं करतील!"

"अरे, पण घर शिल्लक असलं तर ना?" आसपास उभं असलेलं कोणीतरी म्हणालं. त्याच्या सुरावरून तो वातावरणातला ताण जरा कमी करायला असं म्हणाला असावा, पण तसं काही झालं नाही.

रिक्षातून पेट्रोल काढायला गेलेला माणूस परत आला होता. त्याच्या हातात पेट्रोल भरलेलं एक डबडं होतं. पण तो येऊन पोहोचायच्या आधी समोरून एक दुसराच माणूस घाईघाईनं आला. तेवढ्या वेळात तिथं गोळा झालेले लोक त्याच्याकडे बघतच राहिले. त्याच्या खांद्यावर एक मृतदेह लटकत होता. तिथंच पलीकडच्या भागात कोसळलेल्या इमारतीच्या ढिगाऱ्यातून त्यानं तो काढून आणलाय असं वाटत होतं. समोर पडलेल्या मानवी शरीरांच्या सुट्या पडलेल्या अवयवांकडे बघत एकाएकी काही विचार आल्यासारखा तो थांबला. खांद्यावरच्या देहावर एक हात ठेवून त्यानं त्या ढिगाजवळ उभ्या असलेल्या माणसाला विचारलं, "ह्याचा पाय ह्याच्यात आहे?"

सगळ्यांचं लक्ष एकदम त्याच्याकडे गेलं. रक्त, धूळ, कचरा, घाण ह्यांनी माखलेल्या त्या मृतदेहावर खोल जखमांचे घाव होते. त्या घावांमधून निघालेले मांसाचे गोळे आणि मूळ देह वेगळा दिसणं अवघडच होतं. बघणाऱ्या सर्वांना इतका भयंकर विद्रूप झालेला देह बघणंही आता नवं राहिलं नव्हतं, इतक्या मानवी देहांच्या भयाण दशा सर्वांनी बघितल्या होत्या. पण त्या माणसानं जो प्रश्न विचारला, तो तरी कसा विचारला होता? त्याचा चेहरा अगदी निर्विकार होता आणि आवाज अगदी शुष्क.

ज्याला त्यानं असं विचारलं, तो माणूस कदाचित म्हणूनच उखडला. त्यानं एकदम रागानं म्हटलं, "मी काय भंगारवाला आहे काय?"

ते ऐकूनच माझा थरकाप झाला. भंगारवाला? तुटकं-फुटकं सामान विकणारा?

हा शब्द कुठून आला इथं, ह्या परिस्थितीत? तर मग तो मृतदेह म्हणजे...? मी स्वत:ला कसंबसं सावरलं आणि बघतो तर जास्त बोलाचाली होण्यापूर्वीच त्या जवळ उभ्या असलेल्या माणसानं त्या ढिगावर पेट्रोल शिंपडून काडी पेटवून टाकली होती. एकाएकी मोठा भडका झाला. त्या ज्वाळा आणि त्यातून निघणारा धूर वर जाऊ लागला. त्यांकडे मी पाहत राहिलो, तर त्यात मानवाकृती असल्याचे मला भास होऊ लागले. काहींना हात-पाय नव्हते, काहींना डोकी वा चेहरे नव्हते.

त्या दृश्यावरून झट्कन नजर हलवून मी तिथून निघालो.

पण ह्या दिवसांमध्ये ह्या शहरात असल्या घटनांपासून दूर राहणं कसं शक्य होतं?

छावणीत जाण्यासाठी परत फिरलो होतो, तेव्हा हे लक्षातच आलं नव्हतं की, मी छावणीपासून किती दूर आहे आणि शहराच्या कुठल्या भागात आहे? संध्याकाळ व्हायला अजून अवकाश होता, तरी असं तर वाटायला लागलं होतं की, उजेड फार वेळ राहणार नाही; एकदम अंधार व्हायला लागेल. तेवढ्यात रस्त्याच्या कडेला काहीतरी वाद चाललेला ऐकू आला. मी थांबलं पाहिजे, असं काही कारण नव्हतं. पण तरी पावलं थांबलीच.

दोघांच्या मध्ये एक शव पडलं होतं आणि दोघेही त्या शरीराला उलटं-सुलटं करून तपासत होते. खाली वाकून शरीरावरच्या काही खाणाखुणा शोधत असावेत, असं वाटलं. त्यांच्या डोळ्यांमध्ये उत्तेजना आणि निराशा आलटून-पालटून डोकावत होत्या. मला जरा शंका आली, कारण छावणीत शेकोटीभोवती रोज रात्री ऐकू येणाऱ्या बातम्यांप्रमाणे शहरात एक टोळी घुसली होती आणि त्यांतले लोक हाती लागेल त्या मृतदेहावरचे दागिने, घड्याळं, पैसे काढून घेत होते.

त्या लोकांचं माझ्याकडे लक्ष जाणार नाही, पण मला त्यांची हालचाल दिसेल आणि त्यांची कुजबुज ऐकू येईल, अशा जागी मी एका कडेला उभा राहिलो. त्यांच्यातला वाद भांडणाचं स्वरूप घेत नव्हता. थोड्याच वेळात माझ्या लक्षात आलं की, आपापल्या नात्यातल्या लोकांचे मृतदेह शोधायला निघालेले हे दोघे, तो देह कोणाचा आहे, हे ठरवू शकत नव्हते. थोड्या वेळानं चर्चा थांबली. ज्या कोणाचा देह ते शोधत होते, त्यापैकी कोणाचाच तो नाही, अशी खात्री झाल्यावर दोघे दोन दिशांना चालू लागले.

त्या जागी आता समोर पडलेला तो देह आणि मी ह्यांच्याशिवाय कोणी नव्हतं, हे लक्षात आलं, तसा काही क्षण मी भांबावलो. जड पावलांनी मी प्रेताजवळ गेलो आणि तिथं उभा राहून त्याच्याकडे बघू लागलो. काही ओळख पटू शकेल, अशा स्थितीत तो देह नव्हता. त्याच्याकडे बघता-बघता वाटलं की, काही दिवसांपूर्वी हा देह जिताजागता असेल. हिंडत-फिरत असेल हा... देह? हे शव? हे शव हिंडत-

फिरत असेल? एके काळी असलेल्या अस्तित्वाची आता ही ओळख होती, जी ओळखूही येत नव्हती. त्याची खरी ओळख हरवलीच होती. तो कोणीही असू शकत होता – सतीशसुद्धा! हा विचार माझ्या मनात याआधीही वेगवेगळ्या प्रसंगी बऱ्याचदा येऊन गेला होता. आज पुन्हा तोच विचार आल्यावर मी खाली वाकून तो देह उचलला आणि स्मशानाच्या दिशेनं चालू लागलो. प्रेतामधून अजून कुठून-कुठून निघणारं रक्त माझ्या अंगाला, कपड्यांना लागत होतं. स्मशानात अग्निदाह देण्यासाठी ठेवलेल्या शवांबरोबर मी तो देह ठेवून दिला, नमस्कार केला आणि मग शहराच्या बाहेर पश्चिम भागात असलेल्या तलावात उतरलो. पाणी खूप आत गेलं होतं. थोडंच उथळ पाणी होतं, तिथं मी अंघोळ करायला आणि कपडे धुवायला बसलो... तेव्हा मला घरची आठवण झाली.

वर्तमानपत्रांमध्ये ज्या मृत्यूंचे समाचार यायचे तेव्हा किंवा नात्यागोत्यातल्या कोणाच्या मृत्यूनंतरच्या क्रियाकर्मांमध्ये मला असा अनुभव कधीच आला नव्हता. शोकसभा, प्रार्थनासभा, शुश्रूषेतून सुटकेचे उद्‌गार, मृत्युपत्र आणि त्यासंबंधीचे वादविवाद ह्या आणि अशा सगळ्या गोष्टींमध्ये मृत्यूची घटना हरवून गेलेली मी बघितली होती. ह्या सर्वांबरोबर आणखी एक प्रसंगही मला आठवला –

पिताजी मृत्युशय्येवर होते, त्या दिवसांमध्ये नात्यातल्या कोणाचातरी मृत्यू झाला होता. मोटा भाईंना काहीतरी दुसरं एक काम होतं, म्हणून ते स्मशानात जायचं टाळू बघत होते. ते पिताजींना म्हणाले, "*उठामणा*ला (शोकसभा) जाईन; स्मशानात जायचं म्हणजे सबंध दिवस वाया जातो."

आणि पिताजी रागानं म्हणाले होते, "सबंध दिवस वाया जातो? तुम्ही अशा प्रसंगी दुसऱ्यांकडे नाही गेलात, तर कधी अशी वेळ येईल तेव्हा तुमच्याकडे कोण येईल?"

मोटा भाईंनी हे मुकाट्यानं ऐकून घेतलं होतं आणि स्मशानात जाण्याची तयारी सुरू केली होती. त्यानंतर अशी वेळ जेव्हा-जेव्हा आली, तेव्हा स्मशानात जायचं त्यांनी कधी टाळलं नव्हतं. मी त्या वेळी खूप लहान होतो, पण तो प्रसंग अजून विसरलो नाही. जगात पाळायचे असे जे व्यवहार असतात, ते थेट स्मशानापर्यंत पोहोचतात?

मृत्यू ह्या घटनेचा ह्या काही दिवसांमध्ये मला जितक्या जवळून अनुभव आला, तेवढा कधीच आला नव्हता. इथं तर मृत्यू ही रोजचीच घटना झाली आहे, तरी मला ह्यापूर्वी आलेल्या अनुभवांपेक्षा अगदी वेगळी! इथे होणारे मृत्यू, हे जग आणि आयुष्य ह्यांपासून तोडून टाकण्याऐवजी घट्ट जोडून टाकतात. इतकं घट्ट की, आपण अवाक् होतो आणि शिवाय इथल्या सगळ्या मृत्यूंमधली भिन्नताही दिङ्मूढ करून टाकणारी आहे!

छावणीत गेल्या-गेल्या उजव्या हाताला जी राहुटी आहे, त्यात ती आई न् मुलगा राहतात. आई सकाळपासून वाट बघत बसून राहायची आणि मुलगा धाकट्या भावाला शोधायला बाहेर पडायचा. धाकटा भाऊ प्रजासत्ताकदिनाच्या समारंभासाठी सकाळीच घरातून बाहेर पडला होता. तो परत आल्यावर कुठे गेला असेल... कारण घरच कुठे राहिलं होतं?

आई सांगत होती, ''भूकंप झाला आणि सगळी पळापळ झाली, तेव्हाच त्यानं घराकडे धूम ठोकली असेल... पण घर राहिलंच कुठे होतं? त्यानं पडून गेलेलं घरच पाहिलं असेल...''

आईचा गळा दाटून आला होता. त्या हरवलेल्या मुलाच्या नजरेतून ती पडून गेलेल्या घराकडे बघत होती आणि तिच्या डोळ्यांमधून अश्रू वाहत होते. दाटून आलेला गळा जरा मोकळा झाला, तशी ती पुढे म्हणाली, ''त्या वेळी कसं झालं असेल त्याच्या जिवाचं? तो कोठे शोधणार आपल्याला? मी कितींदा तुला सांगत होते की, आपण ती जागा सोडून दुसरीकडे नको जायला...''

''पण माँ, त्या जागी राहण्यासारखं होतं? आसपासचं एक तरी घर वाचलं होतं? आत्ता पडतंय, का मग अशी झालेली घरंही केव्हा कोसळतील, ह्याचा काही नेम होता? कशी पळत सुटली होती सगळी, बघता-बघता तर सारी गल्ली रिकामी झाली होती.''

सांगणाऱ्या मुलाचा हबकून गेलेला जीव त्याच्या भिरभिरणाऱ्या डोळ्यांमध्ये आणि आवाजात उतरला होता.

पण माँला ह्यातलं ऐकूच येत नव्हतं. तिच्या मनात जणू दुसरंच कोणीतरी काहीतरी सांगत होतं, ''कोण जाणे! त्याला असंही वाटलं असेल की, आपण दोघंही घरातल्या घरात चेंगरून मरून गेलो असू आणि...''

माँची काही केल्या समजूत म्हणून पटत नव्हती. मुलानं शेवटी कंटाळून त्याच्या मनात होतं, ते माँला सांगून टाकलं, ''माँ, इतके दिवस झाले मी शोधतोय, पण तो सापडत नाही... म्हणून आता मला नाही वाटत तो ह्या गावात असेल असं.''

''म्हणजे? म्हणजे, म्हणायचंय तरी काय तुला?'' माँ रागानं म्हणाली, ''ह्या गावात नसेल, म्हणजे तर मग जाणार कुठं?''

''कुठं म्हणजे, कुठंही. बघत नाहीस तू, चहूकडे किती घबराट आहे ते? माणसांना आपला जीव वाचवण्यापलीकडे काही सुचत नाही. कुठल्या दगडाच्या रूपानं मरण कुठून येऊन केव्हा डोक्यात पडेल, ह्या भीतीनं गळाठलेली माणसं जे वाहन दिसेल त्यात चढून जातात!''

मुलगा हे सगळं भराभरा बोलून गेला, तरी एक शक्यता त्यानं मनात दाबून

ठेवली होती. मग काहीएक विचार मनात आला असणार, म्हणून जरा थांबून आईला धीर देण्यासाठी तो म्हणाला, "भीती जरा कमी झाली, म्हणजे येईल परत. माणसाला वाटतंच असतं ना की, जिवंत राहिलो तर सगळे एकत्र होऊ परत."

माँच्या मनात दुसराच विचार होता जणू! ती म्हणाली, "त्याला काही लागलं-बिगलं..."

"लागलं-बिगलं असलं, तर त्याच्यावर इलाज होईल. जखमी लोकांना उपचारासाठी वेगवेगळ्या गावांमधल्या हॉस्पिटलांमध्ये नेतात, तसं त्याला कदाचित..."

माँ क्षणभर तर गप्प झाली. मनानं दुसऱ्याच जगात असल्यासारखी टक लावून मुलाकडे बघत राहिली; मग एकदम म्हणाली, "तर मग तू त्याचा पत्ता मिळव. जिथं जावं लागेल, तिथं जा."

मुलगा जरा ताठरला. "माँ, काय बोलतेयस तू? मी असा कुठं-कुठं भटकू? जर त्याला उपचारांसाठी कुठं पाठवला असेल, तर मग तो बरा झाला की, त्याला परत पोहोचवतील; तू काळजी नको करूस."

माँ त्याचं म्हणणं समजून घेण्याचा प्रयत्न करत असल्यासारखी त्याच्याकडे बघत राहिली. तिचं मन कदाचित 'उपचारांसाठी कुठं पाठवला असेल तर...' ह्या शब्दांपर्यंत येऊन अडखळलं असावं; आणि तिच्या मनात 'मग काय होईल, काय नाही' असं वादळ उठलं असावं, असं मला वाटलं. ती फक्त एवढंच म्हणाली, "तुला काळजी नाही वाटणार, पण मला तर वाटणारच ना?"

मी थक्क झालो. तेवढ्या एकाच वाक्यानं आई मुलापासून कशी वेगळी झाली! मुलगा विवश झाला. स्वतःचं समर्थन करायचा प्रयत्न करत म्हणाला, "काळजी तर मलाही वाटते माँ, पण काय करू? तुला अशी इथं एकटीला सोडून..."

"माझी काळजी नको करूस तू. इतके सगळे जण असेच राहतातच आहेत ना छावणीत," माँ चट्‌कन म्हणाली. तिचा आवाज वरच्या पट्टीत गेला होता. मग ती एकदमच म्हणाली, "आणि धाकट्यासारखाच जर तूही हरवला असतास, तरी मी जगत राहिलेच असते ना?"

मुलगा दिङ्मूढ झाला. आईची ही कधी कल्पनाही न केलेली बाजू बघून तो विचारात पडला होता. मग धीर एकवटून तो सांगू लागला, "काल रात्री शेकोटीजवळ बोलणं चाललं होतं माँ; शेजारच्या गावात प्रभातफेरी काढून निघालेली एका शाळेची शंभरएक मुलं जमीन फाटून आत गाडली गेली!" एका श्वासात तो हे सबंध वाक्य बोलून गेला.

माँ काहीच बोलली नाही. तेव्हा मुलगा पुढे म्हणाला, "बाजाराच्या मुख्य रस्त्यातून प्रभात फेरी चालली होती. भूकंपाचा धक्का बसला आणि दोन्ही बाजूंची दुकानं पत्त्यांच्या घरांसारखी कोसळली. अरुंद गल्ली आणि त्यात हा राड्यारोड्याचा

डोंगर झाला. त्यात जेवढी घरं उभी होती, तीही त्याच्याखाली पुरली गेली!''

मुलगा आईकडे टक लावून बघत बोलत होता. त्याला वाटत असावं की, हे ऐकून माँच्या तोंडून धक्का बसल्याचे, प्रचंड दुःखाचे उद्‌गार निघतील; पण तिच्या चेहऱ्यावरची रेषाही बदलली नाही. हकिगत आणखी काळीज फाटेल, अशी करण्यासाठी त्यानं पुढे सांगितलं, ''गाव सगळं जणू भरडलं गेलं... गोळा झालेल्या लोकांची मनंच जणू दुभंगली. लोक हातात येईल त्या साधनानं वाटेल तसा तो राडारोडा काढायला लागले. किती जण तसं करता-करताच रक्तबंबाळ झाले. पण जिवंत तर काय, सगळ्या मेलेल्यांचीही प्रेतं सापडली नाहीत; आणि जी सापडली, तीही धड ओळखू येण्याच्या स्थितीत नव्हती. सगळ्या मुलांनी युनिफॉर्म्स घातलेले, त्यामुळे कपडे वेगळे ओळखू येण्यासारखंही नव्हतं.''

माँकडे बघता-बघता गोष्ट आणखी भयानक करून, सांगूनही काही उपयोग झाला नाही आणि त्याला फजिती झाल्यासारखं वाटलं. कारण माँचा चेहरा तस्साच निर्विकार, उजाड होता. त्या चेहऱ्यावरून मग वादळात झाडांमधून वाऱ्याचा शिट्टीसारखा आवाज येतो तसा आला.

''असं कर, त्याचा तर काही पत्ता लागला नाही. आता तू त्याचं प्रेत मिळतंय का बघ. कुठेतरी 'आहे', अशी तुला शंका आली, तर मला घेऊन जा. तो जशा स्थितीत असेल, त्याही स्थितीत मी त्याला ओळखून काढीन.''

''तुला घेऊन जाऊ? तुला कशी घेऊन जाऊ माँ? तुला चालता कुठं येतंय?''

''चालता नाही येत, पण सरपटता तर येतं? मला उचलून नाही घ्यावं लागणार तुला.'' तिच्या आवाजाची पट्टी पुन्हा वर गेली.

''आणि ह्या दिवसांमध्ये तर माणसांना कोणाचं प्रेतही खांद्यावर उचलून न्यायला जड वाटत नाही. मी तर तुझी आई आणि तीही जितीजागती!''

''माँ, असं काहीतरी बोलण्यात काही अर्थ नाही...'' मुलगा नाराज झाला.

''तू माझ्या बोलण्यातून अर्थ शोधत बसू नकोस. तुझ्या भावाचं कुठंतरी पडलं असेल, ते शव शोधून काढ. त्याचा रूप-रंग बघूनही ओळख पटेल मला.''

मुलानं खाली मान घालून हसण्याचा केविलवाणा प्रयत्न केला; पण तसं करून तो जे लपवू बघत होता, ते लपू शकलं नाही. समुद्राच्या लाटा किनाऱ्यापर्यंत येऊन मागे जातात, तसे त्याचे अश्रू डोळ्यांमधून मागे आतपर्यंत गेले असतील... पण मागे गेलेल्या त्या पाण्याच्या फेसासारखं त्याच्या मनातलं दुःख साऱ्या चेहऱ्यावर पसरलं.

''रूप-रंगही वेगळे राहिलेले नाहीयेत माँ, सगळ्यांचे रूप-रंग सारखेच झालेत!'' राहुटीच्या बाहेर पडता-पडता मुलगा म्हणाला. त्याचे पुढचे शब्द राहुटीच्या बाहेरून ऐकू आले –

"प्रत्येक प्रेत थोडं मातीनं लडबडलेलं न् थोडं रक्तानं!"

त्याच्या त्या शब्दांनी तो फक्त वास्तवाचं वर्णन करत होता, का आणखीही काही अर्थ त्यांना होता, असं माझ्या मनात आलं. पण माझ्या मनात येण्याआधीच माँला ते बरोबर समजलं होतं, हे तिनं मुलाला जे उत्तर दिलं त्यावरून स्पष्ट झालं.

"पण त्याशिवाय दुसरा रंग असतोच कुठला? हे जे वेगवेगळे रंग दिसतात, ते टिकतात? बाकीचे सगळे रंग तर बदलत जातात आणि बदलत-बदलत शेवटी फिके पडतात!"

माँच बोलणं राहुटीच्या बाहेर कुठपर्यंत पोहोचलं असेल? मी चकित होऊन ऐकत राहिलो होतो. त्या शब्दांमधून जो अर्थ निघत होता, तोच मला समजत होता; का मला समजत होता, तो अर्थ वेगळा होता? तसं पाहिलं, तर त्या बोलण्यात एक साधं-सरळ सत्यच होतं; परंतु हे सत्य जिथून बोललं गेलं होतं, त्या भूमीला अनुभवाचा कस होता, हे माझ्या चांगलं लक्षात आलं. शिक्षण, वाचन आणि विचारशक्ती ही जी माझी कमाई होती, ती त्या बाईकडे नव्हती; हे खरं असलं, तरीही ती जे सांगत होती, ते सांगणं इतकं प्रभाव पाडणारं होतं की, मी थक्क झालो.

माँ आता डोकं खाली घालून बसली होती आणि म्हणत होती, "रूप-रंग बघून जरी त्याला नाही ओळखता आलं, तरी त्यानं घातलेल्या त्या कपड्यांचा एक तुकडा जरी तू शोधून आणलास, तरी मी त्याला ओळखेन!"

मुलगा तर एव्हाना तिथून गेला होत. मग माँ हे कोणाला सांगत होती? तिच्याच अंतर्मनाला? मी हे समजून घेण्याचा प्रयत्न केला आणि समजून चुकलो की, ह्या सर्व घटनेत तिनं अमुक एका परिस्थितीचा स्वीकार केला होता आणि मनातल्या मनात काहीतरी ठरवलं होतं. मला आठवलं की, मुलगा राहुटीच्या बाहेर निघाला होता, तेव्हा त्याचं चालणं बघूनही मला वाटलं होतं की, त्यानं मनाशी काही निर्णय केला होता.

मी तिथं उभं राहण्याचं काहीच कारण नव्हतं. आता पुढे काय होईल, ह्याचा मनाशी विचार करत मी तिथून बाजूला झालो.

तुटून-मोडून छिन्नविच्छिन्न झालेल्या, अतिशय भयानक तऱ्हेनं घायाळ झालेल्या ह्या शहरात आणि त्यात जिवंत मुडद्यांसारख्या वावरणाऱ्या अनेक लोकांमध्ये भटकताना मला अशा काही घटना बघाव्या लागत होत्या, ज्यामुळे डोकं गरगरायला लागावं. त्या सगळ्या घटनांचा विचार करता-करता मनात कल्लोळ उठायचा.

अशा परिस्थितीत माँ आणि त्यांचा मुलगा ह्यांचा प्रश्न मनात होता, पण जरा मागे पडला होता. पण झालं असं की, संध्याकाळी उशिरानं मी आलो, तेव्हा त्या राहुटीसमोर माणसं गोळा झालेली दिसली. मग मीही तिथे उभा राहिलो.

माँ सरपटत-सरपटत तंबूच्या बाहेर आली होती. ती खाली वाकून इतकं

बारकाईनं काय बघत होती? मी चवड्यांवर उभा राहिलो आणि समोर असलेल्या दोघांच्या डोक्याच्या मधून बघितलं. माँच्या समोर चेंगरलं जाऊन विकृत झालेलं एक शव पडलं होतं. ते बघूनच माझ्या अंगावर शहारे आले. चेहऱ्याचा तोंडाकडचा भाग कापला गेला होता आणि एक हात अर्धा तुटून लोंबत होता. माँ तो परत नीट लावू बघत होती, हे बघून मी शहारून थरथरलो. समोरच्या माणसाच्या खांद्याचा आधार घेऊन मी माँच्या चेहऱ्याकडे पाहिलं. तिचा चेहरा अगदी पूर्णतः निश्चल होता. कोरड्याठाक डोळ्यांनी ती त्या शवाची ओळख पटवून घेण्यासाठी शवाचा कुठला ना कुठला अवयव फिरवून बघून व्यर्थ प्रयत्न करत होती, पण असं करू बघण्यानं त्या भागाचा लोळागोळा होत होता.

शवाच्या दुसऱ्या बाजूला कंबरेवर हात देऊन दगडासारखा उभा राहिलेला मुलगा खाली वाकला. शवाला चिकटून बसलेल्या बुशशर्टची कॉलर पकडून त्यानं जोरात खेचली. त्याबरोबर शवाचा अर्धा भाग उचलला जाऊन उलटा झाला. माँनं जोडलेला हात निघून आला. मला चक्कर आली. तिकडे मुलगा कॉलरच्या आतल्या बाजूला धोब्यानं का शिंप्यानं लिहिलेली अक्षरं दाखवून म्हणत होता.

"बघ, इथं ह्याचं नाव लिहिलं आहे."

माँनं बघितलं का नाही कळलं नाही... माझ्या समोरच्यांचे चेहरे मध्ये येत होते. घृणा आणि किळस चेहऱ्यांवर स्पष्ट दिसणारे. त्यांच्यातलंच एक कोणीतरी म्हणालं, "घेऊन जा, घेऊन जा आता. निकाल लावून टाक!"

त्या शब्दांमध्ये दुःखाचा भाग किती होता आणि घृणेचा किती, हे ठरवणं अवघड होतं.

माणसं पाठ फिरवून तिथून निघून जाऊ लागली होती. मुलगा ते शव उचलू बघत होता आणि ते लोळागोळा झालेल्या स्थितीतलं शरीर हातातून सटकत होतं. माणसं आता चिडली-वैतागली होती. मुलानं शेवटी घाई करून कसंबसं ते शव गाठोडं केल्यासारखं गोळा केलं आणि दोन्ही हातांनी ते बगलेत धरून तो चालू लागला. तो छावणीच्या बाहेर पडल्यावर माणसं विखुरली. आपापसात ती काहीतरी बोलत होती, पण काय ते समजत नव्हतं.

जरा वेळानं मी तंबूत बघितलं. जमिनीत ठोकलेल्या खिळ्याला ताणून बांधलेल्या दोरासारखी माँ बसली होती. तिचे डोळे आकाशाकडे लागलेले होते. ती काय बघत होती, हे बघायला मीही तिकडे बघितलं. काय होतं ते? ढग का धूर?

मग रात्री उशिरा एकदा पुन्हा मी त्या बाजूला जाऊन आलो. तंबूत अंधार होता, आणखी काही नव्हतं.

११

छावणीमध्ये शेकोटीच्या भोवती बसलेल्या माणसांना त्या दिवशी शेकोटीच्या धगीपेक्षा त्या मुलाची न् त्याच्या माँची हकिगत जास्त धग देत होतीसं दिसलं. मला वाटतं, त्यामुळेच मीही आज त्या कोंडाळ्यात जागा करून घेऊन बसलो होतो. ह्यापूर्वीही बऱ्याचदा मी असा त्यांच्यात जाऊन बसायचो; पण मी त्यांच्यातला एक आहे, असं मला वाटत नसे. असंही व्हायचं की, मी कोंडाळ्यापासून जरा दूर बसून द्रष्टाभावानं त्यांच्याकडे बघत असायचो. आज तरी वेगळं काय होतं? मी त्यांच्यात बसलो होतो. पण ते सगळे मिळून जे म्हणत होते, त्या म्हणण्यात मी भाग घेतला नव्हता; तरी ते जे बोलत होते त्या विषयाबद्दल माझ्याही भावना होत्या, हे खरं. ते जे म्हणत होते, त्यात मीही कुठेतरी होतो...

आज त्यांचा आवाज रोजच्यापेक्षा जरा मोठा होता. प्रत्येकाचं सगळं मी ऐकत होतो असं नाही, पण मुख्य मुद्दा लक्षात आला होता.

तो मृतदेह छावणीत आणला होता, ह्याचा लोकांना राग आला होता. एकुणात सर्वांचं मत असं होतं की, त्या मायलेकांनी छावणी सोडून गेलं पाहिजे; आणि हे मत जोर पकडत होतं. एवढंच नाही, तर तसं त्यांना सांगावं, इथपर्यंत गोष्टी आल्या होत्या! एवढंच की, कोणी जाऊन सांगावं, हे ठरत नव्हतं.

दुसरा अवघड प्रश्न हा होता की, जाऊन सांगायचं काय? ही छावणी कोणाच्या व्यक्तिगत मालकीची तर नव्हती किंवा सामूहिक मालकीचीही, की कोणाला असं तिथून काढून टाकता येईल. इथे सर्व कामावर देखरेख करणारा कोणी संचालकही नव्हता की, ज्याला सांगता आलं असतं. कोण केव्हा येतं, केव्हा निघून जातं, तेही धड कळत नसे. एक स्वयंपाकघर चालत होतं, पण त्यात छावणीतले लोक जेवायला येतात त्यापेक्षा बाहेरचे लोकही जास्त येत असतात! आणि हे तर उघडच आहे ना की, छावणीत कोण येतं, तर ज्याला उभं राहायलाही कुठे जागा नसेल ते म्हणून तर इथं येतात, पण इथून जाणार कुठं?

इथपर्यंत चर्चा आल्यावर सगळे गप्प झाले होते. कोणालाच ह्यावर काय

बोलावं, ते सुचत नव्हतं. विरोधाचा सूर एकाएकी निवळला आणि त्याऐवजी सहानुभूतीचा हळुवार विचार उमटू लागला. पण त्याचबरोबर झाल्या प्रकाराचा धक्काही जाणवत राहिला आणि लोकांमध्ये एक तऱ्हेचा क्षोभ निर्माण झाला.

"ह्या छावणीत आता जास्त दिवस राहता येईलसं वाटत नाही..." असं कोणीतरी म्हणालं, त्यातून तो क्षोभ बाहेर आला.

"डोळ्यांसमोरून अजून ते दृश्य जात नाही, धक्का बसलाय मनाला, खाणं-पिणं नको वाटतंय, चैनच नाही पडत."

"रात्र कशी जाईल, कोण जाणे. डोळे ओढल्यासारखे होतायत, पण झोपही लागत नाही!"

"हेही विसरू नका की, डुलकी काढण्यासारखी परिस्थितीही नाहीये!"

कोणीतरी म्हणालं आणि सगळे ह्या क्षणीच जणू काहीतरी घडणार असल्यासारखे सावध झाले. सगळं वातावरण जणू काहीतरी गूढ ऐकायला मिळणार असल्यासारखं झालं आणि बावरे होऊन सगळ्यांचे भिरभिरणारे डोळे त्या बोलणाऱ्या माणसावर स्थिर झाले.

"तुम्हाला ठाऊक नाही? गाव आणि गावाबाहेरचा भाग सगळं एकच झाल्यासारखं झालंय ते? लांडगे आणि तरसं असली जनावरं गावाबाहेर हिंडतात ना, तशी ती आता गावात हिंडायला लागलीत!"

चालू असलेल्या चर्चेत हे आणखी नवंच ऐकल्यावर वातावरणात आणखी भीती पसरू लागली.

"...जोपर्यंत सगळा राडारोडा काढला जात नाही तोपर्यंत कुठून केव्हा एखादा मृतदेह सापडेल, ते सांगता येत नाही, आणि माणसांना न सापडणारी प्रेतंही तरसं शोधून काढतायत!"

शेकोटी धगधगत होती, तरी अंगावर काटा येत होता आणि मग जे ऐकलं, त्यानं तर नखशिखान्त थरकाप झाला.

"इतकं चेंदामेंदा झालेलं ते प्रेत... त्याचा दुर्गंध ह्या छावणीतल्या धुळीत मिसळला असेल, हवेत पसरला असेल... ती तरसं आणि लांडगे त्या वासानं इथपर्यंत येऊन पोहोचायचे! काही सांगता येतंय? ही तरसं तर जिवंत माणसांनासुद्धा ओढून नेतात, म्हणून तर कच्छी भाषेत त्यांना 'भगाड' म्हणतात! आणि लांडगेसुद्धा बघता-बघता कुठल्या कुठं ओढून नेतात!"

माझ्या शेजारी बसलेले प्रौढ गृहस्थ 'आता सांगितलंच पाहिजे' अशा चेहऱ्यानं म्हणाले, "मी एकदा ओळखू न येणाऱ्या पावलांच्या खुणा छावणीत पाहिल्या होत्या. त्या 'भगाड'च्याच वाटल्या होत्या."

"*कैये? कैये?*" (कुठं? कुठं?) सगळ्यांच्या मनात एकदमच हा प्रश्न

आल्यासारखं सर्वांनी एकदम विचारलं, "विचारा ना ह्यांना –"

त्या प्रौढानं मला पुढे घातलं आणि स्वत: मात्र आपल्याच शब्दांच्या मागे लपले.

पण कोणीच मला काही विचारलं नाही. त्याऐवजी ते सगळेच काय-काय अनुभव सांगायला लागले. कोणालातरी तंबूच्या कापडाला बाहेरून कोणी घासून जातंयसा आवाज ऐकू आला होता... तर दुसऱ्या कोणी विचित्र प्रकारचा, अनोळखी आवाज ऐकला होता. त्या वेळी ज्यांना भीती नव्हती वाटली, घाबरायला नव्हतं झालं; त्यांना आता भीती वाटायला लागली!

सगळे उभे राहिले आणि यातून सुटण्याचा दुसरा मार्ग नसल्यासारखे त्या मायलेकांच्या तंबूवर मोर्चा काढायला निघाल्यासारखे तिकडे जायला निघाले.

मला वाटलं की, त्यांना थांबवून विचारावं, 'ती दोघं समजा येथून गेली, तरी छावणीतल्या धुळीत आणि हवेत मिसळलेल्या त्या वासाचं काय?' पण ते पुढे निघून गेले आणि मी तिथेच उभा राहिलो.

थोड्या वेळानं सगळे परत आले. त्यांच्या आपसातल्या बोलण्यावरून मी ताडलं की, माँ आणि मुलगा तंबूत नव्हते. त्यामुळे सगळ्यांनाच सुटल्यासारखं वाटत होतं!

मी माझ्या तंबूत गेलो.

जमिनीवरच्या धुळीत पसरलेल्या ताडपत्रीवर मी आडवा झालो. ताडपत्रीवर इतकी धूळ आली होती की, ताडपत्री असण्या-नसण्याला काही अर्थ राहिला नव्हता आणि जमिनीवरच्या धुळीतच झोपलो आहे असं वाटत होतं. हात-पाय कुठंही, कसेही पसरले, तरी धूळच लागत होती. दोन्ही हातांची बोटं एकमेकांत गुंफून मी त्यांवर डोकं ठेवलं. रेतीचे कण त्यांच्याखाली दाबले गेले. तो दाब माझ्या पुऱ्या अस्तित्वावर आला असल्यासारखा वेगळाच, विचित्र अनुभव आला आणि मनात एक अकळ भीती उमटली. त्याबरोबरच हातांची बोटं सुटली आणि दोन्ही हात बाजूला झाले. डोकं खाली पडल्याबरोबर त्यात धूळ भरली. मला काय झालं, कोण जाणे, मी केसांमध्ये बोटं फिरवून सबंध डोकं धुळीनं भरून टाकलं!

ह्या अनुभवानं एक वेगळाच दिलासा मिळाला की, सर्व उद्ध्वस्त होऊन प्रचंड विनाश झाला असं वाटतं; तेव्हाच असाही विचार येतो की, एवढा सगळा विनाश झाला आहे, तरीही शेवटी ह्या धरतीशिवाय आश्रयस्थान कुठलं आहे? ज्या धरतीनं दुभंगून सगळी घरं पाडून टाकली, त्याच धरतीनं तंबू टाकायला जागाही दिली आणि स्वत:च्या छातीत खिळे ठोकू दिले! माणूस ही धरती सोडून आणखी जाऊच कुठे शकतो? आपण सुरक्षित आहोत, एवढं जाणवण्यानंच माणसांना केवढा दिलासा वाटतो!

मग मी, मलाच का तसा दिलासा वाटत नाही? का माझं मन स्वस्थ होऊ शकत नाही? हा तंबू छावणीत राहणाऱ्या इतर सगळ्यांसारखाच माझ्यासाठीही आश्रयस्थान आहे? त्या लोकांनी जसं सगळं गमावलं आहे, तसं मी काय गमावलं आहे? सतीश? सतीशला गमावलंय? सतीशचं घर जमीनदोस्त झालं; पण तो वाचला असता, तर त्यानं कदाचित ह्या छावणीतच आश्रय घेतला असता आणि मी त्याच्याबरोबर राहत असतो. इथं, ह्या छावणीतसुद्धा, त्याचा पाहुणा म्हणून...

कदाचित आम्ही भेटलोही नसतो, होय की, तसंही झालं असतं. छिन्न-भिन्न झालेल्या ह्या शहरात मी एकटा कुठे हिंडलो असतो त्याला शोधत? मला असं त्याला शोधत फिरताना बघून कोणीतरी विचारलं असतं, "कोणाला शोधताय तुम्ही? कोणाला म्हणालात? सतीशला? चला, मी दाखवतो तुम्हाला तो कुठे आहे ते." मग मी सतीशच्या पत्त्यावर पोहोचलो असतो. मी बघितलं त्या स्थितीत – धूळ अन् दगडधोंडे होऊन गेलेल्या स्थितीत – त्याचं घर मी बघितलं नसतं आणि त्याचा देहही त्या धूळ अन् दगडधोंड्यांत मिसळलाय, असं मला खात्रीपूर्वक समजलं नसतं, तर? तर, ह्या उद्ध्वस्त शहरात एकदा हिंडून मी निघून गेलो असतो. सतीश कदाचित वाचला असेल, ह्या शक्यतेनं मला इथे अडकवून ठेवलं नसतं. तो मृत्यू पावलाय, अशा खात्रीच्या बातमीनं मला इथं अडकवलंय...

मी इथे असा का थांबून राहिलोय, ह्या प्रश्नाचं उत्तर माझ्याकडे नाही. सतीश मला आता पुन्हा भेटणार नाही, हे नक्की, मग? इथं इतक्या दिवसांमध्ये मी जे बघितलं आहे की, एकाच घरातली आणि कुटुंबातली माणसंही एकमेकांपासून अशी हरवून वेगळी झालीयत की, पुन्हा भेटू शकलेली नाहीत; भेटणं तर लांब राहिलं, त्यांचा थांगपत्ताही लागलेला नाही की शवही हाती लागलेलं नाही! सगळा राडारोडा उचलून-उचलून जमीन साफ करून टाकण्यात आली आहे.

ज्या घटना घडून गेल्या आहेत, त्या वाटेल तेव्हा पुन्हा समोर दिसतात. पडून गेलेल्या इमारतींचा राडारोडा उचलून-उचलून चारी बाजूंना दूर-दूरवर फेकून देण्यात आला आहे. ते बघून असं वाटतं की, हे सगळं ह्या शहराचा नकाशा बनला तेव्हा, असं होणार हे ठरलेलंच होतं काय? मी तर हे शहर ह्या स्वरूपातच पाहिलं – ना काही आकार, ना काही नकाशा – राड्यारोड्यांना आणि भंगाराला आकार कसला आणि नकाशा कसला? माझ्या मनात रुतून राहिलेल्या घटनाही अशाच धक्का मारून एकदम बाहेर येतात आणि सगळं अस्ताव्यस्त करून विस्कटून टाकतात. माझाही नकाशा त्यामुळे बदलून गेलाय आणि कदाचित माझा आकारही. ह्या शहरासारखेच मलाही अधून-मधून केव्हाही बसणारे मोठ्या धक्क्यानंतरचे छोटे धक्के सहन करावे लागतात.

कधीकधी तर मनातल्या आणि बाहेरच्या धक्क्यांची इतकी सरमिसळ होते की,

मनात काय खदखदतंय आणि बाहेर काय हादरतंय, हेच समजेनासं होतं.

आत्ता हा जो फडाफड् आवाज ऐकू येतोय, तो कसला? हा सूं सूंऽऽ आवाज कसला? वारा सुटलाय जोराचा आणि तंबूचं कापड फड्फड् आवाज करतंय... पण मनातही ह्या क्षणी काहीतरी फडफडतं आहेच, काहीतरी तुटतंय... फुटतंय... कधीकधी भीती वाटेल असं अट्टहास्य, तर कधी भयंकर आक्रोश...

पारिजात अपार्टमेंट्सजवळ ज्या माणसाच्या मानसिक वेदनांनी त्याला वेड लागलेलं मी बघितलं होतं, ते आठवलं. त्याच्या त्या अवस्थेत त्याचा ताबा नसलेले जे आवाज मी ऐकले होते, ते आवाज तर हे नाहीत ना, अशी मनात शंका येते. आणि तो आवाज असा कापतोय, तो का? मग मनात प्रश्न उमटतो की, मला आठवत राहतो तो वेडा झालेला माणूस का सतीश? मनात खोलवर एकामागून एक उठणारे प्रश्न सगळं खाली-वर करून उसकटून टाकतात. त्यात एक प्रश्न एकाएकी उफाळून वर येतो – सतीशच्या मृतदेहाचं काय झालं असेल? उद्ध्वस्त होऊन गेलेल्या पारिजात अपार्टमेंट्सच्या राड्यारोड्यात मिसळून त्याचाही राडारोडा झाला असेल आणि शहरातल्या कुठल्यातरी खोल खड्ड्यात टाकलेल्या त्या राड्यारोड्यात तोही आत पुरला गेला असेल!... मी तर पुन्हा त्या बाजूला गेलोच नाही, असा काही व्याकूळ होण्यासारखा धक्का मला बसलाही नव्हता... नव्हता? सतीश माझ्यासाठी होत्याचा नव्हता झाला, ह्या सूंऽऽ सूंऽऽ वाहणाऱ्या वाऱ्यासारखा.

मनात घोंघावणाऱ्या ह्या विचारांना एकदम अडसर बसतो. वाटतं तर मग ह्या तंबूच्या कापडाच्या भिंतींच्या फडफडाटासारखा आवाज येतोय, तो काय आहे? आणि रेतीच्या कणांसारखं त्वचेवर करकरतंय ते?...

मी चेहऱ्यावरून हात फिरवला. डोळ्यांत खुपतंय काहीतरी, उठून उभा राहिलो. पाय आपोआपच त्या मायलेकांच्या तंबूकडे वळले. शेकोटीभोवती बसणाऱ्या लोकांच्या बोलण्यात ऐकलं होतं की, ती दोघं छावणी सोडून निघून गेलीयत... पण मला वाटतं की, नसतीलही गेली. कुठेतरी गेली असतील आणि परत आली असतील. ह्या उद्ध्वस्त होऊन गेलेल्या शहरात ती आणखी जाणार तरी कुठं? माँला तर चालताही येत नव्हतं...

म्हणून गेलो आणि बघितलं, तर तंबूत फक्त गडद अंधार सोडून कोणी नव्हतं...

१२

मी केव्हा जागा असतो आणि केव्हा झोपेत असतो, हेच लक्षात राहत नाही. जे जागेपणी बघितलं आहे, तेच झोपेतही दिसत असतं...

रस्ते, गल्ल्या, बोळ... सगळे राड्यारोड्यांच्या टेकड्यांखाली पुरले गेले आहेत. एका विस्तारातून दुसऱ्या विस्तारात जायला ह्या टेकड्या ओलांडायच्या असतात; परंतु तेव्हा आपण अमुक विस्तारातून जात आहोत, असं लक्षात येत नाही. सगळं शहरच्या शहर काळाच्या पडद्याआड कुठल्या कुठे ढकललं गेलं आणि कुठेतरी वेगळ्याच प्रदेशात आपण आलोय, असं वाटतं.

त्या टेकाडांवर चढताना आपण पायांखाली काहीतरी चिरडत चालतोय, असं वाटतं. तिथं उभं राहिलं तरी पायांतही तशीच भावना येते. कुणाचातरी हुंकार, कण्हणं, दबलेली किंकाळी किंवा काकुळतीचे शब्द पायात जणू अडकतात, ज्यांना तिथेच टाकून, दुर्लक्ष करून, चिरडून पुढे जायचं असतं. हे सगळं खरंच होतंय, का मनात भलभलत्या कल्पना येतायत, ते ठरवता येत नाही; आणि मनाची परिस्थितीही तशीच आहे – तिथेही राडारोडा पडलाय, सगळं दबून राहिलंय. मन कण्हतंय न् किंचाळतंय माझं! कधीकधी तर हे ठरवणं अवघड होतं की, हे आतूनच ऐकू येतंय, का बाहेरून?

तेवढ्यात ठेच लागली आणि मी पडता-पडता सावरलो; पण खाली वाकलो होतो म्हणून दिसलं की, तो कोणाचातरी हात होता – तुटून पडलेल्या स्लॅबच्या खालून बाहेर निघालेला. त्या हाताची हलणारी बोटं याचना करतायत, मी पुढे जाऊ शकत नाही. वरच्या दगडाला दोन्ही हातांनी घट्ट पकडून तो सरकवायला मी जोर लावला. माझे दोन्ही पाय जमिनीपासून वर उचलले गेले आणि मी डोक्यावर उलटा पडलो. माझा चेहरा त्या स्लॅबमध्ये अडकलेल्या हातावर आला. त्या हाताच्या पकडीतून सुटणं, हे ती स्लॅब हटवण्यापेक्षाही अवघड होऊन बसलं! माझ्याबरोबर दुसरे काही लोकही त्या टेकाडावर होते, त्यातले दोघे जण माझ्याजवळ आले. ते अगदी जवळ आले तेव्हा ते माझ्या लक्षात आलं आणि मला वाटलं की, ते मला

स्लॅब हटवायला मदत करायला आले असतील; पण तसं करण्याऐवजी त्यांनी मला बखोटीला धरून पकडलं. जणू मीच चिकटून बसलो होतो; तो हात तर जणू माझ्या शरीराचाच भाग असल्यासारखा चिकटून बसला होता! त्या दोघांना माझ्या बावळटपणाचा राग आला. त्यांनी मला जोरानं ओढून काढून बाजूला फेकून दिलं...

...माझे डोळे मिटलेलेच होते, का मी आत्ता बंद केले? डोळे मिटून घेतले तरी असं वाटतं की, दृष्टी डोळ्यांमध्ये बंद राहत नाही. ती बाहेर कुठे-कुठे फिरत राहते आणि दृष्टीसमोर काहीच्या काहीच दृश्यं दिसत राहतात... सबंध शहरातली मोडून-तुटून पडलेली घरं जणू सगळी एकाकार होऊन एक वेगळाच आकार तयार होतो. तुकडे-तुकडे झालेलं शहर जोडलं जाऊन सबंध एक नवा विचित्र आकार तयार झालाय! तो पाहून मला धसका बसतो. हे काय शहर आहे, का मोडतोड झालेल्या घरांच्या राड्यारोड्यांचा ढिगारा?

आता तो ढिगारा माझ्या डोळ्यांसमोर थरथरायला लागतो. मला समजत नाही की, हा ढीग हलतोय का डोलतोय? त्याच्या आतून जोरात वाफ निघते. पहिल्यांदा निघते, तेव्हा किंचाळल्यासारखा आवाज होऊन विस्फोट होतो आणि मग उसासे टाकल्यासारखी निघतच राहते! असं वाटतं की, त्या ढिगाऱ्याच्या आत एक असह्य वेदना आहे...

मला असं का वाटतंय की, हे डोलणं माझ्यासाठी, माझ्यापुरतंच आहे? ह्या सबंध भोवतालच्या विस्तारात जणू माझ्याशिवाय कोणी नाहीच. मी ह्या शहरात हिंडत असण्याऐवजी हे शहर माझ्या मागं-मागं हिंडतंय, माझा पाठलाग करत असल्यासारखं! प्रयत्न केला, तरी त्याच्यापासून मी दूरही जाऊ शकत नाही.

...जाग येते तेव्हाही खात्री वाटत नाही की, मी इतका वेळ झोपेत होतो! तंबूत उताणा पडून आहे, तोसुद्धा त्या शहराच्या राड्यारोड्यानं पाठलाग करून मला आडवा केला असल्यासारखा! आणि तो ढिगारा अजूनही डुलत डुलत माझ्या तंबूच्या बाहेरच उभा आहे, तोच कदाचित मला इथून जाऊ देत नसेल!

हे मला असं काय होतंय? मी नीट विचार करून सगळं समजून घेण्याचा प्रयत्न करतो.

...असं आहे की, ह्या शहराला मी ह्या अशा स्वरूपातच पाहिलं आहे – संपूर्ण कोसळून उद्ध्वस्त झालेलं. ह्यापूर्वी मी इथं कधीही आलेलो नाही. हां, सतीशबरोबर ह्या शहराबद्दल गप्पा बऱ्याचदा व्हायच्या. तेव्हा भुजबद्दल बोलताना त्याचे डोळे असे काही चमकायचे! "कमालीचा प्रदेश आहे हा!" तो म्हणायचा आणि मग वरचेवर पडणारे दुष्काळ, इथल्या रणाची भीषणता, समुद्रावरची साहसं, भयानक चक्रीवादळं, फाळणीनंतर ह्या प्रदेशाचा बदललेला चेहरा, सिंध-पाकिस्तानातून इकडं पळून आलेल्या लोकांच्या पुनर्वसनाबद्दल तो बरंच काय-काय सांगायचा. त्यातून ह्या

प्रदेशाचं बदललेलं रूप, ह्या सर्व गोष्टींबद्दल सांगायचा. ह्यापूर्वी होऊन गेलेल्या भूकंपांबद्दल तर सध्याचे भूकंपग्रस्त लोकही बोलायचे; पण जो प्रचंड विनाश त्यांच्या डोळ्यांसमोर झाला होता आणि त्यात त्यांनी जे सहन केलं होतं, त्याबद्दल त्यांना बोलवत नसे.

जे डोळ्यांसमोर दिसत होते, त्यावरून त्याच्या मूळ स्वरूपाची कल्पना करण्याचा मी प्रयत्न करतो. जी घरं पडून गेली, त्यांमध्ये सहा-सात मजली इमारती आहेत, तशीच झोपड्यांसारखी घरंही आहेत. पण आत्ता दोन्हींच्या स्थितीत काहीच फरक दिसत नाही. जमीनदोस्त झाल्यावर सात मजली इमारत असो की झोपडी, काय फरक पडणार? दोन्हींमध्येही राहणारी माणसं रस्त्यावर आलीयत! मला तर दोन्हींमधले लोकही सारखेच दिसतात – माणसं! कधीकधी तर झोपडीत राहत होता तो कमी दुःखी दिसतो! इमारतीत राहणारा झोपडीवाल्याकडे असा बघत असतो की, त्याच्या डोळ्यांत असूयेची झाक जाणवते. कदाचित त्याच्यापेक्षा झोपडीवाल्याचं कमी नुकसान झालं, हे त्याला खुपत असेल? आणि मुळात जास्त असल्यानं जे काही बाकी राहिलं असेल, ते वाचवून परत मिळवण्याची त्याची धडपडही जास्त असू शकेल.

अशा एका ठिकाणी, मला इमारतीत राहत होता असा एक माणूस एका झोपडीवाल्याला बोलावत असलेला दिसला. जमीनदोस्त झालेल्या त्याच्या फ्लॅटमधून काहीतरी वस्तू काढायची होती. झोपडीवाला हातातलं काम बाजूला ठेवून धावत आला. फ्लॅटवाल्यानं त्याला काहीतरी सांगितलं. त्या झोपडीवाल्यानं वर बघितलं. फ्लॅटच्या समोरचा भाग पडून गेला होता, त्यात दरवाजा अर्धा दाबला गेला होता आणि अर्धा भाग अधांतरी लटकत होता. आत जाणं धोक्याचं होतं, हे तर दिसतच होतं. झोपडीवाला जरा घुटमळला. त्यानं आजूबाजूला बघितलं आणि मग त्या पडलेल्या इमारतीच्या राड्यारोड्यात घुसला.

तेवढ्यात मला दिसलं की, फ्लॅटवाल्याची बायको त्याला काहीतरी सांगत होती. ते ऐकल्यावर तो लगेच पुढे गेला आणि ढिगाऱ्याच्या जितकं जवळ जाता येईल तितकं जवळ जाऊन उभा राहिला. मग मान वर करून त्या दाराकडे टक लावून पहारा करत असल्यासारखा उभा राहिला. मला कळलं, बायकोनं काय सांगितलं असणार ते!

थोड्याच वेळात झोपडीवालाही आतून एक बॅग घेऊन आला, तसा फ्लॅटवाला एकदम पुढे गेला आणि त्याच्या हातातून ती बॅग त्यानं जवळजवळ हिसकावून घेतली. विश्वास – भरवसा ठेवण्याचा प्रश्न होता! झोपडीवाला पुन्हा आपल्या कामाला लागला. विश्वास टाकण्याचा प्रश्न जसा उभा झाला होता, तसा सुटलाही होता!

जी घरं बचावली होती, ती आता उघडली जाऊ लागली होती. लोकांची मनंही

पुन्हा जरा मोकळी होऊ लागली होती. मनातल्या शंका-कुशंका, संशय हळूहळू कमी होऊ लागले होते. जी घरं वाचली आहेत, ती जास्त सुरक्षित कशी करावीत ह्याचा विचार सुरू झाला. धोका किती आहे आणि दुरुस्ती किती अन् काय करता येईल, ह्याच्या शक्यता बघायला त्या विषयातले निष्णात बोलावले जाऊन त्यांचा सल्ला घेण्यात येऊ लागला. भूस्तरशास्त्रज्ञही मदतीला आले. देश-विदेशातून विशेषज्ञही येऊ लागले, त्यांचा खूप उपयोग होतोय. लोकांना नवी-नवी माहिती मिळू लागली. त्यांपैकी मुख्य गोष्ट ही आहे की, धरणीकंपाची पूर्वसूचना देता येत नाही, तो केव्हाही होऊ शकतो. हे ऐकल्यावर सुरुवातीला लोक प्रचंड घाबरले होते. भूकंप पुन्हा होऊ शकेल, ह्या भीतीनं आपापली घरं, गल्ल्या सोडून लांब जाऊन बसले आणि घरांकडे भीतिग्रस्त संशयानं वळून-वळून बघत आहेत. अशातच प्रत्यक्ष परिस्थितीचा आढावा घ्यायला आलेल्या एका मंत्र्याला तो प्रचंड विनाश बघून एवढा धक्का बसला की, त्यांनी इतकी अतिशयोक्तिपूर्ण शक्यता व्यक्त केली, त्यामुळे लोकांमधली भीती आणखी वाढली.

परंतु, जसा झाला होता तसा धरणीकंप पुन्हा झाला नाही. लहान-लहान धक्के बसत राहिले – 'आफ्टरशॉक्स.' लोकांना आता हा शब्द चांगला माहीत झालाय. पण हे लहान धक्के बसतात, ते तर एखादं जंगली जनावर एकदम मान खाली घालून ढुशी मारत यावं आणि जिकडे-तिकडे हे पाड, ते मोड करत मग गुरगुरत, पाठीवरची चामडी थरथरत उभं राहावं, तसे आहेत. तरीही, लोक असा आफ्टरशॉक बसला की, तंबूतून बाहेर मोकळ्या मैदानात घाबरून एकमेकांना घट्ट पकडतात, त्यांचे चेहरे घाबरेघुबरे होतात आणि डोळ्यांमध्ये लाचारीचे भाव दिसतात. स्वतःचा जीव सोडून आणखी वाचवण्यासारखं आता त्यांच्याकडे राहिलेलंच नाही; आणि जीव जर वाचलाय, तर तो आता काय वाट्टेल ते झालं तरी गमावायला ते तयार नाहीत! ज्यांचे जीव भूकंपानं आधीच घेतले आहेत, त्यांचीही त्यांना त्या क्षणी आठवण येत नाही! त्या क्षणी बस, माणूस एकटा पडायला तयार नसतो आणि तो दुसऱ्यालाही कोणाला एकटं पडू देत नाही! तंबूतून बाहेर यायला थोडा जरी कोणी उशीर लावला, तरी त्याचे हात पकडून त्याला बाहेर खेचलं जातं; कारण असा उशीर केल्यामुळे जमिनीत गाडली गेलेली माणसं त्याला माहीत असतात. दगड-विटांच्या ढिगाऱ्यात गाडल्या गेलेल्या किती जणांना त्याला बाहेर काढता आलं होतं? त्यामुळे त्याच्या ह्या आग्रहात भीती आणि एक अपराधी भावनाही असते.

अशाच एका वेळी व्याकूळ झालेल्या एका माणसाला शांत करायला मी म्हटलं होतं, "पण इथं तर अशी काही भीती नाहीये, म्हणून तर आपण इथं आलोय – ह्या तंबूत – " तर शांत होण्याऐवजी माझ्याकडे बघून डोळे वटारून तो गुरगुरला, "अशी खात्री आहे का तुम्हाला? तुम्ही अशी खात्री देऊ शकता का हो

मिस्टर? बोला ना, बोला!''

मला त्याची काळजी वाटू लागली. माझं म्हणणं त्याला कसं पटवून द्यायचं, ह्याचा मी विचार करत होतो; तर मला गप्प राहिलेला बघून तो पुन्हा ओरडून म्हणाला, ''बाहेरगावचे दिसताय? इथले वाटत नाहीत तुम्ही; नाही तर असं म्हणाला नसतात! बघितलाय तुम्ही धरणीकंप? ही... ही तुम्ही उभे आहात ती भूमी एकाएकी फाटताना बघितलीय? त्या पडलेल्या खिंडारात कितीतरी इमारतींचे मजलेच्या मजले असेच्या असे गडप झाले... ठाऊकाय तुम्हाला? का? आता का बोलत नाही? बोला ना चट्कन, उत्तर द्या!''

त्याच्या हातवाऱ्यांमध्ये तेव्हा झालेली ती घटना मूर्तिमंत उभी होत होती आणि त्याच्या आवाजात प्रचंड धसका, भीती होती. त्याच्या गळ्याच्या फुगून आलेल्या शिरा आणि भयाकुल डोळ्यांमध्ये ते सगळं पुन्हा आत्ता होईल, अशी भीती दिसत होती. त्याच्या मनातलं हे वादळ त्याला स्वस्थ बसू देत नव्हतं. खरं सांगायचं, तर मला हे त्याचं वर्तन बघण्यासारखं वाटत होतं! कदाचित म्हणूनच, तो आणखी भडकेल असं मी बोललो, ''आज पेपरमध्ये आलंय की, माणसं भूकंपानं मरत नाहीत; घरं पडतात म्हणून माणसं मरतात.''

मला वेडावून दाखवत तो म्हणाला, ''घ्या, बोलले!''

''ह्या देवदूताला विचारा हो कोणीतरी की, घरं कशी पडतात? कोणी घण मारून पाडतात काय? ऐका तर खरं, मोठे आलेत सांगायला ते!''

आता मी पुढे काही बोललो नाही. तंबूत राहून गेलेल्या व्यक्तीऐवजी ह्या व्यक्तीला सांभाळायला हवंय, असं वाटलं.

हळूहळू लोकांना पटायला लागलंय की, जसा झाला तसा भूकंप पुन्हा होण्याची शक्यता नाही. भूस्तरशास्त्रज्ञ निरीक्षणं, अभ्यास वगैरे करून असा हवाला देत आहेत. जमिनीच्या आतले खाली-वर झालेले भूस्तर आता हळूहळू जागच्या जागी बसू लागले आहेत आणि त्यामुळे हे धक्के बसत आहेत.

हे त्यांचं सांगणं लोकांना आता पटू लागलं आहे, त्यामुळे त्यांची मनंही शांत होऊ लागली आहेत. आता धक्का बसतो, तेव्हा हेच लोक एकमेकांकडे बघून, जमिनीकडे बोट दाखवून म्हणतात – भूस्तर जागच्या जागी बसतायत...

भूस्तर जागच्या जागी बसतायत, जमीन आता स्थिर होतेय, हेसुद्धा केवढं मोठं आश्वासन होतं! हेच लोक आता धक्का बसतो तेव्हा किती रिश्टर स्केलचा होता, हेही सांगतात. अशिक्षित लोकांनाही आता ह्या बाबतीत समजायला लागलंय. आफ्टरशॉक्सबद्दलचं नावीन्य अजून ओसरलेलं नाही. खरंतर धक्क्यांची संख्या वाढली आहे; परंतु त्यांची तीव्रता अन् किती वेळ धक्का बसतो, त्याचा अवधी मात्र कमी होत चाललाय, त्यामुळे लोकांची भीती कमी होऊ लागलीय. धसक्याऐवजी

लोकांना ते रोमांचक अनुभव वाटायला लागलेत, असंही वाटतं. सगळे एकमेकांना विचारत असतात, "धक्का बसला आत्ता. होय ना? तुमच्या लक्षात आलं?"

"हो तर! अहो, मी चहा पीत होतो, तर माझ्या हातातली कपबशी थरथरली!"

अगदी लहान धक्केही लोकांना आता समजायला लागलेत. पुढे मग ते समजावेत, ह्यासाठी लोकांनी एक युक्तीही शोधून काढली. एका थाळीबरोबर एक सळई अशा तऱ्हेनं बांधून ठेवली की, लहानसा धक्का बसला तरी सळई थाळीवर आपटून 'घंटा' वाजायला लागते! धक्का बसला, हे आपल्याला समजल्याशिवाय राहत नाही, एवढ्यानं जणू लोकांना निश्चिंत वाटतं! धरणीकंप झाला तेव्हा आपल्याला कल्पनाच नव्हती. तसं आता होणार नाही, एवढ्या आश्वासनानं किती फरक पडतो आहे!

अजून लोकांना फ्लॅटमध्ये राहायला जाण्याची मात्र हिंमत होत नाही. आपण सुरक्षित असणं इतरांवरही अवलंबून आहे, असं वाटत असेल. भूकंपानेही नुकसान करण्यात असा काही विचित्रपणा केलाय की, बहुतेक नुकसान जमिनीवर झालं आहे. बऱ्याच घरांचे वरचे मजले जवळजवळ तसेच्या तसे राहिले आहेत! पण अशा अधांतरी सुरक्षित राहण्याचा काय भरवसा? त्या मजल्यांकडे बघून विवश वाटून घेत ते परत फिरतात. पण बैठ्या घरांमध्ये राहणाऱ्या लोकांत आता हिंमत येऊ लागली आहे. घरांना पडलेल्या उभ्या-आडव्या भेगांकडे बघणं लोकांना आता सवयीचं झालं आहे. डिस्मॅन्टलिंग, डिस्प्लेसमेंट, हेअरक्रॅक, रिट्रोफिटिंग, अर्थक्वेक रेझिस्टन्स असे पारिभाषिक शब्द आता लोकांच्या सहज-साध्या गप्पांमध्येही ऐकू येतात. सर्व्हे करत असलेले इंजिनिअर, देश-परदेशांतून येणाऱ्या तज्ज्ञ मंडळींची व्याख्यानं, परिसंवाद, लेख इ. मधून येणारे हे शब्द आता सामान्य माणसांच्या बोलण्यात येऊ लागले आहेत. स्थानिक कामगारांसाठीही आता प्रशिक्षणसत्रं सुरू होत आहेत.

हे सगळं चाललंय ह्याचा सगळीकडे बोलबोला तर होतोय, पण त्यातून अजून भविष्यकाळासाठी निश्चित असा आराखडा तयार होत नाहीये. घरं पाडून टाकण्यात येतील; एकाहून जास्त मजले असतील, ते खाली उतरवण्यात येतील, अशा सगळ्या बातम्यांच्या वावटळींमध्ये लोक सापडले आहेत आणि आपल्याच गावात गोंधळल्यासारखे, अनोळखी असल्यासारखे हिंडत आहेत.

अशा परिस्थितीत तात्पुरत्या उपायांचा लोक विचार करू लागले आहेत. पटेल जातीचे कुशल कारागीर जास्त विचार करत न बसता आपापली पडलेली घरं दुरुस्त करून उभी करण्यात गढले आहेत. त्यामुळे दुसऱ्या लोकांच्या अशा कामाला ते येऊ शकणार नाहीत; तेव्हा मग लोकांनी असा मार्ग काढला आहे की, त्यांनी डोंबारी जातीच्या मजुरांना कामावर घेतलं आहे. मुळात रस्तोरस्ती कसरतीचे खेळ, उंच

बांधलेल्या दोरावरून चालण्याचा खेळ दाखवणारे हे लोक आता हा 'खेळ' करायला तयार आहेत. त्यांना तर पोट भरल्याशी कारण. ते तर या परिस्थितीतही खेळाकडे बघावं, तशा दृष्टीनं बघत जगतात! ते लोक जसे आपली-आपली खोपटी बांधून राहतात; तसे हे मोठाल्या बंगल्यांमध्ये, माड्यांवर राहणारे लोकही आता खोपटांमध्ये राहायला लागलेत. उलट, त्या डोंबाऱ्यांची खोपटी तर पहिल्यापासूनच असल्या कारणानं खूप सोईस्कर आहेत! जागा करून भगदाडं बुजवायची, लिंपण करायचं, अशी कामं चालू आहेत. भेगा बुजवल्यावर मनात सुरक्षित असल्याची भावना येत असावी. पण आता या परिस्थितीत काही वेगळ्या तऱ्हेच्या फटी पडताना दिसू लागल्यायत! लोकांच्या ज्या तक्रारी ऐकू यायला लागल्यायत, त्या अशा –

"बाहेरून आलेल्या मजुरांना तर रान मोकळं मिळालंय! कुठलंही काम करशील का विचारलं की, लगेच उलट प्रश्न येतो – 'किती पैकं द्याल?' मला घराचं अंगण साफ करून घ्यायचं होतं, तर त्यानं पाचशे मागितले. वर आणखी म्हणाला, 'थांबाया टैम न्हाई, लौकर काय त्ये बोला!' पाच-पंचवीस कमी करायचं म्हणालात, तर ते चालायलाच लागतात!"

लोकांना ह्या संदर्भात अंजारमध्ये यापूर्वी झालेला धरणीकंप आठवतो. ते म्हणतात, "त्या वेळी इतके हाल झाले नव्हते, एवढा प्रचंड विनाश झाला नव्हता, रक्षण मिळणं एवढं अवघड नव्हतं. एकमेकांना अन्नधान्य, कपडे पोहोचवता येत होते!"

त्यातच मग वादळं, पूर अशा येऊन गेलेल्या आपत्तीही आठवतात; पण त्यांत ज्यांचं प्रचंड नुकसान झालं, ते कोणाला ठाऊक होतं असं दिसलं नाही.

पण तक्रारी करणाऱ्या लोकांना उत्तरंही या सगळ्या बोलण्यांमधून दिली जात होता, ती त्यांच्यापर्यंत पोहोचली किंवा न पोहोचली तरीही.

"देशाच्या कुठल्या ना कुठल्या भागात विनाशक घटना होतच असतात... तिथे कदाचित एवढी मदतही पोहोचत नसेल. आपल्याला किती माहिती आहे त्यांची?"

लोक असाही विचार करत होते, हे बघून त्यांची दृष्टी जास्त विशाल झाली आहे, असं लक्षात यायचं. कोणीतरी असंही म्हणत होतं, "हे सगळे मजूर स्वतःचा प्रदेश सोडून इतक्या दूर, या अनोळखी मुलखात काम शोधत भटकतायत, ते काय असेच आपले? ते काय इथं फुकट सेवा करायला आलेत? ह्या विनाशाचं त्यांना नावीन्य नाही; तो तर त्यांच्या पाचवीलाच पुजलेला आहे! त्यांना डोळ्यांसमोर ही भूमी दिसत नसते, तर त्यांना ते सोडून आलेली भूमी दिसत असते; आणि माणसं तर सगळीकडे सारखीच असतात, इथं काय न् आणखी कुठं काय!"

हे सगळं समजत असलं, तरी धरणीकंप ही वेगळीच आणि विशेष घटना

आहे, हे त्यांच्या मनांमध्ये पक्कं बसलेलं दिसतं. त्यामुळे जगाच्या कोणत्याही कोपऱ्यात धरणीकंप झाल्याच्या बातम्या येतात; तेव्हा ते मनानं लगेच तिथं पोहोचतात, त्या भूमीचा, त्या लोकांचा विचार करतात.

मला हे समजत नाही की, या प्रदेशात जे काही घडत राहतं, जे काही मी बघतो; त्यात मी मनानं भागीदार कसा होतो? खरोखर जिथं माझा हक्क आहे, तिथून मी किती तुटून पडलोय, याचा तर विचारही येत नाही!

पुष्कळदा वाटतं की, सतीश जर वाचला असता, तर त्यानं काय केलं असतं? या प्रश्नाचं नेमकं उत्तर मला मिळण्यासारखी माझी मानसिक स्थिती नाही. माझी-त्याची इतकी दाट मैत्रीच कुठे होती? कॉलेजमध्ये बरोबर शिकलो, हे खरं आणि होस्टेलमधल्या त्याच्या खोलीवर जितका वेळ मी असायचो, तेवढा सहवास. हे म्हणजे त्याला इथं नोकरी मिळाली आणि त्यानं अगदी सहजपणे मला 'इकडे ये' म्हटलं होतं, एवढंच. नाहीतर बाकी काय? भाईबरोबर बेबनाव झाला नसता, तर त्याचं बोलावणं लक्षात ठेवून मी इथं आलो असतो का?

...असे सगळे प्रश्न मनात येतात, तरीही सतीशची आठवण झाल्याशिवाय राहत नाही. त्याच्या अशा तऱ्हेनं जाण्यामुळे एक वेगळंच भावनापूर्ण स्वरूप माझ्या मनात निर्माण झालं आहे. स्वत: बाजूला होऊन जणू त्यानंच मला अशा रितीनं या लोकांमध्ये आणून टाकलंय आणि अशा मन:स्थितीत अडकवलंय की, त्यानं सोपवलेली जबाबदारीच मी पार पाडतो आहे, असं मला वाटायला लागलंय.

पुष्कळदा असंही वाटतं की, सतीश वाचला असता; तर तो माझ्यासारख्या या शहरात, या लोकांमध्ये फिरत राहिला असता? तो एवढा मनानं गुंतला होता ह्यांच्यामध्ये? का इतर अनेक जणांसारखं तोही हे शहर सोडून गेला असता?

मी अजून इथं राहिलोय त्याचं कारण सतीश आहे, का भाई-भाभी? माझं मन जर भाई-भाभींवरून उडालं नसतं, तर मी आज इथं असतो का? का मग खरं कारण – खरं मोठं, महत्त्वाचं कारण इथले लोकच आहेत? सगळीकडे अस्ताव्यस्त विखुरलेले, भटकणारे हे लोक – डोळ्यांमध्ये आणि आत-मनात, असेकाही तंबू ठोकून बसून गेलेत की, पुष्कळदा तर असं वाटतं – मी स्वत:च एक छावणी तर नाही झालो? आणि दुसरीकडे जायचं, तर जायचं तरी कुठे?

पण हे अगदी खरंखुरं वास्तव आहे की, इथं आल्यानंतर माझ्या असं कधीही मनात आलं नाही की, मोटा भाईंना काळजी वाटत असेल. आणि तरी हेही तितकंच खरं आहे की, टेलिफोन लाइन सुरू झाल्याबरोबर मी त्यांना फोन केला होता. जसंकाही त्यांनीच मला इकडे पाठवलं असावं, अशा तऱ्हेनं ते माझी विचारपूस करत होते आणि मीही जणूकाही ते सांगायलाच फोन केला असावा, अशा तऱ्हेनं

सगळं सांगत होतो!.... पण त्यानंतर पुन्हा दुसऱ्यांदा मी फोन केला नाही. जणू मनात सगळं चित्र स्पष्ट झालं होतं, पक्का निश्चय होऊन गेला होता.

तिकडचा विचार मनातून काढून टाकला तेव्हा मला वाटलं की, अजून कितीतरी दिवस तर असेच निघून जातील, त्याबद्दल काही प्रश्न येणार नाही, जेवणासाठी हे स्वयंपाकघर चालू आहे आणि राहण्यासाठी तंबू आहे. मग प्रश्नच कुठे येतो? आणि मग एक जरा मजेदार विचारही मनात आला की, तसा तर कामांनाही तोटाच नाहीये!

त्या कामांसाठीच जात असल्यासारखा सकाळ झाल्या-झाल्याच मी बाहेर पडतो.

१३

खूप दिवसांपासून आता मी या शहरात राहतो आहे, तरी आता येथे हिंडता-फिरताना असं वाटायला लागलंय, जणू मी एखाद्या वेगळ्याच जागी आहे!

राडारोडा, भंगार सगळं काढायची सुरुवात झाली आहे. लोक सगळं विसरून कुतूहलभरल्या डोळ्यांनी बघत आहेत की, त्यांच्याच शहरात एक वेगळीच दुनिया उभी केली जातीय. कधीही बघितलीसुद्धा नव्हती अशी तऱ्हेतऱ्हेची मशीनरी कामाला लावण्यात आली आहे. जमीन दुभंगली तेव्हा सबंधच्या सबंध आत गेलेल्या इमारतींमधील कोणी जिवंत असण्याचे काही संकेत ठरवणारी, तो राडारोडा अन् भंगारातून रस्ता करत कोणीतरी जिवंत असण्याची नक्की जागा ठरवणारी यंत्रं, बाहेरूनच आत जाण्यासाठी बोगदा तयार करणारी यंत्रं... मध्ये नडणाऱ्या सळया, ग्रिल्स, कठडे इ. कापून काढणारे इलेक्ट्रिक कटर्स... मग क्रेन, लिफ्टर, लोडर, मोठ्या टॉर्चमधून निघून आत उजेड पाडणारी प्रकाशाची रेखा – हे सगळं बघणाऱ्या माणसांच्या डोळ्यांमधून ओसंडणारी जिज्ञासा आणि वाहणारे अश्रू एकत्र होऊन चमकत असतं. काळाला आपली मर्दुमकी गर्वानं दाखवण्याऐवजी कृतज्ञतेनं नमन करातंसं वाटतं.

परदेशातून आलेले तंत्रज्ञ त्यांच्या देशात फिरत असतील इतक्या आत्मविश्वासानं आणि मोकळेपणानं ह्या उद्‌ध्वस्त शहरात हिंडता-फिरताना दिसतात. अनोळखी वाटत असल्याचं ते अजिबात दाखवत नाहीत. कधीकधी तर वाटतं की, आत पुरल्या किंवा चेंगरल्या गेलेल्या माणसांनी तर ह्या सगळ्यांना पाठवलं नसेल?

अशा मशीन्सनी राड्यारोड्यातून, जमिनीतल्या भगदाडांमधून बाहेर काढलेल्या माणसांचे डोळे दोन जगांमधल्या फरकानं दिपून जात असावेत असं वाटत होतं; आणि इथून नंतर कुठल्या जगात जाऊन पोहोचू, ह्याचा विचार करायला कदाचित त्यांचं मन समर्थ नसेल... छावणीतली एक स्त्री कितीतरी दिवसांपासून तिच्या मुलाबद्दल जे सांगत असते, त्यावरूनही असंच वाटतं –

"जणूकाही सगळ्यांचा निरोप घ्यायला आला होता!"

घटना घडलीच अशी होती की, ऐकणाऱ्यांना धक्काच बसेल, वातावरण सुन्न होऊन जाईल. आणि शिवाय तसं पाहिलं तर ती सांगायची अशा तऱ्हेनं की, जणू दुसऱ्याच कोणाच्यातरी बाबतीत हे सगळं घडलं असेल! आवाज अगदी शांत, अजिबात न कापणारा, पण डोळ्यांमध्ये जो शून्य भाव होता, त्यातून थोड्या-थोड्या वेळानं बुडबुड्यासारखं काहीतरी निघत होतं. आधी मला कळलंच नाही की, काय होतंय! असं वाटत होतं की, उच्छ्वासांमध्ये मिसळून काहीतरी बाहेर येऊ बघत होतं, ज्याला भिजले डोळे रोखून धरत होते.

"नाहीतर चार-चार दिवस राड्यारोड्याखाली गाडला गेलेला असेल, तो कधी जिवंत बाहेर निघेल? खरं तरी वाटतं तुम्हाला?"

त्या स्त्रीनं जमलेल्या सगळ्यांकडे अशा तऱ्हेनं बघितलं, जणू हा प्रश्न ती प्रत्येकाला विचारत होती; पण सगळे असे निरुत्तर उभे होते, जणू ह्या प्रश्नाचं उत्तर ते शोधत असावेत.

"अहो, कुठं जखमा व्हायची गोष्ट तर लांब राहिली, माणूस गुदमरूनच मरून नाही का जाणार? पण जखमा तर राहिल्या बाजूला, त्याला तर एक ओरखडासुद्धा पडला नव्हता!"

ह्या खुशीला आता काय अर्थ होता? ती खुशीच तर आता काट्यासारखी मनात घुसून ओरखडे पाडत होती.

"त्यानंतर एक-दोन दिवस नाही, चांगले चार-पाच हिंडत फिरत होता; स्वत: जाऊन प्रत्येकाला भेटत होता. म्हणायचा, 'तुमचा आशीर्वाद! तुमच्या आशीर्वादानंच जिवंत बाहेर आलो, तुम्हाला पुन्हा भेटू शकलो.' असं इतकं मनापासून सांगायचा, 'तुम्हाला खूप काळजी वाटली असेल माझी,' असं म्हणताना भरून यायचं त्याला. असं सगळं बोलला आणि मग एवढं सांगायलाच जणू आला असावा, तसा गेला! खरं तरी वाटेल कोणाला?"

ती बाई कितीतरी वेळ न थकता सतत बोलत राहत होती. कोणाला वाटेल की, डोकं हलकं झालंय की काय हिचं?

"तो ना, पहिल्यापासूनच असाच होता... "

मग ती त्याच्या सबंध आयुष्याबद्दल सांगायला लागायची. श्रोत्यांमध्ये कोण आहेत न् कोण नाही, किती जण आहेत, हे तिला ठाऊकच नसायचं. श्रोते बदलत असायचे, पण समोर एखादा जणच असला, तरी तिला काही फरक पडत नसे आणि काही विशेष काम नसलं, तर कोणीही तिच्याजवळून उठून जात नसे की तिचं सांगणं ऐकायला कंटाळत नसे. सगळी हकिगतच अवाक करणारी होती. कमालीचा अचंबा वाटेल अशा कितीतरी घटना त्यात होत्या. लोक तिच्याकडून ऐकलेलं इतरांनाही सांगायचे की, त्या मुलाच्या चारी बाजूंना मोठाले दगड अशा काही रितीनं

पडले की, मध्ये कोनाड्यासारखी मोकळी जागा तयार झाली, जिथं तो होता! प्रकाश येत नव्हता, पण तुटलेल्या पाइप्समधून श्वास घेता येईल एवढी हवा येत होती! एक दिवस तर त्यानं स्वमूत्र पिऊन काढला. वरचे राडेरोडे निघाले, आत पुरलं गेलेलं सामान काढलं; तेव्हा तो आत आहे, हे समजलं. मग आत पाणी, दूध, बिस्किटं असं टाकलं. तो जखमी झालेला नव्हता, त्यामुळे बाहेर काढायला वेळ लागला. सांभाळून, बेतानं काढला पाहिजे ना! पण जसा बाहेर निघाला, तसा आपला उभा होऊन लागला की, चालाय-बोलायला. जणूकाही काही झालंच नव्हतं! तर मग? असं कसं झालं एकाएकी? दोनच दिवसांमध्ये? म्हणे किडनीज् फेल झाल्या! जखमा झाल्या नव्हत्या, पण किडण्यांवर खूप दाब पडला होता...

"म्हणून तर म्हणतेय की, तुमच्या लक्षात हे येत नाहीये की, तुमचा सगळ्यांचा निरोप घ्यायला, शेवटचं एकदा भेटायलाच तो आला होता!"

ती बाई पुढे सांगत होती, "कुठेही जरी गेला ना, तरी ओळखी-पाळखीच्या लोकांना, नात्या-गोत्यातल्या लोकांना न भेटता परत यायचा नाही. घरून निघताना सांगून, विचारूनच निघायचा की, 'माँ, मी जातोय तिकडे आपल्या नात्यागोत्यातलं कोण?' आठवून-आठवून, पत्ते शोधून काढून, खुशाली विचारूनच यायचा!"

सहानुभूती तर वाटत होतीच, पण हे सगळं ऐकवतही नव्हतं. कंटाळा नव्हता येत, पण ऐकणं असह्य होत होतं.

नंतर असं ऐकलं की, त्या बाईनं मदतीची रक्कम घ्यायचंही नाकारलं होतं. तिचं म्हणणं होतं की, तो कुठं भूकंपात गेलाय? चांगला धडधाकट तर निघाला होता – आपण-तुम्ही, मी जसे निघाले होतो तसाच; मग कशाचे मदतीचे पैसे? तसे घ्यायचे म्हणजे, त्याचा अर्थ आपण त्याच्या नावावर लबाडीनं पैसे लाटायला बघतोय!

"माँजी, तो भूकंपातच गेला म्हणायचा; भले दोन दिवसांनंतर, पण तो आत पुरला गेला नसता, तर..."

तिला ते पटतच नव्हतं. पण लोकांनी तऱ्हेतऱ्हेनं सांगून तिला समजावलं की, आपण काही कोणाचे पैसे लुबाडत नाही आणि असंही नाही की, तुम्ही ते न घेण्यानं सरकारचे तेवढे पैसे वाचणार आहेत. सगळं सांगून थकल्यावर एक दिवस ती शांत बसली होती, तेव्हा कोणीतरी स्वस्थपणे तिच्याजवळ बसून तिला पटवून दिलं. जणू दुसऱ्याच कशाबद्दलतरी बोलत असतील दोघं, तसं तो म्हणाला, "ह्या भूकंपामुळे सगळ्यात हाल होत असतील, तर ते बिचाऱ्या लहान मुलांचे. नाही शाळेचा पत्ता, का नाही शिकण्यासारख्या दोन गोष्टी सांगणारं कोणी. बिचारी दिवसभर नुसतीच इकडून तिकडे हिंडत असतात!"

मग गाडी बरोबर रुळावर आणायला तो पुढे म्हणाला, "ते मास्तर आहेत ना,

ते म्हणत होते की, सरकार जेव्हा शाळा सुरू करेल तेव्हा करेल, आपणच सगळ्यांनी मिळून एक शाळा उघडावी.''

बाईला ह्या बोलण्यात रुची वाटतेय असं वाटलं, तसा तो हळूच म्हणाला, ''ह्या इथं सगळ्यांना असं वाटतंय की, भाईच्या (गेलेल्या मुलाच्या) नावानं आपण इथं एक शाळा उघडली तर?...''

बाईची नजर काही क्षण आकाशाकडे बघत अगदी स्थिर झाली आणि मग चेहरा हळूहळू छान उजळला... मग तिनं स्वीकारलेली ती रक्कम शाळा सुरू करायला उपयोगाला आली, हे तर झालंच; पण नंतर तिचा चेहरा नेहमी तसाच उजळलेला दिसायचा!

१४

का कोण जाणे; पण रात्र झाली की, मन आणि मनाबरोबर पाय छावणीकडे वळतात. आश्चर्य याचं वाटतं की, छावणीतल्या लोकांबरोबर मी विशेष मिळून-मिसळून वागत नाही, तरी अशी ओढ वाटते. त्यांना काही ना काही करत असताना, इकडे-तिकडे जाता-येताना बघतो, एवढंच. तेवढ्यानंच एक नातं निर्माण झालं असलं, तर कोण जाणे. त्यांना असं बघतो न् वाटतं की, ते असे बसलेत ते माझीच वाट बघताहेत! शेवटी सगळे मनाचे खेळ!

मी छावणीत पोहोचलो, तेव्हा शेकोटी पेटली होती; पण भोवताली माणसांचं वर्तुळ अजून पूर्ण तयार झालं नव्हतं. एक प्रौढ माणूस आणि एक मुलगा तिथे बसले होते. अजून अंधार पडला नव्हता, मावळत्या संध्याकाळचा उजेड अजून होता; त्यामुळे मी त्या दोघांना दुरूनच ओळखलं.

समोरच्या तंबूत दोन दिवसांपूर्वी ते आले होते, पण आज सकाळीच माझं लक्ष त्यांच्याकडे गेलं होतं. मी बाहेर निघत होतो, तेव्हाच मी त्या गृहस्थांना त्या मुलाला उचलून खुर्चीवर बसवायला नेताना बघितलं होतं. मुलगा काही उचलून घेण्याच्या वयाचा नव्हता. खुर्ची पायानं सरकवायला बघताना ती उलटून पडली, ती उभी करायला ते खाली वाकले होते; हे बघून मी धावत तिकडे गेलो होतो आणि खुर्ची सरळ केली होती. इतकी लहानशी घटना संबंध जोडायला पुरेशी झाली होती! प्रौढ माणसानं उचललेल्या मुलाकडे मी दोन्ही हात लांब केले होते. कदाचित मदत करायला असेल; कीव करून नसावं, कारण मुलगा माझ्या बाजूला झुकला का नाही, असा विचार माझ्या मनात आला नसता. स्वत:चं वय मोठं आहे, ह्याची त्याला जाणीव असेल, असंही शक्य होतं.

त्या माणसानं मुलाला खुर्चीत नीट बसवलं, तरी त्याचं डोकं एका बाजूला वाकलं होतं आणि पाय निर्जीव असल्यासारखे लटकत होते. सगळी करुण परिस्थिती एका क्षणातच लक्षात आली होती. जे काही होतं, ते इतकं स्पष्ट दिसत होतं की, एकही शब्द बोलण्याचा प्रश्नच नव्हता; म्हणून मी मुकाट्यानं तिथून

बाजूला झालो होतो.

पण बाजूला होण्यानं जे डोळ्यांसमोर होतं, ते कसं नाहीसं होणार होतं? आणि जे मनात होतं ते? असं तर नव्हतं की, असं दृश्य मी प्रथमच बघत होतो; पण एकासारखी एक दुसरी घटना बघण्यानं दुसरीचं ओझं कमी तर होत नव्हतं; उलट दुप्पट होत होतं! अशक्त, प्रौढ आणि अपंग मुलगा ही स्थितीच अशी होती की, ज्यातून निर्माण होणारे असंख्य प्रश्न मनाला चैन पडू देत नव्हते.

पण ह्या छावणीत अशी कोणतीच गोष्ट नव्हती, जी समजून घ्यायला प्रश्न विचारणं गरजेचं होतं. एकाकीपणातून बाहेर पडण्यासाठी इथं बोलण्याशिवाय दुसरा कोणता मार्ग होता? त्या प्रौढालाच कोणीतरी सांगताना मी ऐकलं होतं, "आमच्या सगळ्या घरातून मी एकटाच वाचलोय आणि ह्याच्या घरातून हा मुलगा! हेच नातं आणि हाच संबंध! आता उठतो सकाळी न् वाटतं की, चला, बरोबर कोणीतरी आहे!"

मग त्यानं सारी हकिगत सांगितली, "ह्या लोकांच्या सोसायटीच्या ऑफिसचं काम मी बघत होतो आणि तिथंच राहत होतो. उजाडलं की, सगळ्यांच्या घरांतून कामाला जायची गडबड सुरू व्हायची, तशीच ह्याच्याही घरी. सगळे भराभरा तयार होण्याच्या घाईत असायचे. त्यात ह्या मुलाला त्रास होऊ नये आणि इतरांना ह्याचा त्रास होऊ नये, म्हणून घरातला एकेक जण आळीपाळीनं ह्याला घेऊन बाहेर निघायचा. ह्याला उचलून सोसायटीच्या आवारात ते फेऱ्या मारायचे आणि वैतागायचे. मी एकटा ओट्यावर बसलेला असायचो. मला सकाळी काय काम असणार? म्हणून घटकाभर हा माझ्याजवळ बसायचा. मधून-मधून मीही सांभाळायचो त्याला. मुलाचं माझ्याशी जमायचं, म्हणून कधीकधी त्याच्या घरचे माझ्याजवळ त्याला सोडूनही जायचे. तसेच त्या दिवशी सकाळी ह्याचे वडील ह्याला माझ्याजवळ ठेवून गेले आणि..."

मग पुढे काही बोलणं झालं नाही. बोलणं अशा टप्प्यावर थांबलं होतं की, तो प्रौढ स्वत: एकटा का होता, हे विचारताच आलं नव्हतं. पण एक विचार मनात आल्याशिवाय राहिला नाही की, हा माणूस नसेल, तेव्हा ह्या मुलाचं काय होईल? त्याचबरोबर असाही विचार आला की, समजा, हा मुलगा नाही राहिला, तर या माणसाचं काय होईल?

त्या क्षणी त्या विचारानं भयंकर रूप धारण केलं. भूकंपानं जे करायला नको होतं ते केलं, जे करायला हवं होतं ते केलं नाही! तो विचार माझ्या संपूर्ण अस्तित्वाचा थरकाप उडवून गेला.

कालचक्र उलटं फिरलं असेल, तसं आयुष्य बदललं होतं. सकाळी छावणीत सामसूम व्हायची आणि रात्र झाली की, ती भरून जायची. त्यानंतर मग साऱ्या शहराची कर्मकथा अशा तऱ्हेनं ऐकायला मिळायची की, या सर्वांमध्ये कोण कोणाच्या नात्याचं आहे आणि कोण नाही, हे ठरवणं अवघड व्हायचं. लक्षात घेण्यासारखी आणखी एक गोष्टही होती की, ज्या बातम्या सांगितल्या जायच्या, त्यांच्यावर क्वचितच काही प्रतिक्रिया व्यक्त व्हायची. बातम्या या बातम्या सांगितल्या जातात तशा सांगितल्या जायच्या आणि त्या मुकाट्यानं ऐकून घेतल्या जायच्या. दिवसेंदिवस माणसांची मनं प्रतिक्रियाहीन होऊ लागली होती, का त्यांच्यात विरक्तीची भावना वाढत चालली होती? आणि तरीही, शेकोटीभोवती गोळा होऊन बसलेली माणसं, दुसरीकडे लहान मुलांना किंवा वृद्धांना सांभाळणाऱ्या वा तान्ह्या मुलांना खांद्यावर घेऊन थोपटत राहणाऱ्या स्त्रिया... काय संबंध होते ह्या सर्वांचे एकमेकांशी? ह्यांच्यातले कोण कोणाला पूर्वी ओळखत होते आणि इथून गेल्यानंतर यांच्यातलं कोण कोणाबरोबर असणार आहे? असे काही विचार मनात येत होते, तेव्हाच दूर उंच बांबूवर लटकवलेला बल्ब प्रकाशित केला गेला. माझं लक्ष त्यानं वेधून घेतलं. त्या क्षणी बल्बशिवाय दुसरं मला काही दिसत नव्हतं. तो बल्ब जणू डोळ्यांत खुपत होता.

स्वयंपाकघराजवळ एक बांबू उभा करून त्याच्यावर एक मोठा बल्ब उंचावर अशा तऱ्हेनं लटकावला होता की, त्याचा प्रकाश स्वयंपाकघरातही पडेल आणि बाहेरच्या रस्त्यावरही. पण खरं म्हणजे व्हायचं असं की, त्याचा प्रकाश कुठेच पुरेसा पडत नसे. तो बल्ब जमिनीवर प्रकाश पाडण्याऐवजी वर उंचावर हवेतच जास्त प्रकाश पाडत असे. त्यामुळे अंधार दूर तर होत नसे, उलट त्या प्रकाशालाच चहूकडून घेरून टाकत असल्यासारखं वाटत असे. त्यामुळे व्हायचं असं की, लांबचं काहीच दिसत नसे आणि एक भीतिदायक वातावरण निर्माण होत असे.

सुरुवातीच्या दिवसांमध्ये हा दिवा स्वयंपाकघराजवळच रात्रभर जळत असायचा. मग कोणीतरी सांगितलं होतं की, मधल्या चौकातही एखादा दिवा असला पाहिजे. रात्री-अपरात्री केव्हाही माणसाला जरूर पडली तर दिशा किंवा रस्ता तरी दिसला पाहिजे... तेव्हापासून मग स्वयंपाकघर बंद झालं की, तोच बल्ब इकडे आणून टांगायला सुरुवात झाली. एक माणूस त्या बांबूवरून होल्डर सोडवून पेटलेला बल्ब हातात पकडून चालत येताना दिसायचा; तेव्हा एखादा मोठा साहसवीर मानवजातीसाठी एखादी अद्‌भुत वस्तू घेऊन येतोय, असं काहीसं मला वाटायचं. मला हे समजत होतं की, असं वाटणं हा त्या विशिष्ट परिस्थितीचा परिणाम होता; तरीपण रोमांचक तर वाटायचंच.

बल्ब या बाजूला आणला की, स्वयंपाकघराच्या बाजूला अंधार व्हायचा आणि

एखादं प्रचंड खोकं पडल्यासारखं स्वयंपाकघर दिसायचं.

मला हे समजत नसे की, ते असं का करत होते? एक जास्तीचा बल्ब लावता आला नसता, असं तर नव्हतं. मग कोणीतरी मला स्पष्टीकरण दिल्यागत तसं सांगितलं की, साधनसामग्रीत कमी काहीच नव्हतं. सबंध आवारात दिव्यांचा चकचकाटसुद्धा करता येईल, पण एवढा त्रास घ्यायला आत्ता वेळ कोणाला आहे?

मधल्या चौकात बल्ब लावायला सुरुवात झाली, त्यामुळे लोकांची खूप सोय झाली, असं वाटलं. मी बघितलं होतं की, सध्याच्या परिस्थितीत लोक छोट्या-छोट्या सोई करून मिळाल्या, तरी खूश व्हायचे. पुष्कळदा या सोई त्यांच्या त्यांनीच करून घेतलेल्या असायच्या आणि तसं केल्याचा आनंदही त्यांच्या चेहऱ्यांवर दिसायचा. त्यातही जर तसं करण्यातून ते कोणाला जर मदत करू शकले असतील, तर त्यांना आपापली पाठ जरा थोपटावीशीही वाटायची आणि ह्या मदती तरी कशा? तर, कोणाच्या लहान बाळासाठी झोपायला खोळ बांधून द्यायची, कोणालातरी औषध आणून द्यायचं, कडुलिंबाच्या डहाळ्या तोडून 'दातण'च्या काड्या (त्यांनी दात घासतात) करून द्यायच्या, असं काही ना काही – पण कदाचित त्या परिस्थितीत ह्याही मोठ्या गोष्टी होत्या.

हिवाळ्यातल्या संध्याकाळी अंधारही लवकर होतो, वाराही खूप असतो. वाऱ्यानं तंबूची कापडं फडफडायची, तेव्हा खालच्या बाजूनं आणि पडद्यांच्या फटींतून थंडी आत यायची. खाली पसरलेली रेतीही थंडगार व्हायची. तेव्हा मग सगळे लोक तंबूच्या बाहेर यायचे आणि एका कोपऱ्यात कोंडाळं करून बसायचे. शेकोटी पेटायची. दुसरं काय-काय पेटत-जळत असायचं, त्याची धग ज्या गप्पा सुरू व्हायच्या, त्यांच्यातून जाणवायची.

असंही नसतं की, एखाद्या घटनेबद्दल जो कोणी सांगत असेल, त्यानं स्वत: सगळं प्रत्यक्ष बघितलेलं असेलच. शहराच्या कुठल्याही कोपऱ्यात घटना घडते, त्याची बातमी रात्रीपर्यंत छावणीत पोहोचते.

एकाच घटनेबद्दल वेगवेगळे प्रतिसादही येत राहतात. थोडा वेळ कुतूहल वाटणं, थोडा वेळ दया येणं, थोडा वेळ सहानुभूती वाटणं...

"यंत्रसुद्धा एक-एक अशी अजब आलीयत ना! राड्यारोड्याच्या ढिगाऱ्यात मध्ये छिद्र करून वायर आत घालतात. त्या वायरमधून हृदयाचे ठोके, श्वासोच्छ्वास ऐकू आला आणि असं समजलं की, आत गाडली गेलेली एखादी व्यक्ती जिवंत असावी; तर बरोब्बर त्याच जागेतला राडारोडा हटवून त्या व्यक्तीला बाहेर काढतात, जणू मृत्यूच्या दाढेतून जिवंत माणसाला बाहेर काढतात!"

"ते खरं; पण कधीकधी शरीर असं काही अडकलेलं असतं की, त्या माणसाला बाहेर काढता-काढता..."

"होय, होय! कालच सोनार गल्लीत असं काढता-काढतानाच एका माणसाचा हातच सबंध कापला गेला!"

"काय सांगता काय!"

"अहो, खरंच! आणि मग त्याचा भाऊ अंगावर येऊन भांडायला लागला. कशीबशी त्याची समजूत घातली की, बाबा रे, त्याचा जीव वाचवणं महत्त्वाचं होतं, का हात?"

"खरंय; पण हे तर नंतर पटतं; पहिल्यांदा तर असा डोळ्यांसमोर हात जायचा भावाचा म्हणजे..."

तेवढ्यात दुसऱ्या कशाबद्दलतरी बोलणं निघालं...

"त्यांच्या घराची मागची सबंध भिंत खचली. म्हाताऱ्या आईला भराभरा बाहेर काढली न् तिला पुढच्या दाराच्या बाहेरच्या ओट्यावर झोपवली आणि मुलगा कुठे बाहेर गेला होता, त्याला शोधायला गृहस्थ स्वत: बाहेर पडले. घाबरेघुबरे होऊन ते गल्लोगल्ली भटकत राहिले. रात्र पडली तरी मुलाचा तर काही पत्ता लागला नाही. पण परत येऊन बघतायत, तर थंडीनं अन् भीतीनं आईची गठडी वळून प्राण गेले होते!"

"अहो, असंही झालंय की, माणूस आपल्या कोणा नात्या-गोत्यातल्यांना शोधायला निघाला आणि त्यांच्याऐवजी दुसरेच कोण-कोण सापडले!"

"करायचं काय? मला ठाऊक आहे ना, आजूबाजूला मरणप्राय किंकाळ्या ऐकू येत असतात. आता, कोण किंचाळतंय, हे तर काही ओळखू येत नाही! कदाचित किंचाळ्यांच्या आवाजात काही फरकही नसेल. अशा वेळी माणसाला हेही विसरायला होतं की, तो कोणाला शोधायला निघालाय आणि ज्याला शोधत सुटलाय, त्याचं न् ह्याचं नातं काय आहे! राड्यारोड्यातून त्याला बाहेर काढतो आणि जो त्याला घेऊन जायला तयार असेल त्याच्याकडे सोपवतो. मग त्या ढिगाऱ्याच्या मध्ये एकटाच उभा राहतो; तेव्हा त्याच्या लक्षात येतं की, जो बाहेर काढला, तो त्याच्या नात्यातला कोणी नव्हता आणि तो ज्याला शोधायला निघालाय, तो इथे आसपास कोठेच नाही..."

"बस, अगदी बरोबर! हे असंच झालं असेल, अशाच एखाद्या वेळी, त्याच वेळी तो ज्या आईला ओट्यावर झोपवून आला होता, त्या आईची त्याला आठवण झाली असेल; आणि..."

ऐकू येणारा आवाज एकदम गप्प झाला, का जी घटना सांगत होता, तीच सांगून संपली होती? ह्या प्रश्नाचं उत्तर मिळायच्या आधी माझ्या मनात दुसरीच एक शंका आली – ही ती व्यक्ती स्वत:च तर नसेल?...

मला आता तिथे तसं उभं राहणं अवघड झालं. माझं सगळं अंग कसकसू

लागलं. मी तिथून निघालो आणि तंबूत गेलो. खूप-खूप चालल्यासारखा थकवा जाणवू लागला.

तंबूच्या मधोमध उभा राहिलो. मी कोठे आहे, हेही थोडा वेळ मला समजलं नाही. पिरॅमिडच्या आकाराच्या त्या तंबूत मी जणू आत गाडला गेलो असावा, तितकं एकटं वाटलं मला! मी मनातल्या मनात स्वत:ला विचारलं, 'मी काय गमावलंय?'

देशातून-परदेशातून आलेल्या डॉक्टरांनी वेगवेगळ्या संस्थांच्या साह्यानं उपचार-केंद्र सुरू केलीयत आणि रेडक्रॉसचं हॉस्पिटलही उभं राहिलंय. प्राथमिक उपचार तिथे केले जातात. कितपत धोका आहे हे बघून, पुढील उपचारही केले जातात. जखमीला उचलून तिथे नेणारी व्यक्ती कोण आहे, जिला उचलून आणलं गेलं ती व्यक्ती कोण आहे, लांब-लांब जाऊन औषधं किंवा फळं घेऊन येणारे, बँडेजेस बांधून देणारे किंवा कपाळावर आश्वासक हात ठेवणारे – यांच्यापैकी कोण कोणाच्या नात्याचं होतं, ते कोणाला माहीत नसतं. नाव काहीही असो – मदत देण्या किंवा घेण्यासाठी पुढे होणारे हात आणि एकमेकांकडे बघणाऱ्या नजरा, हेच नातं आहे!

जरूर वाटली तर जखमी माणसांना मिलिटरी हॉस्पिटल, मेहसाणा, पुणे, अहमदाबाद अशा वेगवेगळ्या ठिकाणच्या हॉस्पिटल्समध्ये पोहोचवलं जातं. कितीतरी जखमींच्या बाबतीत नात्यातली माणसं येऊन पोहोचण्याची वाट बघणं शक्य नसतं; जीव वाचवणं, हीच पहिली आणि महत्त्वाची गोष्ट असते. विमानसेवांचाही उपयोग केला जातो. बस स्टेशनवर बसेस उभ्या असतात, तशी एअरपोर्टवर विमानं रांगेत उभी असलेली दिसतात, असं काही जणांनी बघितल्याचं ते सांगत होते. जास्त उपचारांची ज्यांना गरज असेल, अशा जखमींना परदेशी नेल्याचीही उदाहरणं ऐकायला मिळतात.

असंही घडत होतं की, शोधायला, मदत करायला आलेले नातेवाईक नंतर येऊन पोहोचत होते. अशा वेळी याद्या तपासल्या जायच्या आणि नक्की माहिती काढली जायची. धावत-पळत येऊन पोहोचलेल्या त्या नातेवाइकांना दाखविलेल्या दिशेला ते पुन्हा धावत-पळत जायचे. तिथे पोहोचल्यावर त्यांच्या नशिबात काय वाढून ठेवलेलं असेल, हे कोणीही सांगू शकत नव्हतं. फक्त दिशा दाखवून नजर फिरवली जायची.

...हळूहळू बातम्या येऊन पोहोचत होत्या की, धरणीनं जे कंपन अनुभवलं होतं, ते तिच्या कुठकुठल्या टोकांपर्यंत पोहोचलं होतं – रस्त्यांना भेगा-भगदाडं पडली होती, पूल तुटून गेले होते, नद्यांवरचे बांध तुटून पूर आल्यासारखे पाण्याचे लोंढे आले होते... वेगवेगळ्या ठिकाणांहून माहिती येईल तसतशी लोकांची

मन:स्थिती बदलत होती.

शेकोटीभोवती जास्त तर पुरुषच असत; स्त्रिया तंबूच्या आत काही ना काही कामात गुंतलेल्या असायच्या. शेकोटी पेटली की, लहान मुलं तंबूतून आत-बाहेर करत राहायची, आजूबाजूला पडलेल्या काड्याकुड्या आणून शेकोटीत फेकायची. बायका मग त्यांना ओढून आत तंबूत घेऊन जायच्या, दोन चापट्या मारायच्या; पण शेवटी थकून जाऊन त्याही तिथंच एका बाजूला बसून जायच्या आणि मुलांना आपल्या मांडीवर बसवून ठेवायच्या.

माझी आता त्या सगळ्यांशी बऱ्यापैकी ओळख व्हायला लागली होती. ओळख म्हणजे, तशी तर नुसती तोंडओळख – चेहऱ्यांच्या रेषा, डोळ्यांमधले भाव, थरथरणारे ओठ. तसं पाहिलं तर या सर्व गोष्टींत व्यक्ती-व्यक्तींमध्ये क्वचितच काही फरक दिसायचा. ह्या एका प्रचंड दुर्घटनेनं त्यांच्यातले भेदभाव पुसून टाकलेत! वेगवेगळ्या व्यक्ती नाही लक्षात येत, एक समूहच दिसतो – दिवसभर सगळीकडे हिंडत राहणारा, काही शुद्धच नसल्यासारखा, हतबुद्ध झालेला आणि रात्री पुन्हा शेकोटीभोवती गोळा होणारा.

छावणीत राहणारेच फक्त नव्हे, तर आजूबाजूला जी टिकून राहिलेली घरं होती, तिथे राहणारेही रात्री इकडेच यायचे आणि ते आले तर असं वाटत नसे की, हे छावणीच्या बाहेरचे लोक आले आहेत. त्यांच्यातले कितीतरी जण तर रात्र छावणीतच काढत असत. जे परत जात असत, तेही रात्र काढायचे घराबाहेरच – अंगणात. जी टिकून राहिलीयत, त्याही घरांबद्दलचा लोकांचा विश्वास उडाला!

जमिनीच्या खालून होणाऱ्या भूकंपांचीच फक्त भीती वाटत होती असं नाही, भोवताली उभ्या असलेल्या इमारतींचीही भीती वाटायची. धरणीकंपाबद्दल आधी सांगणं शक्य नाही, अशी निवेदनं येत असत. मध्ये एकदा एक नेता येऊन भलतंच बोलून गेला. त्यामुळे सगळीकडे इतकी भीती पसरली की, त्यांचं सांगणं चुकीचं होतं, असं जाहीर करावं लागलं! मन:स्थितीच सर्वांची अशी आहे की, थोडीशी शंकाही प्रचंड भीती उत्पन्न करते. मग ते कुत्र्याचं दीर्घ हेल काढून रडणं असो की, अमुक दिशेनं येत असलेली धुळीची वावटळ असो. बघण्यासारखी गोष्ट ही आहे की, हेच लोक आज 'आफ्टरशॉक' जाणवला की नाही याबद्दल हमरीतुमरीवर येतात. त्यात कुतूहलही असतं आणि डोक्यात शिरलेलं वेडही.

शेकोटीमधून निघणारा धूर आणि ज्वाळांसारख्या चर्चाही छावणीतल्या वातावरणात पसरत असतात. विशेषत: केव्हाही पडतील अशा स्थितीत असलेल्या उंच इमारतींबद्दल.

''हे तर कधी वटवाघूळ, तर कधी पाकोळ्यांसारखं मरण डोक्यावर रात्रंदिवस घिरट्या घालतंय – दिसतंय डोळ्यांसमोर! कोण जाणे, ह्या अशा टाकून ह्यांचे

मालक कुठे निघून गेलेत ते! त्यांच्याकडे बघून-बघून आजूबाजूच्या लोकांना अस्वस्थ व्हायला होतं, भीती वाटते – पाडून टाका, पाडून! वाट कोणाची कशाला बघताय?'' हा तर निसर्गावरचा राग लोकांवर निघत होता. अर्ज-विनंत्या होत होत्या; पण सरकारनं ज्या इमारती धोकादायक असल्याचं जाहीर केलं आहे, त्या इमारतीसुद्धा अजून तशाच लटकतायत... कसली वाट बघितली जातेय, हे समजत नाही आणि जे समजतंय, त्यानं थरकाप होतोय. अशी खिळखिळी झालेली इमारत एकाएकी कोसळून जो विनाश होतो, ते ठाऊक असल्यानं हे लक्षात येतंय... वाऱ्याचा जोर वाढतो आणि घरं पडायच्या आधी तर माणसंच घाबरून जातात. ''जिने आणि पाण्याच्या टाक्या खाली कोसळण्याच्या जणू तयारीतच आहेत... ह्या सगळ्यातही एक डाव आहे. तुमच्या लक्षात नाही येत ना? घराला टेकू देऊन किंवा भराव टाकून मजबूत करण्याऐवजी अशीच... हातांनी खुणा करत – पडू देत ना भेगा आणखी मोठाल्या आणि असं होत-होत पडलं घर, तर पडून जाऊ दे – मरू दे! कॅटेगरी बदलता येईल की नाही? 'थ्री'च्या ऐवजी 'फोर', 'फाइव्ह'... कळलं? हंऽऽ!''

हालचाली वाढल्या. सरकारतर्फे मोजणीचं काम सुरू झालं. जेव्हा सुरुवातीला रोख पैशांची मदत देण्यात आली होती, तेव्हा छावणीतले लोक एकमेकांना सांगत होते आणि ते ऐकून लोक तिकडे धाव घेत होते; तसंच काहीसं पुन्हा होऊ लागलं आहे – जे आपापली घरं सोडून पळाले होते, ते घरांसमोर येऊन बसत होते.

सतीशनं एकदा सांगितलेली हकिगत मला आठवली. दुष्काळ पडला होता, गुरं-ढोरं मरत होती. दुष्काळपीडितांना मदत देण्याच्या कामात सतीशला नोकरी मिळाली होती. आपापली मेलेली गुरं समोर ठेवून लोक बसून राहायचे – डुकरं, कुत्री, गिधाडं, कावळे त्यांचे लचके तोडून खाऊ नयेत म्हणून काठी घेऊन पहारा करत, चांभार येण्याची वाट बघत बसायचे. चांभार यायचा, मेलेली गुरं तपासायचा आणि मग चामड्याचा भाव ठरायचा. ती हकिगत आठवून माझ्या पोटात ढवळायचं. माझा मलाच राग यायचा. त्याच्याशी आत्ताच्या परिस्थितीची तुलना माझ्या मनानं केलीच कशी? मनानं मोडून पडलेल्या माणसांना मी इतकं हीन कसं समजलो?

मोडून पडलेल्या घराची राखण करायला बसल्यासारखे लोक बाहेरच्या गेटाशी बसून राहायचे. अगदी अनोळखी माणसांची वाट पाहत बसायचे. आपल्या घराला पडलेल्या भेगा, तुटून पडलेल्या भिंती, वाकडी-तिकडी झालेली खिडक्या-दारं... हे सारं-सारं दाखवून, हे घर आता असून नसल्यासारखं झालं आहे, हे त्या माणसांना पटवून द्यायचं होतं; हे घर आता वाचवता येणार नाही, हे गयावया करून समजावायचं होतं. ते बघून वाटून गेलं, ही सगळी घरं जेव्हा बांधली गेली, तेव्हा हे सगळे लोक चहू बाजूंनी फिरवून सर्वांना दाखवत असतील, आणि ते किती

मजबूत बांधून घेतलं आहे, त्यात किती सोई-सुविधा करून घेतल्या आहेत, हे सविस्तरपणे अभिमानानं सांगत असतील...!

वाट बघून-बघून माणसं कंटाळून जायची, तेव्हा आजूबाजूला तपास करायला निघायची. त्यांच्या जागी दुसऱ्या कोणालातरी जरूर त्या सूचना देऊन बसवायची. तरी मनात धास्ती असायची की, आपण नसतानाच नेमका मोजणी करणारा येईल, मोजणी काहीच्या काहीच होईल आणि जणू दुसरा भूकंप होईल!

"फोटो काढून घेतलेत ना?"

काहीतरी अगदी महत्त्वाच्या गोष्टीची आठवण करून द्यायला आला असावा तसा कोणीतरी येऊन विचारायचा. मग तीच गोष्ट ठसवून सांगायचा –

"फोटो काढून घ्या, फोटो – घराचं किती नुकसान झालंय त्याचे – भेगा, भगदाडं ह्यांची मापं, भिंती पडल्यायत त्यांची लांबी-रुंदी, भगदाडांचे आकार..."

म्हणून मग सर्व्हेअरला शोधायला निघालेले लोक फोटोग्राफरला शोधायला निघायचे. काही धड लक्षात येत नव्हतं, तरी लोक फोटो काढून घेत होते, त्या फोटोग्राफरलाच कुठल्या अँगलने ते घ्यावेत वगैरे सूचनाही देत होते. फोटोग्राफर उंचावरून, खाली वाकून, पुढे-मागे सरकून ठरवायचा प्रयत्न करत होता की, कुठल्या अँगलनं घर जास्तीत जास्त मोडक्या-तोडक्या स्थितीत दिसेल. आत्ताही मला वाटून गेलं – ह्याच घराची पायाभरणी, वास्तुपूजा ह्या प्रसंगांचे फोटोही ह्या लोकांनी सांभाळून ठेवले असतील; त्यांच्याबरोबरच हे फोटोही ठेवण्यात येतील?

तेवढ्यात कोणीतरी भराभरा येऊन अस्वस्थपणानं सांगून जायचं, "असं करा, मला वाटतं, स्कूटरवर बसवून घेऊनच या. असं वाट बघत राहून काही होणार नाही. एवढ्यातच असतील कुठेतरी."

तो सर्व्हेअरबद्दल बोलत होता. फोटोग्राफरला सूचना देणाऱ्यांपैकी एक जण निघाला आणि आसपासच्या गल्ल्यांमध्ये हिंडू लागला.

"आता तर आजचा वेळ संपला; आता उद्या. सकाळी लवकरच या. ह्या लोकांचं काही सांगता येत नाही!"

कोणीतरी असं सांगितल्यावर तो शोधायला गेलेला परत आला. मनावरचं ते ओझं तसंच घेऊन लोक तिथून निघाले – अज्ञात उद्याच्या धुक्यात स्वत:साठी जागा मिळवायला धडपडण्यासाठी!

दिवस असे जात होते की, ते जात आहेत हे जाणवायचंही नाही. सुरुवाती-सुरुवातीला लोक भूकंप झाल्याला किती दिवस झाले ते मोजून तो दिवस आठवत राहायचे; पण मग हळूहळू लोक रोजच्या आयुष्यातल्या गोष्टींमध्ये, रोजच्या प्रश्नांमध्ये लक्ष घालू लागले. भूकंपाची घटना ही आता घटनेऐवजी परिस्थिती झाली होती. कंप जमिनीच्या बाहेर येऊन चहूकडे पसरला होता, सर्वत्र दिसत होता.

ह्याबद्दल बोलता-बोलता कोणीतरी म्हणालं, ''चहूकडे म्हणजे, अगदी जगाच्या कोनाकोपऱ्यांत!''

मग गूढ, प्रश्नार्थसूचक असं म्हणाला, ''– नाहीतर असं होऊ शकेल?''

तसं तर शेकोटीभोवती बसलेल्यांपैकीच कोणीतरी सांगितलं होतं की, धोक्याचं वाटणारं घर पूर्ण पाडून उतरवलं गेलं; तेव्हा त्या घराच्या शेजारचं घर किती जास्त धोक्याचं होतं, ह्याबद्दल खूप वाद घातला गेला होता. एक विचित्र प्रकार असा झाला होता की, कितीतरी घरं अशी होती, ज्यांचा वरचा मजला अगदी शाबूत राहिला होता आणि जमिनीवरच्या बांधकामाचं बरंच नुकसान झालं होतं. भूकंपानंसुद्धा जणू अगदी काही हेतू मनात धरून डाव टाकल्यासारखं केलं होतं. अमक्याला असं वाचवायचं आणि तमक्याला उद्ध्वस्त करायचं – असं ठरवून करणं काही सोपं थोडंच होतं?

...ही धग शेकोटीतून येतेय, का ह्या सगळ्या बोलण्यातून?

मी शेकोटीभोवतीच्या वर्तुळाचा भाग बनू शकत नाही ह्याचं कारण हेच आहे, का दुसरं काही?

मी ह्या शहरात आलो होतो आश्रय मिळवायला, आज ते शहरच निराश्रित झालंय. मी इथे पोहोचलो त्या क्षणापासूनच की! आणि तरी मला माझ्यासाठी जागा मिळाली आहे!

ज्या तंबूत मी आसरा घेतला आहे, तो तंबूंच्या ह्या रांगेतला शेवटचा आहे. शेकोटीच्या ज्वाळा इथून दिसतात, पण उजेड इथपर्यंत पोहोचत नाही. शेकोटीचा उजेड येत नसल्यानं तसं तर इथं सगळीकडे अंधाराचं साम्राज्य आहे. उजेड तर ह्या अंधाराच्या पाठीमागे आहे, अंधारात भोकं पाडत तो थोडा-थोडा बाहेर येतो. शेकोटीभोवती जे लोक बसले आहेत, त्यांच्या फक्त चेहऱ्यांवर प्रकाश फेकला जातो. त्यामुळे चेहराच तेवढा नुसता झळकतो आणि त्याच्या उलट त्यांच्या शरीरांचे बाकीचे भाग धूसर दिसतात. चेहरेही सर्वांनी झाकून घेतले आहेत – टोप्या, मफलर, शाल किंवा चादरींनी. हे सगळं वेगवेगळं आहे आणि नवंकोरं! कुठून-कुठून मदतीसाठी वस्तू आल्या आहेत, त्यांतलं आहे सगळं.

त्यांच्या चेहऱ्यांचा असा झाकलेला भाग सावलीसारखाच दिसतो आणि जेवढा भाग उघडा आहे, तेवढाच त्यांचा चेहरा असेल असं वाटतं. तेवढेच दिसणारे ते चेहरे असे कापत असतात की, नाचत असतील, असं वाटतं. ते बघताना त्याचा असा काही परिणाम होतो की, घटकाभर विसरायला होतं की, हा आभास वाऱ्यानं हलणाऱ्या शेकोटीच्या ज्वाळांमुळे होतो आहे. आमच्यामधल्या अंतरामुळेही असा परिणाम होत असेल; पण हे अंतर इतकं जास्त नाही की, त्यांचं बोलणं मला ऐकू येणार नाही. एवढंच की, गोल करून बसलेल्या एवढ्या माणसांमधलं नेमकं कोण बोलतंय, ते नीटसं कळत नाही. फक्त अंदाज करावा लागतो. कधीकधी असंही

वाटतं की, संपूर्ण कोंडाळ्यातूनच उठणारा हा आवाज आहे आणि तसं पाहिलं, तर नेमकं कोण बोललं, हे समजण्याची गरज तरी काय आहे? वाऱ्यानं हलणाऱ्या ज्वालांबरोबर आवाजही हलून कापत असल्यासारखा येतो.

शेकोटीच्या ज्वाळा खाली जाऊ लागल्या होत्या आणि त्यामुळे ऊब आता इथपर्यंत पोहोचत नव्हती. शेकोटी आता तिच्याकडे अंधार ओढू लागली होती. इतका वेळ वाट बघणाऱ्या थंडीला जणू त्यामुळे रस्ता मिळाला आणि म्हणून आवाज जास्त स्पष्ट झाला.

"असं म्हणतात की, थंडी वाढणार आहे."

आत्ताच्या परिस्थितीत ह्या शब्दांमध्ये अनेक शक्यता व्यक्त होत होत्या. लवकर मावळणारा दिवस, लवकर पडणारी रात्र आणि उघड्या दिशांमधून येणाऱ्या थंडीबरोबर पसरणारा सन्नाटा – हे सगळं या शब्दांमध्ये होतं.

"थंडीनंही कितीतरी माणसं गेली."

ह्याच संदर्भात म्हटल्यासारखं कोणीतरी विचारलं, "काल रात्रीचा आवाज ऐकला?"

आवाज जणू आत्ता पुन्हा ऐकू येणार असल्यासारखे सगळे सावध झाले.

"रात्री उशिरा पाठीमागच्या सोसायटीच्या रस्त्यावर ट्रक आला होता."

मग त्यानंच बातम्या सांगत असल्याप्रमाणे सांगायला सुरुवात केली –

"कोणालातरी समजलं की, धाबळ्या आल्याहेत आणि थोड्याच वेळात कोण जाणे कुठून; कितीतरी माणसं आली, ट्रकवर चढली, धक्काबुक्की आणि लुटालूट सुरू झाली. जे घेऊन आले होते, त्यांनी धाबळ्या बाहेर फेकल्या आणि ट्रक घेऊन निघून गेले!"

झालेल्या घटनेला महत्त्व देण्याऐवजी लोक धाबळ्या कोठून आल्या होत्या, याची चर्चा करू लागले. कोणी म्हणालं, 'यू.पी.चा ट्रक होता', कोणी म्हणे धाबळ्या परदेशातून आल्या होत्या – रशियातून; तर आणखी कोणी त्या कोरियातून आल्याचं सांगितलं.

हे सगळं चालू असताना माझ्या मनात वेगळाच प्रश्न उठत होता की, ही लुटालूट, धक्काबुक्की का होत होती? गरज होती म्हणून? असुरक्षित वाटत होतं म्हणून? कशाचीच खात्री वाटेनाशी झाली होती म्हणून? का, एकाच तऱ्हेच्या संकटाला तोंड देत असणाऱ्या लोकांना एकमेकांबद्दल द्वेष वाटू लागला होता? का, हे सगळंच? हे सगळं माणसांना माणसांपासून दूर करणारं झालं होतं. अशा आपत्तीमुळे माणसांना फक्त चीजवस्तूंपासून नाही, इतरही कशाकशापासून वंचित केलं होतं – विश्वास, प्रेम, एकमेकांबद्दलची सहसंवेदना – सर्वच! संकटांनी या सगळ्यांचं हे कसलं रूप प्रगट केलं होतं? दुर्दैव हे होतं की, ते रूप यांच्यातल्या

क्वचितच कोणाला दिसलं होतं! त्याऐवजी त्यांना दुसरंच काही दिसत होतं आणि जे दिसत होतं, ते इतरांना खूप रागानं दाखवलं जात होतं.

"हे बघा तर खरं! जे सामान आपल्यासाठी आलं होतं, ते त्या मजुरांनी लुबाडलं!" बाहेरून आलेल्या मजुरांनी स्वत:साठी झोपड्या बांधल्या होत्या न् तिथे ते राहत होते, त्या लोकांकडे हात दाखवून कोणीतरी म्हणालं. घाणेरडे, मळके, फाटके कपडे घालणारे ते स्त्री-पुरुष न् मुलं नवेकोरे आधुनिक फॅशनचे कपडे घालून हिंडत होते!

'लुबाडलं'? तो शब्द माझ्या मनात घुमत राहिला – 'लुबाडलं!' त्यांना जे मिळायलाच हवं होतं, ते कशा परिस्थितीत त्यांच्यापर्यंत पोहोचलं, आणि तेही ह्या दुर्घटनेमुळे!

१५

मी डायरीत जे लिहितो, ते रोजनिशीसारखं नियमित लिहिलेलं नसतं. कधी एखाद्या दिवसापूर्वी, कधीकधी तर केव्हातरी आधी झालेल्या घटना असतात. पण लिहायला बसलो की, वाटतं – हे सगळं जणू आत्ता घडतंच आहे; मला आत्ताच समजतं आहे. म्हणून त्याविषयी विस्मय, कुतूहल, संवेदना वाटते. असं वाटतच नाही की, ही डायरी आहे आणि मी त्यात लिहितो आहे. हे मी आत्ता जगतोय असं वाटतं. खरं घडत असतं त्यापेक्षाही तीव्रपणे! म्हणूनच कदाचित माझ्याच्यानं हे सगळं सोडून निघून जाणं होत नाही...

मोटा भाईंनी जरा चिडक्या आवाजात फोनवर विचारलं होतं, "तू करतोयस तरी काय तिथं?"

माझ्याकडे या प्रश्नाचं उत्तर तयार तर नव्हतंच, पण शोधूनही सापडलं नसतं. मी स्वत:ला मनातल्या मनात तोच प्रश्न विचारला आणि उत्तर सुचायची वाट बघत होतो. मोटा भाईंनी चिडून फोन ठेवून दिला.

त्यांनी फोन असा ठेवून दिला, हेही माझ्या लगेच लक्षात आलं नाही. मी रिसीव्हर कानाला लावलेलाच होता, त्यात 'टुं... टुं...' आवाज यायला लागला, तेव्हा मग मीही रिसीव्हर ठेवून दिला. पुन्हा फोन जोडला नाही. ह्याचं मुख्य कारण हे होतं की, मोटा भाईंनी विचारलेल्या प्रश्नाचं उत्तर मला अजून सुचलं नव्हतं आणि बूथच्या बाहेर बरेच लोक मी बाहेर निघायची वाट बघत होते.

टेलिफोन व्यवहार बराच सुरळीत सुरू झाला होता, त्यामुळे परिस्थिती बरीच सुधारली होती; तरी अजून बऱ्याच लाइन्स बंद होत्या. त्यामुळे जे बूथ चालू झाले होते, त्यांवर गर्दी असायची. लोक कुठला बूथ चालू आहे ते विचारत-विचारत, लांब चालावं लागण्याची पर्वा न करता तिथे जाऊन पोहोचत असत. त्यांच्या अधीर चेहऱ्यांवर घाई स्पष्ट दिसायची. मन अधीर असण्यानं हाता-पायांत जोर येत असावा!

सुरुवातीला तर परिस्थिती अशी होती की, स्वत:चा जीव वाचवणं सर्वांत

महत्त्वाचं होतं, त्यात दुसऱ्या कोणाचा विचार येणं अवघड; टेलिफोन तर लांब राहिला. हां, नाही म्हणायला तेव्हा वाहनं खूप दिसायची. धावाधाव चालली होती, त्यामुळे सगळ्या रस्त्यांवर खूप रहदारी असायची. पेट्रोलपंपांवर गर्दी असायची, पेट्रोलऐवजी केरोसिननं काम भागवलं जात होतं. गाडीत इंजीन ऑइलऐवजी शेंगदाण्याचं तेल वापरा, असं पेट्रोलपंपवाले सांगत होते.

छावणीत शेकोटीभोवती ह्या सगळ्या चर्चा व्हायच्या; त्यांत लोक मजेच्या गोष्टीही सांगायचे, गमतीच्या गोष्टी बघितल्या असतील त्याही सांगायचे. त्यात एकानं सांगितलं की, एक महिला नाइट-गाउनमध्येच मोपेडवर बसली आणि राजकोटच्या बाजूला तिचं माहेर होतं, तिकडं निघून गेली. लोकांना हे ऐकून इतकं हसायला आलं होतं की, मला वाटलं, हसायला काहीतरी निमित्तच हवं असल्यासारखे ते एवढे हसत होते, का मग आयुष्याचा खरा अर्थ ते आता समजले होते?

आपला जीव वाचला आहे, ह्याची खात्री पटायलाही जणू थोडा वेळ लागायचा आणि मग ते सगळ्यांना कळवायला पाहिजे, हे सुचायचं. याच सुमाराला टेलिफोन लाइन चालू झाल्याचं कळलं होतं. दूरसंचार विभागानं मोकळ्या जागेत एक राहुटी टाकून मोफत सेवा चालू केली होती. प्रत्येकाला मोजका वेळ दिला जात होता. पण नाहीतरी लोकांजवळ 'ते जिवंत आहेत' हे सांगण्याखेरीज आणखी सांगण्यासारखं काय होतं? मग खासगी फोन्समधले काही-काही सुरू झाले होते, अशा लोकांनी त्यांचे टेलिफोन्स घराच्या बाहेर काढून ठेवले होते – कोणालाही वापरता यावेत म्हणून.

अशा घरांमधले टेलिव्हिजन्सही चालू झाले होते. वेगवेगळ्या चॅनल्सवर धरणीकंपानं झालेल्या नुकसानीच्या विस्तारपूर्वक बातम्या, त्यासंबंधी मुलाखती आणि दृश्यांचं थेट प्रत्यक्ष प्रसारण केलं जात होतं. जे लोक ते बघून यायचे, ते छावणीत रात्री शेकोटीभोवती बसल्यावर त्याचं पुन:प्रसारण करायचे. टेलिव्हिजनवर दिसणाऱ्या स्थळांपैकी ज्यांची ओळख पटेल, त्यांच्या झालेल्या दुर्दशेचं वर्णन करण्यात त्याबद्दलचं कुतूहल आणि जिज्ञासा ओसंडून वाहत असायची. टेलिफोन, टेलिव्हिजन आणि वर्तमानपत्रं, ह्या सर्वांनी हेल्पलाइन सुरू केली होती. त्यांच्या द्वारे ठिकठिकाणच्या जिवंत वाचलेल्या लोकांची नावं समजत होती. त्यामुळे ओळखीच्या, नात्याच्या लोकांचा शोध घेता येत होता. मला वाटून गेलं, मोटा भाईंनी शोधलं असेल माझं नाव? टेलिफोन सुरू झाल्याबरोबर लगेच मी त्यांना मी सुरक्षित असल्याचं कळवलं होतं, हे खरं; पण जे लोक इथून लांब अंतरावर होते, त्यांना टीव्ही, वर्तमानपत्रांतून बातम्या, छायाचित्रं मिळायला लागल्यावर परिस्थितीचं रूप जास्त भीतिदायक वाटू लागलं होतं आणि मग सारख्या चौकशा केल्या जात होत्या. परिस्थितीच अशी काही होती की, लांबच्या लोकांना काळजी वाटायला लागली

होती, तशीच इथल्या लोकांचीही काळजी वाढत चालली होती. कल्पना जेव्हा वास्तवात दिसू लागतात, तेव्हा त्यांचा किती जास्त परिणाम होतो, हे यामुळे दिसत होतं.

जरा काळजी वाटून मी मोटा भाईंच्या संपर्कात राहण्याचा प्रयत्न करत होतो; पण तसं करायला लागल्यावर माझ्या हे लक्षात आलं होतं की, माझी समजूत चुकीची होती. फोनवर बहुतेक वेळा भाभीच असायच्या, त्या अगदी सहज-साध्या आवाजात बोलायच्या. इथल्या परिस्थितीचं वर्णन मी त्यांना सांगायचो; माझ्या बोलण्याचा सूर जास्त उत्तेजित, व्यथित असायचा... पण त्याचा काही परिणाम त्यांच्यावर होताना जाणवत नव्हतं. उलट त्या मला विचारायच्या, "पण चहूकडून मदतही खूप यायला लागलीय ना?" मी जेव्हा-जेव्हा फोन करायचो, तेव्हा-तेव्हा भाई फोनवर भेटायचेच नाहीत. कधी ते अंघोळीला गेलेले असायचे, कधी पूजा करत असायचे, तर कधी बाहेर गेलेले असायचे – भाजी आणायला, नाहीतर आणखी कुठे! मी विचारलं, तरच हे उत्तर मिळायचं! हळूहळू मीही कमी फोन करू लागलो, धरणीच्या या कंपनानं आयुष्याच्या पुस्तकाचं एक पान उलटलं गेलं.

विचार करू लागलो की, वाटतं – आयुष्याची काही निश्चित दिशा, पद्धती ठरवण्यासाठी काहीतरी केलं पाहिजे. सध्या तर काहीच कामधंदा न करता माझ्या जेवणा-खाण्याची, राहण्याची, झोपण्याची सोय अनायसेच झाली आहे! अर्थात अशा या आयुष्यामुळे आळशी झालोय, असं नाही, कदाचित जास्त सक्रिय असतो, काहीच न करता कितीतरी करत असतो! फक्त हिंडत असतो, बघत असतो, समजून घेत असतो; तरीपण दिवस मावळला की, परत फिरतो, तेव्हा थकून गेलेला असतो. हा थकवा कशाचा असतो?

खरं म्हणजे, काम असं काही करत असेन, तर ते म्हणजे ही डायरी लिहिण्याचं. पण ते तरी कसं? जे बघत असतो, त्याबद्दलचे विचार – विचारांमधून भावना आणि भावनांमधून पुन्हा विचार कधी येतात, ते समजत नाही. ह्या सर्व दिवसांमध्ये घडलेल्या घटना – मी ज्या वेळी त्यांबद्दल विचार करत असेन, त्या वेळात पुढे-मागे होत बसून जातात – नेमक्या कोणत्या दिवशी झाल्या असतील, तशा अनुक्रमानं लिहिल्या जात नाहीत. शेकोटीपाशी कधी जे कळलं असेल, ते समजल्यानंतर मी तिथे जाऊन पोहोचतो; तिथे जणू यापूर्वीही कधी गेलो असेन अशा रितीनं ह्या डायरीत नोंद होते; त्या आई न् मुलाच्या गोष्टीचं नाही का तसंच झालं?

मला असं वाटायला लागलंय की, माझ्या मूळ स्वभावाला सोडून मी जास्त बडबड्या होऊ लागलोय, तेही ह्या डायरीमुळेच. भीती ही आहे की, असा फार बोलायला लागलो, तर ह्या घटनेच्या बाहेरचंही काहीतरी बोलत सुटेन...

छावणीत राहणारे लोक बदलत राहतात, इथं राहत होता असा एखादा माणूस

काही कल्पना नसताना कुठे निघून गेला आणि समोर दिसतोय तो माणूस एकाएकी कोठून येऊन पोहोचला, तेच समजत नाही... आणि कदाचित त्यानं काही फरकही पडत नाही!

शेकोटीची ऊब हळूहळू कमी होऊ लागली आहे. ती पेटवलीही उशिरा जाते आणि असतेही लहान. तिच्याभोवती आता खूप लोकही गोळा होत नाहीत. एक काम जणू उरकायचं असल्यासारखे उशिरा येतात न् बसतात. येतात तेही आळीपाळीनं आल्यासारखे आणि दूर-दूर, सुटे-सुटे असे बसतात; आणि जरा वेळानं उठून जातात... असं वाटतंय की, ही शेकोटी आता हळूहळू विझून जाईल आणि पुढच्या रात्री पुन्हा पेटवली जाणार नाही. तिथली राख धुळीत मिसळून जाईल, त्याच्यावरून लोक जाऊ-येऊ लागतील, आणि तेव्हा कदाचित कोणाला ह्याची आठवणही होणार नाही की, कधी काळी छान शेकोटी पेटत होती...!

असं वाटायला अगदी उघड असं काही कारण तर दिसत नाही; तरी कोण जाणे, असं का वाटतं की, शेकोटी पेटायची बंद होईल तेव्हा ही छावणीही नसेल, तीही उठवली जाईल...

असं का होईल ह्याचा विचार करता-करता लक्षात आलं की, या शेकोटीमुळे छावणी ही फक्त एक जागा न राहता, मुक्कामाचं एक ठिकाण झालं आहे. इतक्या सगळ्यांना तगवून ठेवणारी एक ऊब, एक आपुलकी इथं निर्माण झाली – ती प्रत्येकाच्या मनाच्या उबेनं, आपुलकीनं. नाही तर सगळे गारठून, काकडून गेले असते. तेव्हा तर जणू बर्फ पडत असल्यागत वातावरण होतं. बर्फ पडतो तेव्हा अतिथंडीनं झाडंही काळी पडतात. लोक आपापसात बोलत असायचे...

घरदार काय, ह्या लोकांचं तर गावही गेलं होतं आणि ते गाव ह्या शेकोटीभोवतीच्या कोंडाळ्यात पुन्हा उभं होत होतं... शेकोटी विझत गेली आणि पुन्हा सगळं विस्कटत चाललं...

इथून तिसऱ्या नंबरच्या तंबूच्या दरवाजाला अशोकाच्या पानांचं तोरण बांधलंय. तिथं लोकांची ये-जाही वाढलेली दिसतेय. इकडे-तिकडे हिंडणारी ती माणसं छावणीतली वाटत नाहीत, बाहेरून आलेली वाटतात. तेवढ्यात गाण्याचे मंद सूर आणि आनंदाचा प्रसंग असावा तशा आवाजातलं बोलणंही ऐकू यायला लागलं. बघितलं, तर बायका नटून-सजून, एकत्र गोळा होऊन बसल्या होत्या आणि गाणी म्हणत होत्या. एका बाजूला तो मंदबुद्धी मुलगा खुर्चीवर बसला होता. त्याच्या मांडीवर एक डबा आणि एक लहान छडीसारखी काठी होती. त्याला सांभाळणारा तो प्रौढ माणूस त्याचा हात पकडून डब्यावर काठीनं ताल धरत होता. ताल योग्य

नाहीये, पण मुलाला मजा वाटतेय आणि ते बघून त्या माणसाला आनंद होतोय, ते बघायला मला आवडतंय!

एकाएकी हे उत्सवाचं वातावरण कुठून-का-कसं झालं, याचं नवल करत होतो, तेवढ्यात एक स्त्री मिठाईचा बॉक्स घेऊन प्रत्येक तंबूत जाताना पाहिली. माझ्यासमोरही ती बॉक्स धरून उभी राहिली. त्यातून एक पेढा घेता-घेता मी प्रश्नार्थक चेहऱ्यानं तिच्याकडे पाहिलं.

"आम्ही अहमदाबादहून आलो आज. आता भाभींना घेऊन परत जाऊ. त्यांना सासरी परत न्यायलाच आलो होतो आम्ही."

मी स्मित केलं. पण बाई बोलकी होती, ती पुढे म्हणाली, "भाभींच्या बहिणीलाही घेऊन जाऊ. त्या सासरहून इकडे बाळंतपणासाठी आल्या आहेत; पण इथं आता कोणी नाही ना, म्हणून भाभींना आम्ही नेत नव्हतो. मग आम्हाला वाटलं, भाभींची बहीणही राहीना का आमच्याच घरी बाळंतपणाला!"

हळू, मधुर आवाजात छानसं गोड लोकगीत गाता-गाता हसऱ्या चेहऱ्यानं ती परत गेली.

"चुंदडीना चार छेडे घूघरी,
वचमां आलेख्या रूडा मोर,
वहोरोने दादा चुंदडी
संकेलुं तो घमके रूडी घूघरी,
उकेलुं तो टहुके झीणा मोर,
वहोरोने दादा चुंदडी..."

(चारी टोकांना छोटे-छोटे घुंगरू आणि मध्ये सुंदर मोरांची चित्रं असलेली अशी ओढणी आणा ना दादा माझ्यासाठी! घडी केली तर घुंगरू छान आवाज करतील आणि उघडली तर छोटे-छोटे मोर डोकावतील, अशी ओढणी आणा ना दादा माझ्यासाठी!)

रोजच्यासारखा संध्याकाळी मी छावणीत परत आलो, तोवर ते पाहुणे परत गेले होते. शेकोटी अजून पेटली नव्हती, पण लोक तिथं बसले होते. मी सरळ तिकडेच गेलो. त्या दुपारच्या प्रसंगाबद्दलच बोलणं चाललं होतं –

"मुलगा न् सून दोघंही...! देवाची दया की दादा तरी वाचले, नाही तर ह्या दोन मुली..."

तुटक-तुटक, अर्धवट बोललेली वाक्यं – त्यांच्यावरून जी वाक्यं पुरी बोलायची हिंमत राहिली नव्हती, ती कळत होती.

मला वाटलं, देवानं काय एवढा विचार करून असं केलं होतं? दादांना जिवंत ठेवून त्यांच्या मुलाच्या न् सुनेच्या आयुष्याची किंमत चुकती केली होती?

"भूकंप झाला तेव्हा दादा दिङमूढ होऊन वाचा बसल्यासारखे झाले होते. खालून आम्ही हाका मारायचो, समोर ते उभे असायचे; पण काहीच उत्तरच द्यायचे नाहीत. कितीतरी दिवस ते असेच सुन्न बसून राहिले होते."

दादांबद्दलचं हे बोलणं संपलं होतं, का अर्धच झालं होतं? ते कळत नव्हतं. पण त्यानं काही फरक पडत नसल्यासारखा तो माणूस पुढे सांगू लागला –

"दोघी बहिणी सकाळी फिरायला गेल्या होत्या. परत आल्या, तेव्हा त्यांना बघून दादांच्या जिवात जीव आला. पण जिना तर मोडून गेला होता. आता काय करायचं? मुलींनी खालून मोठ्यानं ओरडून-ओरडून त्यांना समजावलं की, धोतर, साडी, चादर असं जे-जे सापडेल, ते एकमेकाला बांधून, ते खिडकीला बांधून त्याच्यावरून त्यांनी हळूहळू सरकत खाली यावं.

"आणि दादा नेसलेलं धोतर वाऱ्यानं फडफडवत फुग्यासारखे खाली उतरले, हेऽऽ अस्से!"

एका मुलानं हात पालथा करून बोटं उभीच्या उभी जमिनीवर टेकवत मग उत्साहानं विचारलं, "काय दादा, मजा आली ना?"

तो दादांना विचारत असलेला ऐकून मी मान वर करून बघितलं, तर एक जण दादांना घेऊन येत होता. तो दादांना लटकंच दटावत म्हणत होता, "एकटेच काय बसून राहिला होतात तंबूत? काय करत होतात? अं?" मग पुढे म्हणाला, "दादांनी तर आज सगळ्या छावणीचं तोंड गोड केलं! दादा आता *परदादा* (पणजोबा) होणारेत, होय ना दादा?"

दादा सगळ्यांपासून जरा लांबच बसून गेले. त्यांना वाटत असेल, 'पणजोबा?' आयुष्याची क्षणभंगुरता साक्षात पाहिल्यावर तितकंच क्षणभंगुर भविष्य बघायचं असावं तसे त्यांचे डोळे टकामका बघत होते!

छावणीच्या नाक्याशी उभा होतो, तेवढ्यात पाण्याचा टँकर आला. ड्रायव्हरनं टँकर वळवला. व्हॉल्व्हमध्ये लीकेज होतं, त्यामुळे तिथून पाणी सांडत होतं. सुक्या जमिनीवर पाण्याच्या धारेनं अर्धवर्तुळाकार आकार झाला. टँकर रिव्हर्समध्ये पाण्याच्या टाकीजवळ आला. ड्रायव्हर खाली उतरला. पाण्याचा पाइप खाली ओढून त्यानं टाकीत टाकला आणि व्हॉल्व्ह उघडला. स्वयंपाकघरातल्या माणसाशी तो बोलत होता. माझं लक्ष त्यांच्या बोलण्याकडे फारसं नव्हतं; पण एवढं लक्षात आलं की, नगरपालिकेचा पाणीपुरवठा सुरू झालाय, त्याबद्दल काहीतरी सांगत होता. इकडे टाकी भरली होती. परत येऊन त्यानं व्हॉल्व्ह बंद केला.

स्वयंपाकघरातला माणूस त्याला सांगत होता की, छावणीच्या पाण्याच्या

लाइनमध्ये अजून पाणी येत नव्हतं, तेव्हा अजून टँकरची गरज भासेल. त्याला उत्तर न देता ड्रायव्हर सांगू लागला, "कितीतरी लाइन्स तुटल्यायत. कुठली लाइन कुठे तुटलीय, ते कळण्यासारखं नाही. दुरुस्तीची तर आत्ता शक्यताच नाही."

"तर मग पाणी..."

त्या माणसाचं बोलणं पुरतं व्हायच्या आधीच ड्रायव्हरनं म्हटलं, "पाणी असं वाहत राहिलं, तर थांबवायचं कसं? गावात बघितलंत तर सगळीकडे खड्ड्यांमध्ये पाणी भरलंय. पडलेल्या घरांचा राडारोडा सबंध भिजून गेलाय..."

"पण असं एकदम..."

काय करायला हवं होतं, ते नक्की ठरवता येत नसल्यासारखा तो माणूस घोटाळला. म्हणून मग त्यानं दुसराच मुद्दा काढला –

"अशा छावण्या न् स्वयंपाकघरं कुठपर्यंत चालू ठेवणार? माणसांना ह्याचीच सवय झाली, तर स्वत:च्या पायावर उभीच राहणार नाहीत. आज आता दशा अशी आहे की, सरकार त्यांना आपापल्या जागेची व्यवस्था करायला सांगतं, ते-ते विचारतात, 'जागा आहेतच कुठं व्यवस्था करायला? आणि लाइट नाही, की पाणी नाही – मग?' तर घ्या, हा लाइट न् हे पाणी! पण त्यानं काय उपयोग झाला? आणि माणसाचं वागणं तरी काय – संडासला जायचं असलं, तरी बिसलेरीची बाटली घेऊन जातात!" असं म्हणत ड्रायव्हर टँकरवर चढला. त्यानं टँकर बाहेर नेला, तरी स्वयंपाकघरातला माणूस तर तिथे उभाच होता. जणू त्यालाही त्याच्याबरोबर जायचं होतं आणि तो मागे राहून गेला!

ह्या परिस्थितीबद्दल कयास करण्याची जबाबदारी माझ्याच डोक्यावर असावी तशा मन:स्थितीत मी तिथून निघालो.

पंजाबच्या गुरुद्वारातर्फे चालू झालेलं लंगरही बंद झालं आहे, सेवाभावी संस्थांनी चालू केलेली अन्नछत्रंही कमी होऊ लागली आहेत. परंतु दुसरं असं झालं आहे की, जिथं मोकळी जागा दिसेल तिथं तंबू, ताडपत्र्या, किंतान, प्लॅस्टिकच्या सतरंज्या अशा वस्तूंनी बांधून तयार केलेल्या वसाहती उभ्या राहिल्या आहेत.

ती साधनं मिळतायत, पण इतर सोई कुठून मिळणार? रोज वापरले जाणारे कागदांचे आणि प्लॅस्टिकचे बोळे, खरकटं, मल-मूत्र – सगळीकडे घाण पसरली आहे. शहरात सगळीकडे अशा वसाहती दिसत आहेत. कुत्री आणि डुकरंही ह्याच त्यांच्याही वसाहती असतील अशा तऱ्हेनं इथेच आसपास किंवा वस्तीतही हिंडत असतात!

हे बघून वाटलं, माणसं अशीही राहू शकतात! पण मी हेही बघितलं होतं की, अशा तऱ्हेनं राहणाऱ्या लोकांजवळ राहणं इतरांना किती अवघड झालं होतं. ह्या वसाहती एकाएकी उभ्या झाल्या नव्हत्या, पण एरवी त्यांच्यापासून दूर राहणाऱ्या

लोकांच्या अगदी जवळ तर एकाएकीच झाल्या होत्या.

धरणीकंपानं ह्या परिस्थितीला जन्म दिलाय. ती बघून मी छावणीत परत आलो, तर एका बाजूला गोळा झालेले लोक जणू माझ्याबरोबरच चालत आले असल्यासारखे चालता-चालता बोलत होते –

"सबंध शहरात अजून भंगार आणि राडेरोडे पडले आहेत. त्यात अजूनही इकडे-तिकडे कुठे मृतदेह गाडले गेलेले राहिले नसतीलच, हे तरी कुठं नक्की ठाऊक आहे? त्यात आता हे सुरू झालं! ह्यामुळे काही रोगराई सुरू नाही झाली, म्हणजे मिळवलं! नाही तर धरणीकंपालाही मागे टाकेल असं काहीतरी व्हायचं!"

त्या संध्याकाळी जंतुनाशक फवारा मारणारी गाडी फवारा मारत जोरात पुढे गेली. छावणीच काय, काही क्षण तर काहीच दिसेनासं झालं!

१६

छावणीत येऊन बघतो, तर सगळं सामसूम! तंबू रिकामे तर खरेच, पण ते काढून टाकायचीही सुरुवात झाली आहे. एकाएकी माझं लक्ष गेलं, तर माझा तंबूही काढून टाकण्यात आला होता! तंबूत होतं काय म्हणा; पण तरी तिथं फारसं काही नाहीये, ह्याचा विसर पडून मी धापा टाकत तिथे पोहोचलो. जाऊन बघतो, तर जमिनीवर पसरलेली ताडपत्री, तंबूचे खांब आणि दोऱ्या. मध्ये बांधलेल्या दोरीवर वाळत टाकलेले दोन-तीन कपडे, दोन-तीन वर्तमानपत्रं आणि पुस्तकं. त्या ताडपत्रीची घडी करून माझं सामान त्याखाली ठेवलं होतं. थैली तर माझ्या खांद्यावर होतीच. बाकीचं ते सामान खाली वाकून उचललं, थोडं पिशवीत खुपसलं, बाकीचं त्या ताडपत्रीची घडी करून त्यात दाबून बगलेत पकडलं.

परत निघायला वळलो, तेव्हा तंबू काढणाऱ्या मजुरानं काम थांबवून माझ्याकडे बघितलं. त्याच्या चेहऱ्यावर माझ्याबद्दल वाटणारी चिंता स्पष्ट दिसली. त्याच्याकडे बघत मी त्याच्याबद्दल विचार करू लागलो. मी निराधार आहे, असं त्याला वाटलं असणार. त्याची सहानुभूती मला जाणवली. पण त्याला सांगितलेलं तंबू काढण्याचं काम करणं त्याला भाग होतं, हेही मला समजत होतं. मी थांबलो.

"हे तंबू काढून टाकायचा हुकूम आला आहे. हे दुसरीकडे पाठवायचे आहेत." तो माझ्याकडे बघत होता. त्याला हा खुलासा द्यायची किंवा अपराधी वाटण्याची काहीच जरुरी नव्हती.

मी काही बोललो नाही... बोलायचं काही नव्हतंच; पण मला असं वाटलं की, त्याला जरा बरं वाटावं, म्हणून मी जरा वेळ त्याच्याबरोबर थांबणं गरजेचं होतं.

"तसं तर दोन-तीन दिवसांपूर्वीच नक्की झालं होतं. म्हणून सगळ्यांनी मग दुसरीकडे आपापल्या जागा शोधल्या आणि निघून गेले."

त्यानं त्याचं कर्तव्य पार पाडल्यासारखी त्याच्या चेहऱ्यावर आता सुटल्याची भावना आली होती आणि तो पुन्हा कामाला लागला होता. आता जायला हरकत नव्हती.

तो समजत होता तशा स्थितीत मी नव्हतो. छावणीत राहणाऱ्या इतर लोकांत

आणि माझ्यात फरक होता. त्यांच्या घरादाराचा, जिवाचा प्रश्न होता. त्यांची घरं पडली होती. मृत्यूनं चहूबाजूंनी त्यांच्यावर हल्ला केला होता – आणि तोही कसा? आयुष्यातली एक मोठी इच्छा असते सर्वांची की, स्वत:चं असं एक घर असावं. त्यासाठी त्यांनी जमिनीचा एक तुकडा मिळवला होता आणि त्यावर असं एक घर उभं केलं होतं, जिथं रोजच्या आयुष्यात अनेक आघाड्यांवर संघर्ष करत असताना विश्रांतीचे काही तास घालवायला त्यांना हक्काची जागा हवी होती. ह्या भूमीचा आधार घेऊन स्वत:च्या रक्षणासाठी त्यांनी चहूबाजूंनी एक आडोसा उभा केला होता, त्या आडोशावर बांधलेल्या छतावर त्यांची केवढी मदार होती. त्यांच्या ह्या विश्वासाचा गैरफायदा घेऊन मृत्यूनं तोच आडोसा आणि तेच छत ह्यांच्यासकट त्याच भूमीत त्यांना गाडलं होतं. त्यांच्यापैकी ज्यांचे जीव वाचले होते; त्यांना असा जीव वाचणं म्हणजे काय, हे चांगलं समजून चुकलं होतं! ह्या भूमीचा त्यांना आता भरवसा वाटत नव्हता. आता भरवसा राहिला होता फक्त आपल्या मनगटांवर. जीव मुठीत घेऊन ते छावणीत आले होते; जीव वाचवता-वाचवता जेवढं सामान वाचवता आलं होतं, ते बरोबर आणलं होतं. जीव आणि चीजवस्तू दोन्हीसाठीचा जो आधार होता, तो त्यांनी गमावला होता. असे ते सर्व लोक निराधार झाले होते. आणि मी? मी काय गमावलं होतं? मी तर ह्या भूमीवर उभाच कुठे राहिलो होतो? फक्त हिंडत-फिरत होतो. माझ्या मुठीत काय होतं? ती तर रिकामी होती! कुठला आधार गमावून मी निराधार झालो होतो?

छावणी सोडून बाहेर निघता-निघता मी आजूबाजूला पाहिलं, तर सारं मैदान सपाट झालेलं दिसलं. सर्व सामानासकट स्वयंपाकघर हटवलेलं, संडास-बाथरूमसाठी आडोशाला बांधलेली किंतानं सोडून काढून नेली होती. तंबू उपटून काढले होते. पाठीमागची शाळेची मोडकी-तुटकी इमारतही उजाड, एकाकी पडली होती... छावणीचं नामोनिशाण राहिलं नव्हतं!

मनोमन तर साहजिकच मला हे आवडलं नाहीच; पण मला अगदी पक्का विश्वासही होता की, छावणीची आठवण अशी काही पुसून टाकली जाणार नाही. आता छावणी राहिली नाही, तरी ही जागा 'छावणी' नावानंच ओळखली जाईल. आजूबाजूला राहणारे लोक त्यांचा पत्ता लिहितील – 'छावणीजवळ.' मग ज्यांना हे ठाऊक नाही, ते लोक विचारतील, 'ही छावणी कुठली?' मग माहीतगार लोक त्यांना धरणीकंपाची सारी कथा सांगतील. त्यात काय काय सांगतील? इतकी घरं पडली, इतकी माणसं मरण पावली, असे सगळे आकडे सांगितले जातील. त्यात एका आकड्याच्या रूपानं सतीशही असेल....

मनी विषाद दाटून आला. धरणीकंपानं, त्यानं केलेल्या प्रचंड विनाशानं कशा-कशा संदर्भांमध्ये माझ्या मनावर परिणाम केला होता!

छावणी सोडण्यापूर्वी पुन्हा एकदा मी त्या जागेकडे बघितलं. आता तिथे कोणी नव्हतं. सगळे मला सोडून निघून गेले, अशी भावना मनात दाटून आली. प्रथमच मला निराधार वाटलं आणि काहीच न ठरवलेल्या मन:स्थितीत मी पुढे चालू लागलो.

बऱ्याच दिवसांनंतर डायरी उघडून बसलो आहे. नाहीतरी ही डायरी काही तारीखवार अशी पहिल्यापासूनच लिहिलेली नाही आणि नियमितपणे लिहितो तरी कुठे? तसं लिहिण्याचा माझा इरादाही नाही. आणि ही काही ऐतिहासिक प्रमाणभूत माहिती नाही किंवा मी येथे आलो तो वृत्तान्त-निवेदन करायचं ठरवून आलेलो नाही. मी जिथं असेन, तिथं आजूबाजूला जे होत असतं, ते बघत असतो. हे तरी किती अनपेक्षित आहे! माणसं एकमेकांबरोबर राहून किंवा समोरासमोर येऊन स्वत:ला ज्या तऱ्हेनं सांभाळून वागतात किंवा अगदी जवळून पुढे निघून जातात, ते तरी किती विचित्र आहे! इथं जो भीषण प्रकार झाला, तो ह्यातूनच प्रकट होतो. मनात ह्या सगळ्या गोष्टींमुळे जे विचारांचं वादळ उठतं, ते कोणाला सांगता तर येत नाही आणि मनात दाबून ठेवता येतं नाही – म्हणून तर ही डायरी!

छावणी सोडून निघालो, तेव्हा एकदा वाटलं की, परत जावं. आता इथं राहण्याचं काय कारण आहे? पुढच्याच क्षणी असाही प्रश्न पडला की, आत्तापर्यंत तरी काय कारण होतं? ह्या छावणीचं आश्रयस्थान होतं, हेच? मग आता छावणी तर राहिली नाही, बस, खूप झालं!

पण जितक्या लवकर तो विचार आला होता, तितक्या लवकर निर्णय घेता आला नाही! पहिला प्रश्न तर हाच उभा राहिला की, इथून जायचं कुठं? ह्याचं उत्तर तसं तर सरळ-साधं 'घरी' असं होतं; पण 'घरी' जाणं ही इतकी साधी गोष्ट नव्हती. इतक्या दिवसांमध्ये घरून एकदाही 'घरी परत ये' असं कोणी म्हटलं नव्हतं. घरातून निघताना मी माझ्या पाऊलखुणा पुसून आलो होतो, म्हणून कदाचित आता असं काही राहिलंच नव्हतं, जे मला घराकडे घेऊन जाईल.

असा विचार येतो, तेव्हा जणू आत्ता घडत असल्यासारखा एक काल्पनिक प्रसंग मनातल्या मनात डोळ्यांसमोर उभा राहतो –

...सकाळ उजाडता घरी पोहोचतो. बंद दरवाजापाशी पाय थांबले, पण दारावर खट-खट करायला हात पुढे झाला नाही. तेव्हाच लक्षात आलं की, असं तर पहिल्यांदाच झालं. असं का झालं असेल, असं मनात येतंय तोच दार उघडलं. समोर भाभी उभ्या होत्या. मी त्यांच्याकडे बघितलं, तर चेहऱ्याच्या जागी प्रश्नचिन्हच होतं! जो प्रश्न माझ्या मनात होता, तोच अचानक समोर उभा राहिला. मी जणू त्या

प्रश्नचिन्हाच्या मधल्या जागेतून आत शिरलो! मग आतमध्ये भाई आणि भाभींनी विचारलंच नाहीत ते प्रश्न मला सारखे विचारले जात असतील, असं मला वाटलं, 'कुठे जाऊन आलात?', 'काय करून आलात?' ह्या प्रश्नांचं उत्तर देण्यासारखं माझ्याकडे काय होतं? जिथं गेलो होतो, तिथं जाण्यामागे हेतू काय होता? कुठल्याशा त्या गोष्टीत आहे, तसंच झालं म्हणाचंय ना की, 'भाई, कुठे जाऊन आला?' तर तो म्हणे 'कुठे नाही!' आणि जेथे गेलो होतो, तिथं जाऊन मी केलं काय होतं? त्यामुळे मी एक बेजबाबदार भटक्या माणूस आहे, असं मला वाटायला लागलं होतं. आणि मी काही उत्तर देऊ न शकण्यानं माझी बेपर्वाईची वृत्तीच त्यांच्यासमोर उघड झाली असेल ना, असंही मला वाटलं.

थोडक्यात काय, असं काहीतरी माझ्या त्या घरच्या वातावरणात होतं, जे मनातल्या मनात अशा कल्पना येऊन मी जिथे होतो, तिथंच राहायला मला भाग पाडत होतं.

मला गंमत ह्याची वाटत होती की, इथे माझ्या आसपासच्या जगात निश्चितता नावालाही नव्हती आणि तरी असं वाटत होतं की, मनाला अनिश्चिततेतून एकाएकी निश्चिंतपणाची भावना लाभत होती. कारण कदाचित इथं कुठलीही काल्पनिक प्रश्नचिन्हं डोळ्यांसमोर येत नव्हती! अशा मन:स्थितीमुळे गेल्या कितीतरी दिवसांत मी डायरी लिहू शकलो नव्हतो.

डायरी! आत्ताच्या घटकेला आता ही एकच गोष्ट अशी आहे, जिच्यामुळे मी टिकून राहू शकलो आहे आणि हिच्यामुळे जर असं टिकून राहू शकलो आहे, तर गेलेल्या काही काळात – अंहं – गेलेल्या काही काळाबरोबर मलाही ज्या-ज्या घटनांमधून जावं लागलं, त्यांची नोंद डायरीत करावीशी वाटतेय.

तसं तर मी शिकत होतो, तेव्हापासूनच लिहायला बऱ्यापैकी येत असे. निबंधलेखन, पत्रलेखन इत्यादीमध्ये वर्गात सगळ्यांपेक्षा जास्त मार्क मला मिळायचे. सतीश मला म्हणायचा, "मला तर यार, ह्यात काय लिहायचं, ते सुचतच नाही! तुला कसं जमतं असं सगळं लिहायला?" पण एकदा माझ्या एका शिक्षकांनी मला असंही म्हटलं होतं की, तू दिलेल्या विषयावर लिहिण्याऐवजी त्या विषयाच्या संदर्भात जास्त लिहितोस, मनानंच; कल्पना करून. त्यामुळेच ही डायरी लिहितो तेव्हा खूपदा असं वाटतं की, जणू सगळी पूर्वतयारी होतीच – मनात येणाऱ्या भावनांबद्दल, मनात येणाऱ्या विचारांबद्दल आणि त्यांना कागदावर उतरवण्याचा पद्धतीबद्दल – आणि असंही वाटतं की, थांबून गेल्यासारखं झालेलं माझं आयुष्य ह्या घटनांमुळे एकाएकी गतिमान व्हावं, ही तरी किती अजब गोष्ट आहे!

छावणी काढून टाकण्यात आली, तरी बऱ्याच गोष्टी खड्ड्यांमध्ये, रिकाम्या मैदानामध्ये अजून तशाच पडलेल्या आहेत. नव्या ताडपत्र्या, प्लॅस्टिकचे मोठाले

शीट्स, तर कुठे-कुठे फाटक्या चादरी आणि साड्या बांधलेल्या होत्या त्या – कुठे एखाद्या झाडाच्या बुंध्याला नाही तर फांदीला; तर कुठे-कुठे कुठूनतरी शोधून आणून उभ्या केलेल्या बाबूंना दोऱ्या बांधून. ती झाडं बघून वाटतं, एवढाली घरं पडली; पण ही झाडं कशी उभीच्या उभी राहिलीयत! केवढाली उंच-उंच झाडं! ह्या सृष्टीच्या पालनकर्त्याबद्दल मन कृतज्ञतेनं भरून येतं. मी कोणाजवळ तरी ही भावना बोलून दाखवली, तेव्हा तो म्हणाला होता, ''झाडं कुठं बिल्डरनं बांधलीयत?''

मला हसू नव्हतं आलं. तसं पाहिलं, तर माझाच विचार त्यानं जरा वाकड्यात शिरून बोलून दाखवला होता, पण माझं मन खिन्न झालं होतं. कोण होते हे बिल्डर्स? कोणासाठी त्यांनी ह्या इमारती बांधल्या होत्या? माझ्या डोळ्यांसमोर आकर्षक होर्डिंग्ज आली – फायनान्स कंपन्यांची, 'स्वतःचं घर' बांधून देणाऱ्या कन्स्ट्रक्शन कंपन्यांची. ही होर्डिंग्जही तुटून, फाटून, वाकडी-तिकडी होऊन धराशायी झाली होती आणि मोडून पडलेल्या इमारतींचे ढिगारे त्यांच्यावर पडले होते. एका ठिकाणी मी बघितलं होतं की, त्या राड्यारोड्यांमधून मोठमोठाले दगड शोधून लोक उचलून घेऊन गेले होते, त्यांच्या भिंती उभ्या केल्या होत्या आणि त्यांच्यावर अशा एका पडून गेलेल्या होर्डिंगचं छप्पर केलं होतं! कुठूनतरी आणून एक दारही ठेवलं होतं आडोसा करायला. मी तिथे उभा राहून बघतच राहिलो होतो – हे विडंबन म्हणायचं, का विनाशातून नवसर्जनाकडे नेणारी श्रद्धा? माझ्या मनाला तरी आश्वासक उभारी आल्यासारखं वाटलं होतं.

त्या वेळी थोड्या दिवसांपूर्वी मी जे दृश्य बघितलं होतं, ते मला आठवलं. पडून गेलेल्या एका घरासमोर मध्यम वयाचा एक माणूस डोकं खाली घालून बसला होता. त्याच्या तोंडातून आवाज निघत नव्हता, पण त्याच्या चेहऱ्यावरून कळत होतं की, तो रडत होता – आवाज न करता. तोंडातून निघू न शकणाऱ्या हुंदक्यांनी त्याचं सारं शरीर गदगदत होतं. आपल्या माणसाच्या मृतदेहासमोर बसून कोणी मूक आकांत करत असावं तसं ते दृश्य होतं. मग अशा प्रकारची कितीतरी दृश्यं एकदम आठवली. त्यांच्यातलं कुठलं दृश्य कुठे बघितलं होतं, ते आता आठवत नव्हतं. सगळ्या घटनांचं मिळून जणू एक चित्र होऊन ते मनात ठसून गेलंय – सगळी वेगवेगळी होती ना, ह्याची शंका यावी, इतकं!

कोणीतरी म्हणालं होतं, ''आयुष्यात हे एकच स्वप्न होतं – अर्धं आयुष्य उलटून गेलं तेव्हा ते स्वप्न पूर्ण झालं, आता काही करायचं राहिलं नाही. आत्तापर्यंत भाड्याच्या घरात राहत होतो, सगळं जसं असेल तसं चालवून घेत होतो, 'नंतर बघू पुढं' म्हणून पुढे ढकलत होतो. प्रत्येकाच्या प्रत्येक इच्छेला एकच उत्तर असायचं – 'आपण आपलं घर बांधू तेव्हा सगळं करू.' चिमणी जशी गवताची एकेक काडी आणून-आणून घरटं तयार करते, तशी एकेक इच्छा साठवून ठेवत-ठेवत घर

बांधलं आणि घराचा सत्यानाश झाला, तेव्हा सगळ्या इच्छांचाही झाला... बस्! काहीच शिल्लक राहिलं नाही!''

मला वाटलं, जे पूर्णपणे नष्ट झालं, त्याच्यातून आता काय आणि कसं उभं होईल? खूप उदास झालो.

मध्यम वयाच्या आणखी एका माणसानं जी कथा सांगितली, त्यानं माझ्या मनाला अक्षरश: अनेक चिरा पडल्या. त्याची कहाणी जसजशी पुढे जात राहिली, तसतशा एकेका प्रसंगाच्या उभ्या-आडव्या रेषा मनावर पडत गेल्या.

''वडिलोपार्जित घर होतं. विकलं तर फार किंमत येईल असं नव्हतं, की ते विकून त्या पैशांतून नवं घर घेता येईल. म्हणून मग असा विचार केला की, जुनं घरच दुरुस्त करून घ्यावं, त्यात नव्या पद्धतीच्या सुखसोई करून घ्याव्यात. एकीकडे मुलाचं लग्नाचं वय झालं होतं. दोन्ही कामं उरकता येतील, एवढ्या पैशांची सोय होणं अवघड होतं, म्हणून विचारात पडलो. मग प्रश्न असा उभा राहिला की, मुलाचं लग्न करून देऊन सुनेला काय अशा पडक्या-मोडक्या घरात घेऊन यायचं? काय करावं, हे सुचेना. आई न् मुलगा दोघंही एकापेक्षा एक वस्ताद होते. मुलानं वेगळाच मुद्दा काढला. म्हणाला, 'लग्न तर माझं एकट्याचं – घर तर सर्वांचं. एकाच्या सुखाचा विचार करायचा का सर्वांच्या?' कुठल्याच प्रश्नाचं उत्तर सापडत नव्हतं. मलाही जे केलेलं चांगलं दिसेल, ते करायची हौस होती. लग्न तर खर्चात थोडं कमी-जास्त करून, करून टाकता येईल – आज नाही, तर उद्या!''

त्याचं सांगून संपल्यासारखा तो गप्प झाला. मी असा अंदाज केला की, त्याचे बेत मनातल्या मनात राहिले असतील. त्याचंही मला वाईट तर वाटलं; पण त्याचं हे गप्प राहाणं? त्याचा गळा दाटून आला होता आणि हुंदका छातीत दाबून ठेवून तो शब्द बाहेर काढू बघत होता, पण बाहेर काढता-काढता शब्द तुटत होते; ते जोडायला बघता-बघता काही शब्द खाली निसटून जात होते –

''खूप हौसेनं घराची दुरुस्ती केली. मुलानं स्वत: उभं राहून त्याला हवे तसे बदल करून घेतले. मी बेताच्या खर्चात बांधकामाला जरूर ते सगळं सामान एकत्र केलं, गिरिधर मिस्त्रीला चुचकारून, गोड बोलून काटकसरीनं त्याच्याकडून काम करून घेतलं. वास्तुपूजा करायचा मुहूर्त गुरुजींकडून काढून घेतला, तेवढ्यात...''

जे तेवढ्यात झालं, ते समोर दिसत होतं! काही विचारण्याची जरुरी नव्हती की काही ऐकायची, म्हणून मी नुसतं आश्वासक काहीतरी बोललो –

''आता नवंच बांधा –''

संभाषण संपलं, असं समजून मी निघत होतो तेवढ्यात ठेच लागल्यासारखं झालं. खाली पाहिलं तर पाय कशावर ठेचाळला नव्हता, पण कानांवर शब्द आदळले होते –

"आता? आता कोणासाठी?"

ठेच ह्या शब्दांचीच लागली असावी –

"घराबरोबर तोही..."

'तोही –' फक्त सर्वनाम – मुलगा किंवा मुलाचं नाव – ज्याच्यामुळे काही संबंध सुचवला जाईल, असं काही नाही! तेवढंच बोलून मग तर त्यानं तोंडच फिरवलं.

मी मनाशी म्हटलं, 'खरं आहे, आता काय करायचं होतं? आणि मला? मला करता येईल असं दुसरं काय होतं?'

पण सगळ्या कथा काही अशा तऱ्हेनंच संपत होत्या, असंही नाही. ह्याच्याहून अगदी वेगळ्या तऱ्हेनंही संपत होत्या, असं छावणीतल्या एका कुटुंबातल्या आजींच्या गोष्टींवरून समजलं. त्यांचा मुलगा एकाएकी कुठे गेला, हे कोणालाच माहीत नव्हतं; पण आजींच्या चेहऱ्यावर थोडीसुद्धा चिंता दिसत नव्हती. कोणी विचारलं, तर त्या अगदी सहजपणे सांगायच्या –

"कुठेतरी त्याची जरूर पडली असेल म्हणून तिथं राहिला असेल... कदाचित कोणी आजारी असेल, तर त्याच्याबरोबर बाहेरगावीही गेला असेल. सध्या कोणाला, केव्हा, कोणाची, कशासाठी जरूर पडेल ते काही समजतं का आधीपासून?"

मला वाटलं, हा कुठला अदृश्य धागा असतो, जो असा जोडून ठेवतो सगळ्यांना एकमेकांशी आणि एकाची जबाबदारी दुसऱ्याच्या डोक्यावर टाकतो!

पण मुलगा परत आला, तेव्हाही आजी त्याच्याबरोबर जायला तयार झाल्या नाहीत. त्या ज्यांच्याबरोबर राहत होत्या, त्यांनी सांगितलं –

"मुलानं खूप आग्रह केला, पण आजी मुळीच ऐकायला तयार नव्हत्या. का कोण जाणे! काही कारणही सांगत नाहीत!"

थोडा दिवसांनी त्याच गृहस्थांनी सांगितलं, "आजी आता स्वयंपाकघरात जेवायलाही येत नाहीत. कोणीतरी त्यांच्यासाठी ताट वाढून घेऊन गेलं होतं, तेही त्यांनी परत पाठवलं. म्हणाल्या, 'अजून किती दिवस धर्मादाय खायचं? म्हणजे आपण जणू...' असं बोलल्या, तर आपल्याला कसं वाटतं?"

"मग?"

"त्यांच्याजवळ थोडे पैसे आहेत. मला सांगून वाणसामान मागवून घेतलं आणि स्वत:पुरता स्वयंपाक करायला लागल्या."

सांगणाऱ्यांच्या चेहऱ्यावर काळजी दिसत होती. म्हणाले, "अहो, पण असं किती दिवस चालणार? बरं नाहीसं झालं..."

"मुलगा तपास करत राहीलच ना? असाच थोडाच ठेवेल इथं?" त्यांना जरा आश्वासन द्यायला मी म्हटलं.

"कोणीतरी म्हणत होतं की, खरी गोष्ट वेगळीच आहे." सांगणारा काही

वेगळ्याच विचारांमध्ये गढलेला वाटला. जे ऐकत होते, ते अशा रितीनं गप्प बसले होते की, खरी गोष्ट त्यांना माहीत असावी. तरीही सांगणारा सांगू लागलाच –

"मुलाशी आईचं पटत नव्हतं, म्हणून दोघं वेगळे राहत होते. ते घर तर पडून गेलं. आता आजींना संशय आहे की, घराच्या पैशांसाठी मुलगा नमतं घेतोय आणि एकत्र राहायचं म्हणतोय."

थोडा वेळ सगळेच गप्प होते. कळत नव्हतं की, लोकांची सहानुभूती जास्त कोणाबद्दल होती!

दुसऱ्या दिवशी मी आजींना मुलाबरोबर छावणीतून निघताना बघितलं. त्या ज्यांच्याबरोबर राहत होत्या, ते गृहस्थ बरोबर होते. मला बरं वाटलं. मीही त्यांच्याबरोबर गेलो.

छावणीच्या बाहेर एका कोपऱ्यात एक झोपडी उभी केली होती. मुलगा आईला घेऊन आत गेला. ते गृहस्थही पुढे गेले. मी तिथेच थांबलो आणि स्वतःशी विचार करून लागलो की, 'बघा! हे झोपडंही उभं राहिलं ना? आणि त्याहून महत्त्वाचं म्हणजे, आजींचं जे म्हणणं होतं; ते त्यांनी जराही न घाबरता, फक्त स्वतःच्या भरवशावर खरं करून दाखवलं, स्वतःच्या मुलालाही.'

पण आजींनी काय करून दाखवलं, ते मला नंतर त्या गृहस्थांनी सांगितलं, तेव्हा समजलं –

"आजींनी असं राहण्यामध्ये मुलाला कमीपणा वाटत होता, त्याची नालस्ती होत होती असं वाटत होतं. त्यानं जाता-जाता दुःखानं आजींना म्हटलं, 'म्हणजे आपला संबंध संपला, असंच ना?' तर आजींनी काय उत्तर दिलं माहितेय?"

मी त्यांच्याकडे बघत राहिलो.

"म्हणाल्या, 'बघत नाहीयेस, ह्या भूकंपात कितीतरी संबंध संपले? आपला तर कधीचाच संपलेलाच आहे!'"

मी विचारलं, "आजींचं मन इतकं दुखावलं तरी कशानं होतं की, असं –"

ते गृहस्थ म्हणाले, "मीसुद्धा समजावायचा प्रयत्न केला. म्हटलं, 'आजी, तुम्ही रक्त आटवून मोठा केलेला मुलगा. हे नातं काय असं तोडून टाकता येतं कधी?' तर त्या म्हणाल्या, 'ह्याला तोडून टाकलं नाही म्हणायचं, संपलं म्हणायचं. कुठलाही संबंध असो – कधी ना कधी संपतोच ना? त्याचे वडील परलोकी गेले, तेव्हा तो संबंधही... तसाच हा. त्यातलाच प्रकार – सगळं सारखंच...'"

मला एकदम आठवलं. भूकंपानं पडलेल्या एका खूप मोठ्या इमारतीच्या सुट्या-सुट्या पडलेल्या दगडांचा भुगा होऊन गेला होता, पार भुगा!

छावणीचे तंबू आता राहिले नव्हते. लोक एकमेकांपासून दूर जाऊ लागले होते. त्याचबरोबर कधीकधी असंही दिसत होतं की, बऱ्याच जागी लोकांनी त्याच ठिकाणी स्वत:पुरती जागा करून घेतली होती आणि त्यांच्या चेहऱ्यांवरूनही त्यांना आता ती जागा हेच 'घर' असल्यासारखं वाटत होतं. त्यांच्यासारखे जे आणखीही काही लोक तिथेच आजूबाजूला राहू लागले होते, त्यांच्याशी शेजारधर्माचे व्यवहारही सुरू झाले होते!

कदाचित म्हणूनच मी ह्या सगळ्यांमधून बाहेर राहून गेलो होतो. मी आलो, तेव्हा साऱ्या शहराचा जणू एक समुदाय झाला होता आणि मी त्याचा एक भाग होऊन गेलो होतो. तो समुदाय छावणीत वेगवेगळ्या तंबूंत राहायला लागला, तेव्हा मीही त्यांच्यासारखाच एका तंबूत राहू लागलो होतो. आता त्यांनी सर्वांनी आपापल्यापुरता वेगवेगळ्या जागा करून घेतल्या होत्या. त्यात मला कुठे जागा होती? मी तर इथं बाहेरून आलो होतो आणि एकटा होतो. ज्याच्याबरोबर राहायला म्हणून आलो होतो, तो सतीशही आता कुठे होता? आणि तरीही मी हे गाव सोडू शकत नव्हतो, म्हणूनच तर मी शहरात वेगवेगळ्या विस्तारांमध्ये फिरत होतो.

असं फिरता-फिरता मी जे काही बघितलं, त्यावरून माझ्या लक्षात आलं की, आता जिवाला धोका नाही, ह्याची लोकांना खात्री वाटत होती. जणू एका वाईट स्वप्नातून ते जागे झाले होते आणि ते स्वप्न पडण्याच्या आधीचं सगळं त्यांना आठवायला लागलं होतं. ज्या घराची भीती वाटून ते दूर पळाले होते, त्या घराची परत ओढ वाटू लागली होती.

कुठेतरी वेगळ्याच ठिकाणी येऊन उभं राहावं, तसे लोक स्वत:च्याच घरासमोर उभे राहत होते आणि घर पडून जाण्याची घटना समजून घेण्याचा प्रयत्न करत होते. आणि मग आश्चर्यचकित होत होते. चिकटून उभं असलेलं दुसऱ्या कोणाचं घर जसंच्या तसं होतं, थोड्या फुठं भेगा पडल्या होत्या एवढंच! आणि आपलं घर पडून गेलं? ही जी गोष्ट त्यांना समजत नव्हती, ती समजून घेण्यासाठी त्यांनी जाणत्या, अनुभवी लोकांची मदत घ्यायला सुरुवात केली. पडून गेलेल्या घरांमध्ये ही माणसं मग हिंडू लागली. ती माणसं सगळी घरं तपासून बघत होती. त्यात त्यांची शंकाग्रस्त दृष्टीही फिरत होती. पडून गेलेल्या भिंतींमधून पडलेले दगड, रेती, माती, सिमेंटचा चुरा आणि सळया हातात घेऊन ते बघत होते. मग त्याबद्दल आपापसात चर्चा होऊ लागल्या.

धरणीकंपाच्या दुर्घटनेनं जणू कूस बदलून वेगळीच दिशा घेतली; आणि आपल्या घराच्या बांधकामात किती हलक्या दर्जाचं सामान वापरलं गेलं होतं, हे शाबित करण्याचा लोक प्रयत्न करू लागले! एकीकडे झालेल्या पडझडीचा राडारोडा, भंगार लवकर उचलून टाकण्याची घाई होती; पण तसं केल्यानं पुरावे नष्ट होतील,

ही भीतीही होती. ह्या प्रश्नातून मार्ग काढण्याचे प्रयत्न सुरू झाले.

गेल्या आठवड्याभरात माझ्या भोवताली असंच सगळं चाललं होतं. एका गल्लीत धराशायी झालेल्या एका घरासमोर चार-पाच जण एकत्र आले होते आणि पडलेले भंगार अन् दगड-विटांमधून नमुने गोळा करत होते, ते नमुने लॅबोरेटरीत पाठवण्यासंबंधी काही कुजबुज सुरू असावीसं वाटलं. वकील असावा तसा दिसणारा एक माणूसही त्यांच्याबरोबर होता.

दुसऱ्या-तिसऱ्या दिवसापासून शहरात नवनव्या घटना घडू लागल्या. कितीतरी वर्षांपूर्वी घडलेल्या जुन्या घटना अकल्पितपणे पुढे येऊ लागल्या. 'अमक्या इमारतीचे नकाशे मंजूर कोणी केले?', 'त्या नकाशांबरहुकूम बांधकाम झालं होतं का?' इत्यादी प्रश्न उजेडात येऊ लागले आणि माणसांची धरपकड होणं, माणसं भूमिगत होणं अशा घटना घडू लागल्या. पण ह्या सगळ्यात नवल वाटेल अशी एक घटना घडली. दोन माणसांमध्ये जरा तणातणीनं चर्चा चालू होती –

"तुम्हीच नव्हतं मला सांगितलं की, कसंही करून नकाशा पास करून द्या? आणि आता..."

"त्या वेळी तर तसंच चालत होतं ना? आणि असं नाही चालणार, असं कुठे माहीत होतं?"

"धरणीकंप होईल आणि तोही एवढा मोठा, असं मला ठाऊक का होतं? झाला नसता, तर तुमच्या अजून दोन पिढ्या आरामात ह्या घरात राहत असत्या!"

"त्याचं आता काय?" त्याचा आवाज एकदम घसा आवळल्यासारखा झाला. "माझ्या दोन पिढ्या तर ह्या घराच्या आत गाडल्या गेल्या!"

मी सुन्न, दिङमूढ झालो. घडलेली भयानक दुर्घटना जणू समोर उभी राहून दात विचकून हसत होती! स्वार्थीपणानं, स्वत:शीही कबूल न केलेल्या स्वत:च्याच हिशोबीपणानं ज्या दोन लोकांना एकत्र आणलं होतं; त्या दोघांमध्ये ह्या भीषण भूकंपानं केवढं अंतर निर्माण केलं होतं! ज्या भूकंपाला तर त्या दोघांपैकी कोणीच जबाबदार नव्हतं, त्या भूकंपानं अचानक मध्ये एक दरी निर्माण केली होती! दोघे जण त्या दरीच्या दोन बाजूंना, दरीच्या अगदी कडेला उभे होते. आता एकमेकांजवळ येणं शक्यच कुठे होतं? दोघांनी आपापल्या दिशा शोधल्या होत्या.

अशाच परिस्थितीत दुसऱ्या एका जागी जे बोलणं मी ऐकलं होतं, ते वेगळ्या प्रकारचं होतं –

"तुम्ही काळजी करू नका. ही दरीही बुजवली जाईल, थोडे दिवस जाऊ द्या."

"म्हणजे? दिवस जातील तसे लोक हे सगळं विसरून जातील, असं? काळ बुजवेल ही दरी, असं?"

"उंहू! काळ नाही, पैसा!"

हे बोलणाऱ्याचा आवाज अगदी शुष्क, रुक्ष, खणखणीत, रोखठोक!

पण हे ऐकून समोरच्या व्यक्तीचा चेहरा हसरा झाला! ह्या बोलण्यात जे काही गूढ गुपित होतं, ते बोलणाऱ्याला आणि ऐकणाऱ्याला माहीत होतं; फक्त मला उमजत नव्हतं. पण नंतर तो माणूस जे म्हणाला, त्यातून संभाषणातलं मर्म कळलं.

"बघितलं नाही का तुम्ही की, जे लोक घरातल्या कुठल्याही वस्तूकडे नजरही न टाकता निघून गेले होते, त्याच लोकांनी मग मदत म्हणून मिळणाऱ्या कितीतरी वस्तू गोळा करून घेऊन टाकल्या होत्या!

"हो ना! आणि मग त्या सगळ्या वस्तू विकून टाकून पैसे मिळवत होते!"

आता दोघांचा स्वर एकाच पातळीवर आला होता.

"करणार काय? ठेवणार कुठं ते सगळं? स्वत:ला राहायला जागा नाही, तिथे हे आणि सांभाळून..."

"आणि कितीदातरी मदत म्हणून वस्तू वाटण्याची जबाबदारी ज्यांच्याकडे सोपवली होती, ते लोकही असल्या कामाला मदत करत होते!"

"विशेषत: परदेशातून आलेल्या काही वस्तूंच्या बाबतीत. त्यांना वाटलं असेल की, हे बिचारे लोक ह्या वस्तूंचं काय करतील, उगीच त्यांच्या डोक्यावर बोजा नसत्या गोष्टींचा!"

तसं बघितलं तर ह्या बोलण्यात नवं काय होतं? सुरुवातीला मला वाटलं होतं की, भूकंपाची ही घटना माणसांना पूर्णपणे बदलून टाकेल. पण वर दिलाय तसा काही प्रसंग घडतो तेव्हा वाटतं की, जो बदल होतो, तो टिकून राहत नाही! माणूस पुन्हा पूर्वी होता तसाच होतो! आता कदाचित असे आफ्टरशॉक्स नेहमीच येत राहतील!

माझं मन असं अस्वस्थ होत होतं आणि तिकडे ते दोघे जण तर हसत-हसत निघून गेले होते. मी तसाच एका जागी स्तंभित होऊन उभा होतो. भोवतालची जागा अगदी स्वच्छ होती, तरी मी राड्यारोड्यात आणि भंगारामध्येच उभा आहेसं वाटत होतं!

१७

इतका काळ मी जिथं घालवला.

एवढं लिहून मी थांबलो. इथल्या अनुभवांनी काळाचं जे स्वरूप माझ्यापुढे उभं केलं आहे, ते लक्षात घेतल्यावर 'आपण काळ घालवणं' हा शब्दप्रयोग मला अर्थहीन वाटतो. मनुष्य काळ घालवू शकतो, हेच मुळी शक्य वाटत नाही. उलट, काळानं मनुष्याला कसा आपल्याबरोबर फरपटवला आहे, ते मी प्रत्यक्ष अनुभवत आहे, प्रत्येक बाबतीत.

धरणीनं जो कंप अनुभवला, तीही काळाचीच करणी नसेल?

दुर्घटनांनी पुन्हा एकदा कूस बदलून वेगळी दिशा घेतली, असं वाटत होतं. पहिल्या वेळी असं झालं की, जे लोक दुर्घटनेतून वाचून तिच्यावर कुरघोडी करून बसले, त्यांना गडगडत बाजूला फेकलं गेलं... ते एकमेकांवर आपटले, चेंगरले. आता ज्या क्षणी ते खाली पडले, तत्क्षणीच माणसं पुन्हा स्थिरावायचा प्रयत्न करू लागली – इथं नाही, तर दुसरीकडे.

छावणी सोडून निघालो, तरी छावणीत असल्यासारखंच वाटतंय. असं वाटतं की, जणू सगळ्या शहराचीच एक छावणीच झाली आहे – एक मोठी छावणी! पण कशी? तर वेगवेगळ्या कंपूंमध्ये, गटांमध्ये विभागली गेलेली छावणी! आपापली घरं सोडून निघालेले लोक कुठल्या बंधनानं बांधले जाऊन पुन्हा एकत्र आले आहेत? जात, व्यवसाय, संप्रदाय ह्या सगळ्यांमधून मुक्त होऊन तर ते एका छावणीत एकत्र आले होते, ते पुन्हा ह्या सगळ्यांकडेच वळले? पुन्हा ते जे मुळात होते, तिकडेच? का मग तीच त्यांची खरी ओळख म्हणायची? मला वाटत होतं की, ह्या एवढ्या मोठ्या आपत्तीनंतर माणसां-माणसांमधल्या अदृश्य भिंतीही तुटून पडतील... त्याऐवजी...

मला आठवलं... माझ्या गावी लोक आपले बोळ, गल्ल्या ह्यांमधून बाहेर पडून सोसायट्या आणि कॉलन्या उभ्या करायला लागले होते. को-ऑपरेटिव्ह हाउसिंग स्कीम्स. त्या स्कीम्समध्ये हे सगळं कुठं होतं? जो सहकार करू इच्छित असेल, तो त्या स्कीमचा सदस्य होऊ शकत असे.

मग ह्या आपत्तीमध्ये असं काय होतं, ज्यामुळे लोक पुन्हा आपल्या मूळ जाती-संप्रदायांकडे वळले?

लोकांची मोठमोठाली टोळकी येताना दिसायची. आगगाड्यांचा प्रवास मोफत करण्यात आला होता. ठिकठिकाणाहून, देशाच्या कुठल्या-कुठल्या कोपऱ्यांमधून लोक येऊन पोहोचले होते. त्यांच्या शरीरांची ठेवण-बांधा, चेहऱ्यांची ठेवण वेगळी होती. वेगवेगळ्या छावण्यांमधल्या स्वयंपाकघरांमध्ये जाऊन जेवणावर ताव मारताना मी त्यांना बघितलं होतं. फुकट मिळणाऱ्या संकटकालीन मदतीसाठीच्या वस्तू काय-काय क्लृप्त्या करून ते मिळवत होते. त्या गोळा केलेल्या वस्तू घेऊन त्यांच्यातले काही लोक ट्रेनमध्ये चढून जायचे!

हा प्रकार बंद झाला आणि मग चोऱ्या होऊ लागल्या.

"कुठून कुठून लोक येतात, त्या सगळ्यांचे कोण नातेवाईक इथं राहतात?"

"सोन्या-चांदीचे व्यापारी! म्हणून तर ते सगळे सरळ तिकडेच उतरले ना!"

"उतरले, का धावले?"

काळजी वाटण्यासारख्या परिस्थितीतही लोक हसण्याचा प्रयत्न करत होते, हे वैशिष्ट्य मी इथं खूपदा मनाशी नोंदलं होतं.

सोनार गल्लीत चालू असलेल्या चोऱ्यांच्या, लुटीच्या बातम्या हा चर्चांचा एक विषय झाला होता.

"ते लोक सध्या तिकडे गुंतलेले आहेत, म्हणून आपली घरं सुरक्षित आहेत!"

"पण असं सुरक्षित असणं किती टिकेल ह्याची खात्री आहे?"

"खात्री आत्ता असली, तरी ती किती टिकेल ह्याचाही विचार केला पाहिजे!"

"आता तर तिकडे पहारेकरी ठेवले आहेत आणि आठ वाजल्यानंतर तिकडे प्रवेश बंद केला आहे."

"पण गावात राहिलेत कुठे लोक आता?"

"आणखी एक माहितीय का? हे बाहेरून आलेले लोक इथं झोपड्या बांधून राहताहेत. मग त्याच्या बदल्यात दबाव आणून घर मागतील. ह्याला तर उघड-उघड लूट नाही तर काय म्हणायचं?"

बघण्यासारखी गोष्ट ही होती की, चोरांपासून आपलं घर वाचवण्यासाठी चोरांच्याच युक्त्या लोक वापरू लागले होते. जीव धोक्यात घालून ते मोडून गेलेल्या त्यांच्या घरांमध्ये कसंही करून शिरत असत. आयुष्याचा जो चुथडा झाला होता, त्याच्यातून अशा तऱ्हेनं, तर अशा तऱ्हेनं, बाहेर तर पडता येत होतं! कधीकधी मात्र असं काहीतरी करता-करता कोणीतरी कायमचंच निघून गेलं, असंही व्हायचं! ह्या राड्यारोड्यातूनच कदाचित आपलं घर पुन्हा उभं राहील, ही आशा असायची... हे राम!

एका अपार्टमेंटच्या इमारतीसमोर असंच बोलणं चाललेलं मी ऐकलं होतं –

"पाचव्या मजल्यावर डाव्या बाजूच्या फ्लॅटच्या बेडरूमच्या माळ्यावर गाद्यांच्या खाली एक पेटी आहे..."

"पाचव्या – म्हणजे शेवटच्या?" त्या दुसऱ्यानं विचारलं. तो त्या इमारतीकडे बघत होता.

"जिना कुठं आहे?"

"जिना असता, तर मीच नसतो चढलो?"

तो दुसरा माणूस हसला. त्याच्या साथीदारानं त्याला दाखवलं, "अरे, दिसत नाहीये का – तो बघ जिना सुट्टा पडून वाऱ्यानं हलतोय!"

जिन्याची स्लॅब तुटली होती आणि तो सळयांवर लटकत होता. तो माणूस तिकडे पाहत काहीतरी विचार करत होतासं दिसलं. मग गंभीरपणानं म्हणाला, "त्या स्लॅबला पकडूनच वर चढता येईल."

तो खाली पडलेल्या दगड-विटांच्या ढिगाऱ्याच्या मागच्या बाजूला गेला. त्याच्या मागे-मागे त्याचा साथीदारही.

जराशानं दोघं परत आले. साथीदार म्हणत होता, "मला तर काही जमेलंस वाटत नाहीये हं... त्यातून बघ, तुझी मर्जी!"

"विचारू या त खरं की, आत काय आहे ते. अरे, बघू या ना, आपल्याला किती हात मारता येईल ते."

"हं:! जीव गेला म्हणजे काय हात मारायचा – डोंबल?"

"अरे, इतक्या सगळ्या वर्षांमध्ये जिवाची पर्वा न करता किती कामं नाही केली?"

त्याच्या त्या शब्दांमध्ये मनातल्या, पोटातल्या आगीची झळ होती. मग जरा अडखळून तो म्हणाला, "असं वाटलं, तर तू वरपर्यंत नको चढूस. मी हाक मारेन, तेव्हा नुसती साद घाल."

एवढं बोलणं होईपर्यंत ते घरमालकापर्यंत येऊन पोहोचले होते.

"पेटीमध्ये आहे काय?"

त्यानं हा प्रश्न विचारला, तेव्हा त्याचा आवाज पार बदलला होता.

"आहेत कामाच्या वस्तू. का?"

मालकानं शांतपणे उत्तर दिलं, पण त्याच्या 'का'मध्ये आवाज जरा कडक झाला होता.

"कामाच्या म्हणजे? कशा तऱ्हेच्या वस्तू?" त्या माणसानं उलटतपासणी करावी तशा तऱ्हेनं विचारलं.

"त्याच्याशी तुला काय करायचंय?" आता त्याचा आवाज जास्त कडक झाला होता.

"समजलं तर पाहिजे ना, म्हणजेच लक्षात येईल ना?"

"काय लक्षात यायचं?"

"धोका पत्करायचा, का नाही पत्करायचा?"

"त्यात धोका..." माझ्या लक्षात आलं की, मालकानं 'धोका'चा वेगळा अर्थ घेतला होता.

"कसला धोका आलाय? अहो, तुमच्या पेटीचं सोडा, पण मी स्वत:सुद्धा शोधूनही सापडणार नाही, असंही होऊ शकेल! बघितलंय तुम्ही मागच्या बाजूला जाऊन?"

मालकाला काही उलगडा होत नसल्यासारखा तो त्याच्याकडे बघत राहिला.

"अहो, समोरच्या दरवाजावर सबंध छप्पर वाकलंय. असंही शक्य आहे की, आत शिरायला म्हणून दरवाजाला धक्का मारल्या क्षणी..."

जवळ उभ्या असलेल्या एका त्रयस्थ सज्जनानं म्हटलं, "ह्यासाठी तर लष्कराच्या माणसांचीच मदत घेतली पाहिजे. तसं काहीतरी करा ना."

घरमालकानं काही उत्तर दिलं नाही, तेव्हा तो पुन्हा तेच म्हणाला. मग त्याला उत्तर द्यावंच लागलं.

"त्याची सगळी प्रोसीजर करावी लागते ना!"

एवढं बोलल्याबरोबर तो माणूस समजून गेला! पेटीत काय वस्तू आहेत त्यांची नोंद करवून घ्यायची, त्यांची मालकी शाबित करायची, सर्वांसमोर त्या ताब्यात घ्यायच्या – किती ते सगळं तिथल्या सगळ्यांना समजणार!

पण आश्चर्य वाटेल अशी गोष्ट ही होती की, हे सगळं इतर सर्वांपेक्षाही जास्त 'ती दोघं' समजू शकत होती! जी अनपेक्षित परिस्थिती उभी राहिली होती, त्या परिस्थितीनंच त्यांना शिकवलं असेल. त्यांच्यातला एक जण अगदी सहजपणे म्हणत असावा असं म्हणाला, "इन्कमटॅक्सची लफडी... ना?"

त्याच्या तेवढ्या बोलण्यानं सहानुभूती मिळाल्यासारखा मालक हळूच म्हणाला, "सगळाच विचार करावा लागतो ना बाबा!"

"होय ना, खरंय! काही जोखीम खरी?"

"हंऽ! करून टाक ना तू काम बाबा आता!"

"फिफ्टी-फिफ्टी?"

मालकाला हे फार जास्त वाटलं, एवढं सगळं थोडंच द्यायचं? पण त्याला माहीत होतं की, आता सुटका नाही! नाहीतर हाच माणूस केव्हाही येऊन...

नंतर काय झालं ते माहीत नाही, पण ह्या प्रसंगापेक्षा अगदी वेगळ्या प्रकारचे प्रसंग घडतानाही मी बघितले. दोन्ही प्रसंगांनी मला हतबुद्ध केलं होतं.

एक पेटारा उघडा पडला होता आणि त्याच्या समोर मध्यम वयाचा एक मनुष्य उदास चेहऱ्यानं बसला होता. त्याच्या डोळ्यांसमोरच पेटाऱ्यातल्या वस्तू माणसं

फटाफट काढून घेत होती. त्याच्याशी काही संबंधच नसल्यासारखा तो सुन्नपणे बघत होता. थोड्या वेळानं सगळं शांत झालं. पेटाऱ्यात सापडलेले सर्व दागिने गोळा झालेल्या लोकांनी आपापसात वाटून घेतले होते. मग त्यांच्यातल्या एकानं रिकाम्या झालेल्या पेटाऱ्याला लाथ मारली आणि त्या माणसाकडे नजरसुद्धा न टाकता सगळे चालू लागले.

तो माणूसही जणू 'एक काम संपलं' अशा आविर्भावात चालू लागला. त्याचा चेहरा आता निश्चिंत आणि बेफिकीर दिसत होता. आजूबाजूच्या तर काय, जगातल्याच कोणाशीही त्याचा काहीही संबंधच नसल्यासारखा तो चालत होता.

मला काही समजेना. विचारात गढून मी तिथेच उभा होतो, तेवढ्यात समोरून दोन माणसं आली. त्यांच्या चेहऱ्यांवर असंतोष होता. ते आपापसात बोलत होते –

"आपल्याला इकडे येऊच दिलं नाही, जणू ह्यांच्या बापाचाच माल होता!"

"बापाचा माल असेल की नसेल, ज्याचा होता, त्याच्या डोळ्यांसमोरून घेऊन गेले ना? त्यांनी चोरून थोडाच नेलाय?"

"तो तर बिचारा... काय करू शकणार?"

"नाही, तसं नाहीये! त्यानं स्वत: होऊनच पेटी उघडून दिली!"

"काय? शक्यच नाही! असं कसं होईल?"

"त्याच्या डोळ्यांत अश्रू होते आणि सांगत होता की, मोरबीचं धरण फुटलं, तेव्हा वाहत आलेल्या एका मृतदेहावरून त्यानं हे दागिने काढून घेतले होते. पण मग असं घडत गेलं की, ते घालणारं घरात कोणी राहिलं नाही; तसेच पेटीत पडून होते. आता तर सांभाळण्यासारखंही काहीच राहिलं नाही, तेव्हा मग जसे मी घेऊन आलो, तसे आता हे लोक घेऊन जाऊ देत ना, कुठं बिघडलं?"

मला असं झालं की, ज्या रस्त्यानं आलो होतो, त्याच रस्त्यानं परत निघून जावं! डोकं इतकं भणभणत होतं की, हे मी कुठे येऊन पोहोचलोय, हेच थोडा वेळ मला समजेना. जरा मनाचा तोल सावरायला मी आजूबाजूला बघू लागलो. जे-जे काही उद्‌ध्वस्त होऊन चहूकडे पडलं होतं, ते किती अर्थहीन आणि नश्वर होतं, हे त्या क्षणी उमगलं.

हे उमजणं, ही भावना पसरत-पसरत घर, मोटा भाई, भाभी – सगळ्यांबद्दलच वाटू लागली. काहीच त्यातून बाकी राहिलं नाही. सारंच शून्यवत् – अर्थहीन – कशाबद्दल उद्वेगही वाटत नव्हता. हा जो राडारोडा भोवताली पडला होता, त्यात माझ्या घराचे दगडही कदाचित असतील? आणि हे इथं हिंडता-फिरताना दिसतायत, ते लोक इथल्या घरांमध्ये राहत असत – तेच...?

मी मुकाट्यानं तिथून पुढे चालू लागलो.

छावणी उठवली गेली, त्यापूर्वीच तिथली वस्ती बदलू लागली होती; कारण शहरात वेगवेगळे विस्तार उभे होऊ लागले होते. काही ज्ञातिमंडळांनी त्यांच्या-

त्यांच्या लोकांसाठी तात्पुरती घरं बांधायला सुरुवात केली होती. काही धार्मिक संस्थाही ह्या कामात मदत करत होत्या. छावणीतले काही लोक तिकडे राहायला जाऊ लागले होते आणि त्यांच्या जागी दुसरे लोक येऊ लागले होते.

जी घरं उभी केली गेली होती; त्यांच्याकडे लोक कुतूहलानं, उत्सुकतेनं बघत असत. लांब-रुंद ओटे, त्यांवर लोखंडाचे अँगल्स, त्यांच्यावर नटबोल्ट्सनी जोडलेले सिमेंटचे पत्रे... आतल्या बाजूला पार्टिशन करून उभं केलेलं स्वयंपाकघर, त्यात प्लॅटफॉर्म-सिंकची सोय. दुसऱ्या बाजूला बाथरूम-टॉयलेट. बाहेर धुण्या-भांड्यांसाठी मोरी. पाणी आणि विजेचा पुरवठा. अशा तऱ्हेच्या ओळीनं बांधलेल्या घरांमध्ये एक चौक.

हे घर? इथं कुठंय ओसरी, खोल्या, माजघर, पत्रा घातलेली मोकळी जागा, मागचं अंगण अन् पुढचं दार? इथं कुठंय हॉल-बेडरूम-डायनिंग रूम-बाल्कनी-गॅलरी? वेगवेगळ्या डोळ्यांमध्ये वेगवेगळी प्रश्नचिन्हं उभी होती, तर काही डोळ्यांमध्ये आश्चर्यचिन्हं नाचत होती! इथं चुलींच्या धुरानं काळ्या झालेल्या भिंतीही नव्हत्या, पोपडे निघालेल्या भिंती नव्हत्या, फुटक्या कौलाचं छप्पर नव्हतं अन् सारवण उखणून गेलेली जमीन नव्हती!

एकसारखी घरं, पण त्यात सामान लावलं जायला लागल्यावर एकमेकांपेक्षा वेगळी दिसायला लागली. मोडून पडलेल्या मूळच्या घरांमधून जी भांडीकुंडी आणि इतर सामान काढता आलं, ते काही घरांमध्ये दिसत होतं. काही घरांमध्ये रिलीफ-किटमधून मिळालेल्या नव्या वस्तू ठेवल्या होत्या, तर काही घरांत पहिल्या घरातल्या जुन्या सामानात नवं आणलेलं सामान मिसळलं होतं.

चौकामधून जाता-येता लोक एकमेकांच्या घरांमध्ये डोकावून-डोकावून असं सगळं बघत असायचे.

स्वयंपाकघरात स्टोव्ह पेटला, त्या आनंदात काही लोक जेवायची ताटं भरून घेऊन चौकात येऊन बसले.

"आम्हाला तर वाटत होतं की, वर्तमानपत्रांचे तुकडे फाडून त्यांवर जेवावं लागेल! पण हे तर जे गमावलं, त्याच्यापेक्षाही चांगलं मिळालं!"

हे ऐकून वाटलं की, ही कशा प्रकारची भीती होती – एका दुर्घटनेनं माणसांचं स्वत्वही हिरावून घेतलं होतं?

"गमावलं होतं? त्यांचं तर होतंच काय जायला? आता तर छानपैकी इंपोर्टेड थाळीत जेवतायत!"

ह्या संभाषणांमधूनही माणसं समजत होती!

एका घरातून एक लहान मूल मोठ्या वाटीत काहीतरी खायची वस्तू घेऊन बाहेर येत होतं. त्याचा हात पकडून आईनं त्याला ओढत आत नेलं.

"ती नवी वाटी राहू दे. कोणी पाहुणेरावळे आले, तर उपयोगी पडेल. तुला

दुसरी देते.''

ती त्याच्या हातात जुनी वाटी देऊ बघत होती.

मूल हट्ट करत होतं, ''आजचाच दिवस – एकदाच –''

मी उभा होतो, तिथे एक मध्यम वयाचा माणूस गप्प बसून होता. जणू सगळ्यांचं बोलून संपायची वाट पाहत होता. मग म्हणाला, ''आता तर ठीक आहे, पण नंतरही ह्यातच खायचं? कोणीतरी दिलेल्या भांड्यांमध्ये? का?''

तो कोणाला उद्देशून म्हणत होता, ते कळलं नाही.

बायका येता-जाता सिंकमध्ये हात धुवत होत्या आणि मुलांना बाजूला करत ''ए, नळ नीट वापरा रे, मोडेल नाही तर,'' असं सांगत होत्या. बायकांना सगळ्यात मोठी सोय झाली होती, ती सकाळी उठल्याबरोबरची... त्यामुळे त्या खूश होत्या.

जे काही घडून गेलं होतं, त्याचा विसर पडायला लागला होता. खोल जखमांच्या जागी आता ओरखडेच दिसत होते.

मी डोळे घट्ट बंद करून अशी कल्पना करून पाहिली की, आसपास कोणीही नाही, मी अगदी एकटाच आहे.

विचार केला तर खरोखर अचंबा वाटतो, अशीच स्थिती आहे. जेव्हा छावणीतून निघालो, तेव्हा मनाची अवस्था काहीशी अशी होती की, आता इथं राहण्याची गरजच नाही, असं वाटत होतं. वाटलं होतं – इथं तर आता असंच चालेल; मी किती दिवस इथं राहायचं? आयुष्याचा एक टप्पा जणू संपला, असं वाटत होतं.

पण कुठे जावं, हे समजत नव्हतं. तसा तर जसा मी इथं आलो होतो, तसाच निघून जाऊ शकलो असतो आणि घरी जाऊन जसा आधी राहत होतो तसा राहायला लागलो असतो. पण कोण जाणे का, माझं मलाच असं का वाटत होतं की, तिथं माझं असं आता काहीही राहिलेलं नाही. जणू तिथं राहण्यासाठी आता मला जागाच नाही आणि ज्याच्याकडे जावं, अशी कोणी व्यक्तीही नाही!

मग आणखी पुन्हा असंही वाटायचं की, मी इकडे आलो होतो तो इथंच राहायच्या विचारानंच ना? पण एक सतीश राहिला नाही, त्यामुळे ही जागा किती परकी, अनोळखी झाली! ह्या भूकंपानं ह्या लोकांसारखंच माझंही आयुष्य किती बदलून गेलं!

मग माझा मलाच राग आला. अशा तऱ्हेचे विचार करत बसण्यात काय अर्थ आहे? काहीतरी नक्की दिशा पकडायची, असं ठरवलं होतं; तेव्हाच नेमकी ही विनाशक घटना घडली.

खरं पाहिलं, तर आत्तापर्यंत मला समस्या अशी होतीच काय? जी काही समस्या येणार होती, ती आता सुरू होणार होती. पहिली अडचण – राहायचं कुठे, ही होती. छावणीत कशी सहज जागा मिळून गेली होती! मी तर तिथे असा काही स्थिरावलो होतो, जणू ती कायमसाठीचीच व्यवस्था होती! पण छावणी तर

सगळ्यांसाठी होती आणि आता ही घरं प्रत्येकाची आपली वेगवेगळी होती!

विचित्र परिस्थिती होती माझी. घर असूनही मी आता निराधार होतो, असंच आता मनानं घेतलं होतं. इतके दिवस विशेष काही खर्च न करता मी राहू शकलो होतो, हेपण अजबच होतं! आत्तापर्यंत कधी आले नव्हते, असे विचार आता येऊ लागले होते. कदाचित ह्या गोष्टी आताच लक्षात येऊ लागल्या होत्या.

हेही एक नवलच होतं की, घरापासून मी मनानं जणू दूर-दूर जात चाललो होतो आणि आपण काहीतरी गमावलं आहे, असं वाटतही नव्हतं. मग माझ्या लक्षात आलं की, तिथं त्या तात्पुरत्या घरांमध्ये जे लोक येऊन राहिले होते, त्यांनाही असं काही वाटत असावं, असं दिसत नव्हतं. सरकारनं ताब्यात घेतलेल्या त्यांच्या जमिनीच्या किंवा प्लॉटच्या ऐवजी मिळणारी रक्कम किंवा नव्या वसाहती होत होत्या, त्यात आपापल्या पसंतीप्रमाणे आणि जरुरीप्रमाणे जागा मिळवून घेण्याच्या कामात ते सर्व गढले होते. असं वाटत होतं की, भूतकाळ आणि वर्तमानकाळ ओलांडून ते सगळे सरळ भविष्यकाळाचाच विचार करत होते.

पण मला? मला इथं काही भविष्यकाळ आहे? मी स्वत:ला हा प्रश्न विचारला. त्याचं उत्तर मला आत्तातरी इथं दिसत नव्हतं. मला जरी घरी परत जायचं नसलं, तरी दुसरीकडे कुठेतरी तर जावंच लागेल ना? आता इथं आणखी जास्त राहणं कसं शक्य आहे? काही नाही, तर निदान पोटापुरतं कमावण्याची आणि शिवाय डोक्यावर एखादं छप्पर असण्याची व्यवस्था तरी करायलाच हवी. सध्यातरी ही डायरी लिहिण्याखेरीज काहीच करत नाही... पण डायरी लिहायची तरी बसायला तरी जागा हवी ना? ह्या विचाराची मजा वाटून माझं मलाच हसू आलं.

पण जागा मिळून गेली. सरकारनं पडीक जमिनीत तात्पुरती घरं बांधायला मदत दिली होती, त्यातून ही घरं उभी राहिली होती. असंही होतंच की, जी सोय सहज होऊन जात होती, ती घेण्याची लोकांची साहजिकच वृत्तीही होती. पण इथं राहणं इतकं सोपं नव्हतं, हे गेल्या काही दिवसांमध्ये माझ्या लक्षात आलं होतं. इथं एक घर रिकामं पडलेलं होतं, त्याला कुलूपही लावलेलं नव्हतं. एका दुपारी सगळीकडे भटकून मी आलो. थोडा वेळ आराम करायला मी ते घर उघडलं. आत जाऊन बघितलं, तर पार्टिशन घालून स्वयंपाकघर केलं होतं आणि दुसऱ्या टोकाला टॉयलेट.

माझा थकवा तर तेव्हा जवळजवळ गेलाच! मनाशी वाटलं – चला! आता जेवणा-खाण्याची व्यवस्था तेवढी करायची राहिली. हसू आलं. मग पुन्हा वाटलं – फुकट राहण्याची, खाण्या-पिण्याची अशी कशी सवय लागलीय ही!

ताडपत्रीची गुंडाळी हातात होती, ती झट्कन जमिनीवर पसरली. त्यावर खांद्यावरचा थैला टाकला आणि मग अंगही टाकलं. झोपेनं अंगावर आपली चादर केव्हा पसरली, तेही समजलं नाही.

१८

अचानक जाग आली. क्षणभर तर वाटलं की, कोणीतरी उठवलं – जोरानं हलवून. घाबरलोच जरा – कोणाला न विचारता-सवरता ह्या खोलीत आपला येऊन राहिलोय ते...

उठून बसलो आणि आजूबाजूला बघायला लागलो; पण तसं काहीच नव्हतं. खोलीत अंधार होता. बाहेरून येणाऱ्या उजेडाच्या फटी जणू सिमेंटच्या पत्र्यांच्या मधून येत होत्या आणि त्या प्रकाशाचा विचित्र उजेड खोलीत पडत होता, त्याच्या मध्ये मी बसलो होतो. भूकंपाचा आफ्टरशॉक बसत नव्हता, ह्याची खात्री होती, तरीही मी थरथरलो.

मी स्वत:ला थोड्याच वेळात सावरलं, पण जो थोडा वेळ लागला, तेवढ्या वेळात जे वाटलं, तेवढ्यानं मी माझ्या भोवतालच्या लोकांबरोबर दृढपणे जोडला गेलो आहे, असं मला वाटलं.

मी पूर्ण भानावर आलो, तेव्हा माझ्या लक्षात आलं की, बाहेर कोणीतरी बोलत होतं. काकुळतीला येऊन एक बाई म्हणत होती, "मारू नका हो त्याला! असं करा, थोडे पैसे द्या, जाईल तो; तेवढंच हवंय त्याला!"

काही क्षणांतच कोणाचातरी तुच्छतेनं बोलणारा आवाज आला –

"हं... घे!"

मग काहीतरी जमिनीवर घसटत असेल तसा आवाज थोडा वेळ येत राहिला आणि मग बंद झाला. ज्या दिशेला आवाज गेला, त्या दिशेनं मध्येच जोराचा वारा आला.

थोडं समजलं, थोडं नाही समजलं; पण नंतर जे काही घडत गेलं, त्यानंतर न समजण्यासारखं काही राहिलं नाही. पण ते जे काय घडलं, ते सांगण्याआधी माझ्याविषयी सांगण्यासारखं थोडं सांगून घेतो.

माझी राहण्याची व्यवस्था इतक्या सहजासहजी होऊन गेली, ह्याचंच मला अजून आश्चर्य वाटत राहतं. इथं परिस्थिती सामान्य असती, तरीही कदाचित हे शक्य झालं नसतं. सुरुवातीला मला भीती वाटली होती की, बऱ्याच नजरा माझ्याकडे

रोखल्या जातील... मी मोकळेपणानं हिंडू-फिरू शकणार नाही... ह्या घराचा कोणीतरी मालक तर असेलच ना? त्याला मी इथं असा येऊन राहिलोय हे कळलं, तर तो कदाचित येऊन कुलूपही लावेल. असं वाटलं, तेव्हा मी स्वत:ला आश्वासित करण्याचा प्रयत्न केला की, आणखी काही नाही, तरी रात्री झोपण्यापुरती परवानगी मिळाली तरी पुष्कळ. सबंध दिवस तर शहर आहेच ना वेळ काढायला!

पण तसं काही झालं नाही. त्या सर्व वस्तीनं माझं तिथं राहणं सहजपणे स्वीकारलं, जणू हे घर मलाच देण्यात आलं होतं!

राडारोडा भरून वेगानं निघून जाणाऱ्या वाहनांची संख्या वाढली आहे. त्या भरलेल्या ट्रक्समधला कचरा बघून असं वाटतं की, इतकी वर्षं जे शहर सुंदर दिसायचं, त्याचं खरं रूप हे होतं? खपल्या पडल्यासारख्या ह्या मोडक्या-तोडक्या इमारती जमिनीवर पडल्या होत्या. त्या उचलून घेऊन जाण्यात येत होत्या, तरी पण ह्या धरतीला कुरूप स्वरूप देणाऱ्या कितीतरी गोष्टी अजूनही इथं आहेतच!

वेगवेगळ्या जागी राड्यारोड्याचं वजन करणारी केंद्र उभी करण्यात आली आहेत. ते सामान भरलेले ट्रक्स वे-ब्रिजवर उभे केले जातात. वजन करून झालं की, ते कागदावर लिहून दिलं जातं. वर्तमानपत्रात बातम्या येतात, त्यांवरून आत्तापर्यंत किती राडारोडा हटवला गेला ते समजतं; तरी पण असं वाटतं की, जणू हा राडारोडा कधी संपणारच नाहीये! मी जरा काळजीच्या स्वरात एकाजवळ ह्याबद्दल बोललो, तेव्हा तो हसून म्हणाला होता, "संपणार कुठला? कुबेराच्या भांडारासारखाच आहे हा – न संपणारा!"

"ते जे आकडे सांगतायत, तेवढ्या राड्यारोड्याखाली तर गावंच्या गावं गडप होतील!"

"आणि ह्या सगळ्यांना काय तुटून-मोडून पडलंय, ह्याच्याशी संबंध नाही – त्यांना रुची आहे कॉन्ट्रॅक्टमध्ये! इतर माल जसा इकडून तिकडे नेतात, तसा त्यांच्या लेखी हा – जितक्या फेऱ्या तितके पैसे! काय उचकटलं, काय उचलून नेलं जातंय, ह्याच्याशी त्यांना काही देणं-घेणं नाही."

'मलबा' म्हणजे ह्या सर्व भग्न अवशेषांचा एकूण कचरा, भंगार. हा शब्द सर्वांनी प्रथमच ऐकला आणि आता तोच सर्वांच्या तोंडी बसलाय. 'मलबा' ट्रक्समध्ये भरून नेला जातोय. सध्यातरी सबंध शहरात हीच मुख्य घटना घडते आहे. लोक म्हणत असतात, "मोडून पडलेल्या घरांचा आणि घरातल्या सामानाचा मलबा झाला आहे." त्यांना वेगळी काही नावं उरली नाहीयेत. कोणीतरी म्हणालं, "सगळ्या शहराचाच मलबा झालाय!"

"मग डम्परमध्ये भरून फेकून यायचं!" कोणालातरी असा 'विनोद' सुचला, पण कोणीच हसलं नाही! लोकांना हा 'विनोद' आवडला नसावा.

'मलबा' घेऊन जायला आलेली मशीन्स वाट बघत थांबू शकत नाहीत. लोक० आपापल्या वस्तू शोधून काढून, ओळखून, घेऊन जाऊ शकतील एवढा वेळ त्यांना कसं थांबता येणार? हे लक्षात आलं, तसे लोक घाई करून आपापल्या वस्तू त्या ढिगामधून उचलून घेऊन जायला लागले. एकमेकांचं बघून लोक पुढे येऊ लागले आणि मग मलबा भराभरा उचलला जाऊ लागला. रात्री उशिरापर्यंत हे काम चाललं. कॉन्ट्रॅक्टरांचे हाकारे ऐकू येऊ लागले. इलेक्ट्रिक कटर्सनी सळया, गर्डर्स कापले जाऊ लागले. एका बाजूला ढीग होऊ लागला. तो उचलायला माणसं येऊ लागली. मलबा भरलेले ट्रक्स दूर जाऊ लागले. मग त्यातलं भंगार विकत घेणारे लोक जिथं मलबा टाकला जात होता, त्या जागी पोहोचायला भराभरा जाऊ लागले. काल दुपारी मी बघितलं, तर ट्रकमध्ये भरलेल्या मलब्याच्या वर सात-आठ वर्षांचा एक मुलगा चढून बसला होता! तिथे जमलेले लोक आश्चर्यानं बघतच राहिले. काहींना तर हसूच आलं.

एक जण म्हणाला, "अरे, हा तर बघा – सबंध ट्रक ताब्यात घेऊन बसलाय – घेऊन चाललाय सगळं!"

"त्या मलब्याबरोबर हाही...!"

भंगार विकत घेणारे लहान-लहान मुलांना एवढ्याचसाठी स्वत:बरोबर आणत होते. ती मुलं उंदरांसारखी कशीही, कुठूनही वर चढून किंवा राड्यारोड्यात घुसून भंगार शोधून बाहेर किंवा वरून खाली फेकायची, ते त्यांची मोठी माणसं गोळा करायची आणि मग त्या मलबा भरलेल्या ट्रक्सवर ही चढून बसायची. मी हे असं घडताना बघितलं होतं. वर बसलेला मुलगा त्या राड्यारोड्यांबरोबर खाली फेकलाही जायचा... काही व्हायचं नाही त्याला! तिथे पडलेल्या ढिगावर तो पडायचा आणि मग हसत-हसत उठून बसायचा, आणि मग त्याचा बाप येईपर्यंत जणूकाही मालक असल्याच्या ऐटीत तिथं बसून राहायचा. बाप आल्यावर त्या मलब्यातलं लोखंड वेगळं काढलं जाईल, वजन केलं जाईल, भाव ठरतील....

एकदा एका भंगारवाल्याला एक लोखंड विकत घेणारा दलाल थट्टेनं हसत विचारत होता –

"भंगारबरोबर हा पोरगासुद्धा ना रे?"

भंगारवालाही खी-खी करून हसत म्हणाला, "मग तुज्यासाठी ह्या भंगाराची राखन कोन करंल?"

"हांऽऽ तेपण बरोबर! बरं तर, नंतर बघू या, आधी धंद्याचं बोलू. काय?"

काही घरांचे मालक घर पुरतं पाडलं जाण्याआधी दारं, खिडक्या, ग्रिल,

कपाटांच्या फ्रेम्स, खुंट्या, नळ – असं सगळं काढून घेऊन विकून टाकत होते. ज्यांची घरं लहान होती, ते तर घरही स्वत:च पाडून घेण्याचं काम करत होते; तर काही जण घरांच्या पडलेल्या भागाचा मलबा ट्रकमधून गेल्यावर उरलेलं घर स्वत: पाडून घेण्याचा विचार करत होते. भाव केले जात होते, ते पाडण्याच्या मोबदल्यात पाडलेला मलबा त्या पाडणाऱ्याला देण्याचीही बोली होत होती. त्यात पुन्हा कधीकधी कोणालातरी आपण फसलो, असंही वाटायचं. सारं शहर जणू हा घरांचा मलबा आणि मलबा विकून पुन्हा घरं उभारणं, ह्यात गढलं होतं. जसजसे दिवस जातील तसतसे भाव खाली जात होते. दलाल म्हणत होते, "कबाडी बाजारात माल ठेवायला जागा नाही आता, त्यामुळे धंद्यातनं काही मिळेनासं झालंय."

"घरं बांधायची सुरुवात झाली, म्हणजे तिथला माल खपेल आणि कबाडी बाजारात जागा होईल."

"अहो, पण घरं बांधायला सुरुवात होईल तेव्हा ना? तोपर्यंत हे ढीग कुठे ठेवायचे न् सांभाळायचे? आतातर रस्त्यावर ठेवावे लागतात आणि तिथं एक माणूस राखणीला ठेवावा लागतो, नाहीतर हळूहळू त्यातल्या सामानाला पाय फुटायचे! पण असं किती दिवस परवडणार? ट्रक भरभरून आता अहमदाबादकडे पाठवतो; पण आता त्या लोकांनाही माहीत झालंय, म्हणून घेतलं तरी भाव पाडून घेतात. आपल्याला काही फायदाच उरत नाही मग."

"इथं बांधकाम सुरू व्हायला तर अजून वेळ लागेल."

"आत्ता नाही तरी आहे कुठं घरं बांधण्यासारखी परिस्थिती? बघत नाही का तुम्ही – अजून धक्के तर बसतातच ना? कुठे थोडं काही दुरुस्त केलं की, बघता-बघता त्याला भेगा पडतात!"

"आधी मुळी बांधकाम करण्याची परवानगीच कुठे मिळतेय?"

"होय ना! आणि गवंडी, सुतार...? ते तरी कुठे मिळतायत?"

"इंजिनिअर्ससुद्धा इतके त्रासून गेलेत की, ते काम हाती घेतच नाहीयेत!"

"त्यांनाही पुन्हा नावाचं रजिस्ट्रेशन नव्यानं करावं लागणार आहे. शिवाय बांधकामाबद्दलच्या अटी आणि जिम्मेदारीबद्दल त्यांच्याही सरकारबरोबर वाटाघाटी चालल्यायत. त्यातही पुन्हा स्ट्रक्चरल इंजिनिअर्स वेगळे आणि सुपरवायझर्स वेगळे. संपता संपणार नाही, इतक्या गुंतागुंतींचा मामला आहे."

आणि संपता संपणार नाहीत इतक्या अशा चर्चा सुरू आहेत! सगळ्या विस्कटून, विखरून पडलेल्या त्या भग्न अवशेषांमध्ये दिसणाऱ्या वस्तूंकडे आता लोकांचं लक्ष जायला लागलंय. पडून गेलेल्या इमारतींच्या ढिगाऱ्यांमध्ये त्यांच्या नजरा स्वत:चं घर शोधत असतात, असं वाटतं. ओळखीच्या विटा ते शोधू बघतात, त्यांच्यामधून बाहेर पडलेल्या सळया त्यांच्या नजरांना खुपत असतात. अश्रू

गाळून लाल-लाल झालेल्या डोळ्यांमध्ये रक्त जणू साखळलंय. एके काळी जणू आकाशाला भिडणाऱ्या अशा इमारतींच्या गच्च्यांवरून उलथल्या जाऊन जमिनीवर कोसळलेल्या पाण्याच्या टाक्यांमधल्या सळया वाकड्या-तिकड्या होऊन अशा बाहेर लटकतायत की, आतडी बाहेर निघाली असावीत! मोडून-तुटून पडलेल्या घरांमधून बाहेर फेकलं गेलेलं सामान सगळं एकात एक मिसळून, उलटी झाली की पोटातनं बाहेर पडलेल्या अन्नासारखं दिसतं! त्या सगळ्या सामानात प्रत्येकाच्या नजरा आपल्या मालकीच्या वस्तू धुंडाळत असतात आणि असं शोधता-शोधता कुठेतरी 'आपली वस्तू' दिसली की, चेहऱ्यांवरचे भाव एकदम बदलताना दिसतात.

त्या सगळ्या अस्ताव्यस्त, विखुरलेल्या वस्तूंमध्ये उभे असलेले लोक बघून मजुरांसारखी दिसणारी माणसं भोवताली गोळा होतात. त्या वस्तूंमधून त्यांचं सामान काढून द्यायला जे शोधत असतील ते शोधायला लागायला ती तयार असतात.

त्यांना काम सांगायच्या आधी लोक विचार करतात – कुठली वस्तू काढली पाहिजे? त्यांना दिसत असलेल्या सगळ्याच वस्तू बघत असताना कुठल्याच वस्तूचा अस्वीकार त्यांच्या नजरांमध्ये दिसत नाही; परंतु सध्याच्या त्यांच्या परिस्थितीत त्या वस्तूंपैकी कोणती उपयोगी पडेलसं वाटतंय, ह्यावर अवलंबूनच कदाचित ते निर्णय घेत असतील. वस्तूबद्दल वाटणारं प्रेम, ती ठेवायची कुठे या जागेच्या कमतरतेच्या प्रश्नापुढे हार खात होतं. वस्तू सांभाळून ठेवण्याची जबाबदारीही वाटत असेल – स्वत:लाच राहायला तरी पुरेशी जागा कुठे होती? खूप विचित्र वाटत होतं सगळं. बंजारा लोकांसारखं सगळा संसार बरोबर घेऊन चालायचं... मध्ये-मध्ये विश्रांती घ्यायला कुठेतरी थांबायचं – असं तरी कुठे होऊ शकत होतं? अरब आणि उंटाची गोष्ट आठवत होती – जिथे आश्रय मिळाला, त्या जागेचा कब्जा घेऊन टाकल्यासारखं वाटत होतं. हे तर उघड दिसत होतं की, त्यांना आश्रय देणाऱ्या व्यक्तीला स्वत:च्याच जागेत अडचण तर होतच होती, कधीकधी त्या व्यक्तीलाच संकोच वाटायचा! परिस्थिती बदलली होती, तरी जुनी मानवी संबंधांची मूल्यं पार पुसली गेली नव्हती!

थोडे-थोडे पैसे वाचवून खरेदी केलेल्या वस्तूबद्दल किंवा भेट मिळालेल्या एखाद्या वस्तूबद्दल वाटणाऱ्या छिन्न-भिन्न 'आपलेपणा'समोर असहाय वाटायचं. जी वस्तू खूप मनापासून जपून ठेवली असेल, ती वस्तू हातची जाऊ देताना बघून कवी माधव रामानुजच्या ओळी आठवतात – *'हळवे हाथे उपाडजो रे अमे कोमल कोमल...'* (हळूच उचला हं, खूप नाजूक आहोत आम्ही न् आमच्या भावना!)

किती-किती प्रसंग डोळ्यांसमोर तरळून जातात – जन्मदिवस, लग्नतिथी, काही विशेष यश मिळवल्याचे समारंभ आणि ते यश मिळवण्यासाठी जिद्दीनं केलेले प्रयत्न न् मग यश मिळाल्याचं आश्चर्य न् आनंद – रडता-रडता आलेलं हसू न्

डोळ्यांत चमकून गेलेले अश्रू... अन् मग काठोकाठ भरून ओसंडलेला संतोष – स्वत:साठी घ्यायच्या असलेल्या वस्तूवर स्वत:च मारलेला काप... मला दोन वस्तू सापडल्या होत्या, डायरी आणि आल्बम. त्यांमधून हे सर्व प्रसंग समोर जणू साक्षात उभे राहिले! त्यांचा विचार करत होतो; पण तेवढ्यात समोर जे दृश्य बघितलं, त्यामुळे ते सारंकाही पुसलं गेलं. एका मोठ्या पाइपच्या खाली मान चेपली गेली होती, ती सोडवायला बघताना मंगळसूत्र पाइपमध्ये अडकलं. मान सोडवायला ते तोडून काढणं, हा एकच पर्याय होता; पण रक्तबंबाळ हात तसं करू धजावत नव्हते. माझ्या त्रस्त दृष्टीला पुढे बघवलं नाही.

दुसरीकडे दृष्टी वळवली, तर एक माणूस सामानाच्या ढिगाऱ्यातून पोर्टेबल टीव्ही सेट काढत होता. भोवताली जमलेल्या बघे लोकांच्या टोळक्याकडे लक्ष न देता तो टीव्ही सेट खांद्यावर उचलून घेऊन तो चालू लागला. मी त्याच्या मागे-मागे गेलो. तो कुठल्यातरी विशिष्ट माणसाकडे जायला निघाला होता, असं त्याच्या ठामपणानं चालण्यावरून वाटलं. पण एकीकडे तो ज्याच्याकडे निघाला होता, त्याला चहूकडे शोधतही होता. मग एकदम त्याचे डोळे चमकले. रस्त्याच्या कडेला बांधलेल्या ताडपत्रीच्या सावलीत चौघं-पाच जण बसले होते. त्यांच्यामध्ये एक वृद्ध मनुष्य बसला होता. त्याच्याजवळ जाऊन हा उभा राहिला. पण त्याला बघून त्या वृद्धाच्या चेहऱ्यावर काहीच भाव उमटले नाहीत. मग त्या माणसानं टीव्ही सेट खाली ठेवला आणि तो त्याच्यावर बसला. तरीही वृद्ध माणसानं त्याच्याकडे लक्ष दिलं नाही, तेव्हा जरा अस्वस्थ होऊन तो म्हणाला, ''काय *बापा* (आजोबा)? विसरलात मला? मी शेजारी ना तुमचा?''

म्हाताऱ्यानं तर त्याच्याकडे बघितलं नाहीच, पण दुसऱ्या दोघा-तिघांचं लक्ष गेलं. ते जे बोलले, ते सगळं एकत्रच ऐकू आलं –

''आजोबांना कमी ऐकू येतं?''

''भूकंप झाला तेव्हापासून ऐकू येतच नाहीसं वाटतं.''

''एकटेच आहेत?''

''पुतण्याबरोबर राहत होते. धरणीकंप झाला, तेव्हा घरातले सगळे एकत्रच इथे होते. मग ठाऊक नाही काय झालं... काहीच सांगत नाहीत. हे आले आहेत, त्यांना सांगतील कदाचित.''

एवढं बोलून त्यानं त्या टीव्ही आणणाऱ्या माणसाकडे बघितलं. तो टीव्ही सेटवरून उभा राहिला होता. मग तो म्हणाला, ''बरं तर बापा! हा टीव्ही इथं ठेवून जातोय, बघा तुम्ही केव्हाही! येतो बरं का, रामराम!''

तिथं असलेल्या दोघा-तिघांपैकी एक जण हसला. दुसऱ्यानं त्या निघून गेलेल्या माणसाकडे खूप आश्चर्यानं बघितलं. तिसऱ्यानं गंभीरपणानं सांगितलं –

"मी त्यांच्याच रस्त्यावर राहत होतो. बापा सारा दिवस आमच्या गल्लीत हिंडत असायचे. हे त्यांचे शेजारी ऑफिसमधून आले, म्हणजे त्यांच्या खिडकीशी जाऊन उभे राहायचे, बघत राहायचे. ह्या गृहस्थांनी मग दार उघडलं की, आत जायचे. टीव्ही लावून दिला की, तास न् तास त्याच्यासमोर बसून राहायचे."

आता सगळं लक्षात येऊ लागलं होतं. शेजारचे गृहस्थ टीव्ही सेट ठेवून निघून गेले होते आणि वृद्ध गृहस्थ त्याच्याकडे ढुंकूनही न बघता टीव्हीसारखेच निर्जीव होऊन बसले होते. आत्तापर्यंत ज्यात काही अर्थ होता, ती गोष्ट आता किती निरर्थक झाली होती!

ही घटनाच मनात घोळत होती, तेवढ्यात समोर जरा अंतरावर गोळा झालेल्या घोळक्याकडे माझं लक्ष गेलं. धराशायी झालेल्या एका अपार्टमेंटचा सगळा 'मलबा' साफ करणार होते आणि नोटीस देण्यात आली होती – ज्या-त्या फ्लॅटच्या मालकांनी आपापल्या फ्लॅटमधील मिळकत ताब्यात घ्यायला तिथे हजर व्हायचं होतं. सरकारी अधिकारीही हजर होते.

त्या घोळक्यात जाऊन उभा राहिलो तेव्हा समजलं की, इमारतीच्या एका फ्लॅटमधल्या कुटुंबातलं कोणीच वाचलं नव्हतं. त्या फ्लॅटच्या मलब्यातनं दागिने मिळाले होते आणि ते ताब्यात घेऊ बघणारे दोन पक्ष होते – एका बाजूला कुटुंबातल्या पुरुषाचा भाऊ होता, दुसऱ्या बाजूला त्याच्या बायकोची बहीण होती. कायद्याप्रमाणे भावाचा हक्क होता. तो पूर्ण कायदेशीर चौकशी करून तयारीनं आला होता.

बायकोची बहीण हातवारे करून मोठमोठ्यानं त्याला म्हणू लागली, "देवाची शपथ घेऊन सांगा – साधा बोलण्या-चालण्याइतकाही तुमचा त्यांच्याशी संबंध राहिलेला होता? पण आम्हाला मात्र त्यांच्याशिवाय कोणीही नव्हतं! आमच्याकडे लक्ष देता यावं, म्हणून तर त्यांनी आमच्या शेजारचा फ्लॅट घेतला होता. विचारा कोणालाही! मी नेहमी आजारी असते आणि आमची म्हातारी आई..."

तिचा आवाज रुद्ध झाला, अधिकारी लाचार होते. त्यांना ह्याबद्दल कोणाला विचारण्याची काय गरज होती? कारण हे खरं असलं, तरीही काही फरक पडणार नव्हता. जो मरण पावला होता, त्याच्या मिळकतीवर कायद्याप्रमाणं त्याच्या भावाचाच हक्क होता. फक्त मृत्युपत्र असेल आणि ते काही वेगळं असेल, तरच –

"मृत्युपत्र म्हणताय? अहो, त्यांना काय ठाऊक होतं का, की त्यांना असं मरण येणार आहे? माझी बहीण, मेव्हणे, भाचा, भाची सगळे एकाच वेळी... बरोबरच! हे वय होतं का त्यांचं मृत्यू पावण्याचं? हो, आता त्यांच्या इच्छेचं म्हणत असला, तर..."

तेवढ्यात तिचं लक्ष दागिन्यांमधल्या एका नेकलेसकडे गेलं आणि ती एकदम मोठ्यानं म्हणाली, "पण हा नेकलेस – अहो, हा तर माझा स्वत:चा आहे! थोड्याच दिवसांपूर्वी तिचा वाढदिवस होता आणि त्या दिवशीच्या पार्टीत घालायला मीच तिला दिला होता!"

ह्या बाबतीतही काही होऊ शकेल, असं नव्हतं. कारण त्याला कोणी साक्षी नव्हतं की नव्हता काही पुरावा! परिस्थितीच अशी विचित्र होती!

अधिकाऱ्यांना तशाही परिस्थितीत हसू आलं.

"अहो, तसा तर तुम्हीही कधीतरी तिचा काही दागिना घेतला असेल. कोणाला ठाऊक आहे? पुरावा काय?"

बहिणीचं ते सांगणं उलट तिच्या विरुद्ध गेलं. मृत माणसाच्या भावाला आता आणखी जोर चढला. अधिकाऱ्यांनी दागिने त्याला दिले. काम पूर्ण झालं!

त्या बाईचं डोकं फिरलं. ते अधिकारी आणि मेव्हण्याचा भाऊ ह्यांच्याबद्दल ती अद्वातद्वा बोलू लागली. ती हवे तसे आरोपावर आरोप करत होती, परंतु अधिकारी शांत आणि गंभीर होते. कर्तव्य पार पाडल्यासारखा शांत चेहऱ्यानं ते जीपमध्ये बसले. मृत माणसाचा भाऊही 'काम पार पडलं' असा चेहरा करून दागिन्यांची पिशवी घेऊन चालू लागला. रागानं, तावातावानं बोलणारी ती स्त्री बोलणं थांबवून केव्हा रडू लागली, ते कळलंच नाही. एवढे लोक गोळा झाले होते, पण सगळे धक्का बसल्यासारखे गप्प होते. त्या गर्दीतून ती स्त्री रडत-रडत निघून गेली. लोक हळूहळू विखुरले.

माझा पाय तिथून चट्‌कन निघेना. कोण जाणे का, पण मला असं वाटत होतं की, त्या बाईची बाजू खरी आणि योग्य, नाय्य होती. अर्थात माझ्या ह्या समजुतीला काही आधार नव्हता आणि तरीही मला असं का वाटत होतं, हे मला कळत नव्हतं. असं वाटण्याचं कारण आत्ताची परिस्थिती होती, का त्या स्त्रीची निराधार स्थिती? क्षणभर मला असंही वाटलं की, मी त्या अधिकाऱ्याच्या जागी असतो, तर मी दागिने त्या बाईंनाच दिले असते. मग माझं मलाच हसू आलं.

वाटलं, मी त्या अधिकाऱ्याच्या जागी असतो तर? काय-काय झालं असतं! दुसऱ्याच क्षणी असले निरर्थक विचार करायचं सोडून मी पुढे निघालो.

छावणीत किंवा आणखी कुठे इकडे-तिकडे राहणारे लोक आपापली घरं दुरुस्त करून घेऊन ती भाड्यानं देत आहेत – बँका, मोठमोठ्या कंपन्यांची ऑफिसं आणि बाजार... शहराची सगळी रचनाच बदलली जात आहे. अगदीच काही नाही, तर घराचा काही भाग वेगळा काढून तेवढा भाड्यानं द्यायचंही काही जणांना सुचलं आहे. कदाचित धरणीकंपात जे नुकसान झालं आहे, त्याच्या दुप्पट कमाई करण्याची ही युक्ती असेल. शहर सोडून दुसरीकडे गेलेले लोकही आता परत येऊ लागले आहेत. उजाडलं की, ऐकू येणाऱ्या वेगवेगळ्या बातम्या आणि अफवांचे धक्के त्यांना बसतात आणि मग विचार करून जो सुचेल तो मार्ग ते पत्करतात.

"ह्या भग्न, छिन्न-भिन्न झालेल्या शहरात आता कोण राहील? कुठं राहील?"

"आता तर नवं गाव वसवायची तयारी चाललीय. जुनं विसरा आता सगळं – सरकार रिकामं करायला सांगेल, तेव्हा कुठं जाल?"

"ही सगळी घरं आता म्युझियम्स झालीयत! ह्यांमध्ये राहायचं असलं, तर 'ममी' होऊन जावं लागेल!"

अशा परिस्थितीतही लोक हसू शकत होते. कसंही करून टिकून राहण्याचा हाही एक उपाय होता... कदाचित हाच एक उपाय होता!

"तसं करू या! ममी होऊ या! मोडून पडलेल्या घरातून तरी थडग्यातनं बाहेर आल्यासारखेच आलोय ना?"

ढिगारे होऊन पडलेल्या इमारती बघून कोणीतरी हसत-हसत म्हटलं – 'मोहेंजोदडो' – मृतांची टेकडी! ते हसणं आणि ते शब्द! कशाच्या मागे काय लपवलं जात होतं? कसं रूप घेतलं होतं वेदनांनी? ते हसणं म्हणजे मनातल्या वेदनांचा चेहरा होता, का वास्तवाचा स्वीकार होता? का ह्या आपत्तीतही टिकून राहण्याचा फक्त प्रयत्न होता? जे असेल ते असेल, पण मन अस्वस्थ करणारं होतं.

सरकारसमोरही अडचणी उभ्या झाल्या आहेत, असं वाटत होतं. टाउन प्लॅनिंगचा नकाशा एकदा जाहीर करण्यात आला होता; तेव्हा आशा वाटत होती की, लवकरच सगळं सुरळीत सुरू होईल; परंतु आता संमती आणि असंमतीचे प्रकार सुरू झाले होते. मानसिक गोंधळातून बाहेर पडून लोक विचार करू लागले होते, शंका व्यक्त होऊ लागल्या होत्या –

"सरकारनं शहराच्या भोवतालच्या माळरानांवर दुकानं उभी केलीयत, पण जोपर्यंत लोक तिकडं राहायला जात नाहीत, तोपर्यंत त्या दुकानांना काही अर्थ आहे?"

"सरकारला सगळं शहरं तिकडेच हलवायचं आहे."

"सरकारला हलवायचं आहे, पण लोकांना हलायचं आहे का, मुख्य मुद्दा हा आहे. जे बांधताहेत ते बांधलं जाईल आणि तसंच पडून राहील."

"सरकारला एवढं समजत नसेल?"

"नाही समजणार थोडंच?"

"मग?"

"मग काय – लोकांनी गाव एकदा सोडलं, म्हणजे त्यांच्या घरांचे मालक कोण?"

"सरकार! आणखी कोण?"

"असली पडकी-मोडकी घरं घेऊन सरकार काय करेल?"

"तो विचार त्यांनी केला नसेल? सगळा विचार करूनच ते सगळं करत असतात ना?"

"गावाच्या जमिनीचं सरकार दुसरं काय करणार? विकणार! त्यांच्या आपल्या

ठरवतील त्या भावानं!''

लोकांच्या सगळं लक्षात आलं नाही. ते जे काय घडत होतं, ते बघत राहिले आणि आपापल्या परीनं समजून घेत राहिले. त्यात सरकारी अधिकाऱ्यांच्या होत असलेल्या बदल्यांच्या घटनाही होत्या – कधीकधी अकल्पितपणे, कधी अपेक्षेनुसार. त्या बदल्यांबरोबर योजना बदलत राहिल्या, व्यूहरचनाही बदलत राहिल्या.

मोडून-तोडून गेलेल्या घरांवर स्वत:चा हक्क शाबूत ठेवायला लोक धावपळ करू लागले. कितीतरी जणांच्या अनपेक्षितपणे लक्षात आलं की, जी घरं त्यांच्या मालकीची होती, त्या घरांवर असलेली मालकी शाबित करणं, हे सोपं काम नव्हतं.

घराचे दस्तऐवजाचे कागद कुठे होते? इतकी वर्षं आला नव्हता, तो प्रश्न उभा ठाकला. आपापसात चौकशा सुरू झाल्या. दस्तऐवजात नाव सापडलं – कितीतरी वर्षांनी ते नाव आठवलं! त्या नावामुळे त्यांच्या मृत्यूच्या वेळचा सर्व प्रसंग आठवला. त्यांच्या मृत्यूनंतरच त्यांची मुलं वेगवेगळ्या दिशांना विखुरली होती – आता त्यांच्या सह्या घ्यायला हव्या होत्या.

धरणीकंपानं ज्या घरांचं नुकसान नुसतं भेगा पडण्याइतपत झालं होतं, त्या भेगा सिमेंटनं बुजवून नीट करता आल्या होत्या; परंतु काही घरं अशी काही मोडून पडली होती की, ती दुरुस्त करणं शक्य नव्हतं. किती दिवसांनी आज काही परतफेड मिळण्याची संधी मिळाली होती! अगदी धरणीकंपाच्या आदल्या दिवसापर्यंत जी माणसं ह्या घरात राहत होती, त्यांना तरी काय मिळालं होतं?– उभं राहता येईल एवढा एक ओटा!

''तुम्हाला ओटा तरी मिळाला; आम्हाला तर काहीच नाही मिळालं! मदत म्हणूनही एक पैसाही नाही!''

''का बरं?''

''अहो, दस्तऐवजच नाही! काट्याकुट्यांची झुडुपं असलेली माळरानवजा जमीन होती ही!''

''आता काय त्याचं?''

''कोण जाणे!''

''गेली तर गेली... पण आपल्या डोळ्यांसमोर कोणी आपलं घर बळकावून बसलं तर?''

''असं कसं होऊ शकेल?''

''अहो, छाती ठोकून जर कोणी म्हणालं की, त्यांनी त्यांचं घर मला राहायला दिलं होतं – एवढंच नाही, समजा, असंही म्हणालं की, तोच मुळी इथं राहत होता... तर काय?''

''अहो, पण तुम्ही राहत असताना...''

"ते सिद्ध कसं करायचं? आत्ता आता कोणाला साक्षीदार बोलवायचं? कोण कुठे सापडेल असं आहे? आणि त्यानं समजा, काहीही करून पटवून दिलं, की..."

अशा गुंतागुंतीची परिस्थिती, अनिश्चितता वाढवणारे तर्क-वितर्क आणि अजिबात गिऱ्हाइकंच नसलेली घरं... धरणीकंपाचे अजून बसणारे धक्के आणि भयानक भविष्यवाण्या! ह्या सगळ्यातून बाहेर पडून लोक गावाच्या वेशींबाहेरच्या जागेत जाऊ लागले होते. सामानसुमान वाचवून मिळवण्यासाठी, सुरक्षित टिकून राहण्यासाठी आणि नंतरही गावात तुमची काही पत राहण्यासाठीही चार पैसे गाठीशी असले पाहिजेत की नाही? बँका आणि सरकार यांकडून जाहीर झालेली मदतही घेण्यासारखी होती. त्यात झालं असं की, भूकंप झाला तेव्हा जी अर्धवट बांधकामं होती, ती भराभर बांधून होऊ लागली आणि जी दुरुस्त होण्यासारखी होती, ती दुरुस्त केली जाऊ लागली. ठिकठिकाणी दुकानं निघू लागली होती. अशा दुकानांचं प्रमाण एवढं वाढलं होतं की, डॉक्टरांनी हॉस्पिटलच्या इमारतींचेही शॉपिंग सेन्टर्स करून टाकले होते. बँकांना किंवा इतर ऑफिसेसना भाड्याने देण्यासाठी किंवा सराफांसाठीही जागा मिळू लागल्या होत्या. डॉक्टरांचे पेशंट्स तर काय कुठेही आलेच असते; अशा जागा मिळण्याच्या संधी थोड्याच पुन:पुन्हा येणार होत्या? कदाचित त्यांच्या मूळ धंद्यापेक्षाही जास्त कमाई ह्या धंद्यात होती!

मी राहतो त्या वसाहतीत काल एक मोटर येऊन उभी राहिली. एका उच्चवर्णीय स्त्रीनं गाडीतून उतरून घर उघडलं. पुरुषानं उतरून गाडीचं मागचं दार उघडलं आणि एका म्हाताऱ्या बाईंना खाली उतरवलं. थोडं सामान उतरवून ते खोलीत ठेवलं. उन्हं उतरायच्या सुमाराला स्त्री-पुरुष दोघं मोटर घेऊन निघून गेली.

संध्याकाळी उशिरानं त्या माँजी खोलीच्या दारात बसल्या होत्या आणि त्यांची नजर आजूबाजूला कोणाचीतरी सोबत-आधार शोधत होती. मग त्याच जणू एक तऱ्हेचा आधार झाल्याप्रमाणे जवळपासच्या घरांमधून दोघी-तिघी बायका त्यांच्याशी बोलायला येऊन बसल्या होत्या. त्यांच्या गप्पागोष्टी सुरू झाल्या.

"मुलगा न् सून तिकडे अहमदाबादला राहतात, मी इथं गावात. शहरात आपल्याला म्हाताऱ्यांना आवडत नाही ना? करायचं काय तिथं सारा दिवस? मुलगा न् सून दोघं सबंध दिवस त्यांच्या-त्यांच्या कामाला बाहेर जातात आणि घरात असली तरी असून नसल्यासारखी – ना बोलणं-चालणं, ना काही! तो टीव्ही एकटा बोल-बोल करत असतो, त्याचा काय तो आवाज – तोही ती दोघं समोर बसून हळू आवाज ठेवून ऐकत राहणार..."

माँजींना बऱ्याच दिवसांनी बोलायला मिळालं असावं, असं वाटलं. क्षणभर गप्प राहून मग त्या म्हणाल्या, "भूकंपाचं ऐकलं, म्हणून बिचारी धावत आली."

"तुम्ही नाही गेलात त्यांच्याबरोबर?"

"ती दोघंही अजून गेली नाहीयेत. घर दुरुस्त करून घ्यायचंय नं इथलं – ते सगळं करून घ्यायचंय, म्हणून तर मला इथे ठेवून गेले. ते सगळं काम करवून घ्यायचं, म्हणजे त्यांना दोघांना तिथं जवळच राहावं लागेल ना?"

नंतरच्या दिवसांमध्ये असं समजलं की, घर दुरुस्त करून घेऊन झालं होतं आणि भाड्यानं देऊनही टाकलं होतं! माँजी तशाच दारात बसलेल्या दिसायच्या. मात्र, नंतर मी त्यांना कोणाशी गप्पा मारताना बघितलं नाही!

ह्या वसाहतीतही कशा-कशा परिस्थितीतून लोक इथे येऊन पोहोचले होते, ह्याच्या कथा खऱ्या वाटणार नाहीत अशा होत्या! एका कोपऱ्यातल्या घरात राहणारे एक मध्यमवयीन गृहस्थ सांगत होते की, भूकंपाच्या आदल्या महिन्यातच त्यांनी बंगला बांधला होता. वास्तुपूजा करून मग राहायला जाणार होते. गावातल्या सराफ गल्लीत त्यांच्या ज्या घरात ते राहत होते, ते इतकं काही पडलं की, त्यातून ते कसेबसे वाचले! पण मनाला दिलासा होता की, गावाबाहेर बंगला बांधला आहे, तिथं जाऊन राहता येईल. जाऊन बघतात, तर तिथं चार-पाच कुटुंबं राहू लागली होती! अशा ह्या दिवसांमध्ये त्यांना कुठं जायला सांगणार? म्हणून शेवटी त्यांना असं सांगून आले की, शक्य तितक्या लवकर त्यांनी ह्यांचं घर रिकामं करून द्यावं! तोपर्यंत *अठ्ठे द्वारका!* (हीच आपली द्वारका – म्हणजे आपला मुक्काम इथेच!) असं सांगत मग ते हसले होते. मग जरा वेळानं ते जणू स्वत:शीच बोलत असतील इतक्या हळू आवाजात म्हणाले, "आपण इथं असं येऊन पडलोय, तीही दुसऱ्या कोणाची तरीच जागा आहे ना?" पण त्यांच्या मनात खुटखुटत होतं ते हे की, तिकडे जुन्या घरात ते त्यांच्या ज़ातीच्या, नात्यातल्या लोकांबरोबर राहत होते; जाता-येता सगळे एकमेकांशी चौकशी करायचे आणि इथं तर हाक मारायची झाली, तर कोणाचंही नावसुद्धा ठाऊक नाही!

मोडून-तुटून पडलेल्या घरांमध्ये भाडेकरू म्हणून जे राहत होते, त्या लोकांची स्थिती खूपच अवघड झाली होती.

"वर्षांनुवर्षांचे भाडेकरू – क्षुल्लक पंचवीस-तीस रुपयांच्या भाड्यात जणू घराचे मालकच होऊन बसले होते म्हणा ना! घर खाली करा म्हटलं की, घराची किंमत विचारायचे! आणि किंमत – ती सगळी कुचेष्टाच म्हणायची. आणि आता – आता काय झालं? देवानंच जणू धक्के मारून बाहेर काढलं!"

आणि उलटपक्षी, भाडेकरू तावातावानं म्हणत होते –

"पण तुम्ही असं कसं म्हणता? तुम्ही विसरताय की, सरकारी कायदा आहे. ठाऊक नाही तुम्हाला? आम्ही राहत होतो, तो भागही तुम्हाला दुरुस्त करून द्यावा लागेल."

"अहो, कुठून न् कसं करणार? असंच होतं की काय सगळं? पैसे कुठून आणायचे?"

"सरकार देणार आहे ना पैशांची मदत? पण सरकारसुद्धा अशा अटीवरच देईल की, तुमचा भाडेकरू सही करून देईल, तेव्हाच तुम्हाला मदत मिळेल."

"ठीक आहे. तेवढ्या पैशांमधून जेवढं करता येईल तेवढं करून देऊ." मालक धूर्तपणानं हसला. भाडेकऱ्याच्या बाजूनं बोलणाऱ्याचाही युक्तिवाद तयारच होता.

"तसं नाहीये बरं का – बाकीचे पैसे बँक देईल."

"देईल ना, पण मग परत नाही मागणार? व्याज नाही घेणार त्या रकमेचं? ते सगळं भाडेकरू देईल?"

"अहो, असं कसं म्हणता? घर तुमच्या मालकीचं आणि –"

"माझ्या मालकीचं ते बरोबर, पण एवढी ऐपत कुठून आणू? भाडेकरूसाठी म्हणून मी कर्जाचा डोंगर घेऊ डोक्यावर? आणि घराचा मालक तर जणू हाच होऊन बसलाय!"

घरमालकाची बाजू समजून घेऊन काहीतरी करणारेही तिथे होतेच. जागा केव्हा विकली गेली, कोणाच्या मालकीची झाली, हे कळलंही नाही. मालकांनी दुसरं घर केव्हा विकत घेतलं, हेही समजलं नाही, ते तर दुसऱ्या घरात राहायलाही लागले! शिवाय, हे सगळं किती सहजपणे पार पडलं – समजणारच नाही इतक्या मुकाट्यानं आणि पटापट सगळं काम करून देणाराही भेटलाच!

पण विचारात पडण्यासारखी गोष्ट हीसुद्धा होती की, जे भाडेकरू ते राहत असलेलं घर कोसळून त्याखाली चेंगरले जाऊन मरण पावले होते, त्या घरांचे मालक, का कोण जाणे, निराश झाले होते. त्यांची हार झाली, असं काहीतरी त्यांना का वाटत होतं? मरेपर्यंत भाडेकरूनं घर सोडलं नाही, म्हणून लोक तर त्यांचं अभिनंदन करत असल्यासारखं म्हणायचे, 'तुमचा तर सुंठीवाचून खोकला गेला की!'

अशा वेळी होकारार्थी मान हलवावी लागत होती. चेहऱ्यावर ओझरतं स्मितही दिसायचं, तरी पण...

थट्टेनं कोणीतरी असंही म्हणायचं, "बघा बरं, सांभाळा! राहायला जाल, तेव्हा सांभाळा... नाहीतर आत चेंगरून गेला असं वाटतंय, तो परत येऊन मानगूट पकडायचा! कसेबसे सुटलायत त्याच्या तावडीतून!"

हे ऐकून माझ्या अंगावर शहारे आले होते. छावणीत राहत होतो तेव्हा तरस आलं होतं, ते आठवलं होतं!

एवढं ऐकावं लागूनही जणू पुरतं नव्हतं, तसं काही जण असंही म्हणताना ऐकलं होतं –

"गेला तर खरा, पण घराचं थडगं करून मेला!"

असलं बोलणं सहन व्हायचं नाही, धक्का बसायचा. का बोलत होते लोक असलं की, घराचं थडगं करून गेला?

पण अशीच स्थिती बऱ्याच ठिकाणी भाडेकरूंनी घरमालकाचीही केली होती. वरच्या मजल्यावर घरमालक आणि तळमजल्यावर भाडेकरू. वरच्या मजल्यावर भूकंपानं भगदाडं पडली आणि खालचा मजला शाबूत.

घरमालकानं साहजिकच म्हटलं, "खूप वर्षं राहिलात आमच्या घरात, आता आम्हाला आमच्या घरात राहू द्या."

भाडेकरूनं भोळेपणाचा आव आणत विचारलं, "मग मी कुठे जाऊ?" उत्तर मिळालं, "अहो, तुम्हाला रस्त्यावर थोडंच टाकू? एकटेच आहात, तर राहा आमच्याबरोबर!"

दुसऱ्या दिवशी तळमजल्यावरच्या घराला कुलूप लागलेलं! घरमालक काळजीत पडला – कुठेतरी गेला असेल, पण शोधायचा कुठे? त्याच्या काही लक्षात येण्यापूर्वी वकिलामार्फत नोटीस आली –

'वरच्या मजल्याला झालेलं नुकसान धोकादायक आहे, तो ताबडतोब पाडून टाकावा. ह्या धोक्यामुळे तळमजल्यावर राहणाऱ्या भाडेकरूला दुसरीकडे राहायला जावं लागलं आहे...' भाडेकरूऐवजी घरमालकच रस्त्यावर आले! आणि वरचा मजला पाडून टाकण्याची जबाबदारी अंगावर पडली, ती वेगळी!

...मुलगा परदेशात होता. जावयाला कळवलं, तर तो येऊन सासऱ्यांना इथं ह्या वसाहतीत ठेवून परत गेला. आता ते वरचा मजला पाडून घेण्याच्या काळजीत आहेत. काय करावं? फार दिवसांपूर्वीपासून जावई म्हणत होते की, घराचा एक भाग मुलीच्या नावानं करून द्या, मुलीचा अर्धा वाटा असतो ना? पण मुलाला विचारल्याशिवाय काय करणार?

– कोणाला विचारण्याआधीच हे असं झालं!

वसाहतीत ये-जा चालूच असायची. काल समोरचं घर रिकामं झालं. दोन माणसं, एक लहान मूल आणि म्हातारी आई, एवढे जण त्या घरात राहत होते. त्यांचं थोडंफार सामान होतं ते घेऊन, घर उघडंच टाकून ती सगळी तशीच आपली निघून गेली. ते लोक गेल्यावर वसाहतीतले लोक आपसात बोलत होते की, ते *काबा* (कच्छमधली लुटारू जमात) होते. ते राहत होते, ते घर त्यांनी सरकारी पडीक जमिनीवर वसाहतीच्या घरांच्याच एका रांगेच्या कडेला रातोरात बांधून काढलं होतं. छप्परासाठी आतून आधाराला बसवल्या जाणाऱ्या तुळया आणि दारं-खिडक्या त्यांनी कबाडीवाल्याकडून मिळवल्या होत्या. आणि त्यासुद्धा कशा? तर एका मोठ्या बंगल्याच्या निघाल्या होत्या, त्या! मोडून पडलेल्या बंगल्यांतून निघालेलं असं सगळं सामान सांभाळून ठेवायला जागा कुठं होती आणि भाव कमी-जास्त करायला वेळ तरी कुठं होता कोणाला? आणि नंतर-नंतर तर त्या कबाडीवाल्यांकडेही एवढं सगळं सामान सांभाळून ठेवायला जागाच नव्हती, तेव्हा त्यांनी उभ्या-उभ्या

किंमत ठरवून पडीक किमतीत देऊन टाकलं! मग पक्कं छप्पर करायच्या ऐवजी पत्र्याचं छप्पर करून टाकलं, झालं! तात्पुरती जागा झाली. आत्तापुरता प्रश्न सुटला, पुढचं पुढे! नाहीतर आता आपल्याला बांधकाम करायचं असलं, तर किती कायदे न् नियम! बांधकाम तर लांबच राहिलं, नुसतं दुरुस्तीचं काम करायचं तरी कायदे न् नियम पाळावे लागतात आणि जे करू, ते सुरक्षित असल्याचं प्रमाणपत्र घ्यावं लागतं! ह्या सगळ्या झंझटात पडण्यापेक्षा हे असं बरं! नंतर सरकारला तोडून टाकायचं, तर तोडून टाकेना का! *'कोणे दीठी काल?'* (काल म्हणजे उद्या. उद्या काय होईल, कोणाला ठाऊक आहे?) आणि सरकारी कामात तर असं आहे ना – नाही जमलं तर वेगळी गोष्ट; पण जर जमलं, तर एखाद्याला अख्खा हत्तीही बिनबोभाट काढून नेता येतो!...

परिस्थिती अडचणीची होती. घडून गेलेल्या घटनांचा भार मनावर होता. भूकंपानं झालेला विध्वंस डोळ्यांसमोर होता. तो का झाला, ह्याची कारणं हळूहळू समजू लागली होती. भविष्यकाळ तितकाच भीती वाटण्यासारखा आणि डळमळीत होता. जे झालेलं दिसत होतं, त्यातून वाचण्यासाठी इंजिनिअर्स बेपत्ता व्हायला लागले होते आणि अजून दृष्टिआड – अगोचर – होतं, त्यामुळे घाबरून सावध झाले होते. जो लोभ आणि लालूच ह्यांना बळी पडून ते ह्या अकल्प्य जबाबदारीत अडकले होते, त्याच्याहून कितीतरी पट जास्त लोभ आणि लालूचही आता त्यांना या कामासाठी घेऊन येऊ शकत नव्हती. त्यांच्या ह्या निष्क्रियतेमुळे लोकांची काळजी वाढत होती. निष्क्रियता कसली म्हणा! ते सगळे सरकारला स्पष्टीकरण देण्याचे प्रयत्न करण्यात मग्न होते – मग्न होते का बरोबर अडकले होते, कोण जाणे!

पूर्वी कसं सोपं होतं – सोपं आणि सोईस्करही! नकाशा तयार केला जायचा, सह्या व्हायच्या, नकाशे मंजूर व्हायचे... गवंडी, मजूर, कामाला लागायचे – फटाफट होऊन जायचं सगळं! आता तर इंजिनिअर नेमायचे – मग सुपरवायझर, कॉन्ट्रक्टर, गवंडी, मजूर... शिवाय प्रत्येक जण माहीतगार झाला होता – फ्रेमस्ट्रक्चर, लोड बेअरिंग, रिट्रोफिटिंग! पिढ्यान्‌पिढ्या कामं करत-करत आलेले जुने सुतार, गवंडी, मिस्त्री ह्यांच्याकडे सरळ परभारे काम सोपवता येणं बंद झालं होतं. विकास प्राधिकरणाच्या परवानगीशिवाय काही करता येत नव्हतं.

आणि सध्या त्या जुन्या कारागिरांना फुरसत तरी कुठे होती? कोणी बोलावलं म्हणून ते तिकडे ताबडतोब गेले, तर त्यांच्या स्वत:च्या पडून गेलेल्या घरांची दुरुस्ती कोण करणार?

हे तर दिसतंच होतं आणि समजण्यासारखंही होतं की, लोकांचा त्यांच्या घरांवर, जागेवर खूप जीव जडलेला होता. अमुक गल्लीतलं आपलं घर एकदम सोडून देणं त्यांच्या जिवावर येत होतं...

"आमचं घर तर पन्नास-पंचावन्न वर्षं जुनं होतं. आमच्या बबलूच्या आजोबांचा जन्मही तिथलाच. बांधणाऱ्यानं एक-एक सळई ठोकून घट्ट बांधलेलं... आणि तेही शेणामातीचं घट्ट लिंपण करून. हा भूकंप झाला नसता, तर माझं सारं आयुष्य तिथं सहज गेलं असतं!"

सर्वांनाच भूकंपात मृत्यू पावलेल्या आपल्या माणसांच्या तर होत्याच, पण पडून गेलेल्या घरांच्याही कितीतरी आठवणी होत्या! त्या आठवणींच्या आधारानंच तर वसाहत जगत होती! काल रात्री उशिरापर्यंत मधल्या चौकात गप्पा मारत बसलेल्या लोकांमधल्या एका वृद्ध गृहस्थांनी वर लिहिलीय ती आठवण काढली, तेव्हा कोणीतरी त्यांना म्हटलं, "असं होतं ते घर, म्हणूनच तर पडून गेलं काका!"

काका चिडले, "पडून तर मी आणि तुम्हीही जाऊच हो, एक ना एक दिवस! कोणी कायम उभं थोडंच राहणार असतं इथं? मी आपलं असंच म्हटलं."

त्यांच्या बोलण्यातला मतितार्थ लक्षात येऊन मी बोलणं आवरतं घ्यायला म्हटलं, "खरं आहे काका, सगळ्या गोष्टींचा शेवट ठरलेला असतोच. माणसंही थकतातच."

खूप दाटीवाटीनं वस्ती असलेल्या विस्तारांमध्ये नवे रस्ते करण्याचं किंवा असलेले बोळ रुंद करण्याचं काम सुरू झालं आहे. त्यासाठी तेथील जमीन ताब्यात घेण्याचं काम सुरू झालं आहे.

भूकंप होणार आहे, असं सांगता येत नाही; तो केव्हाही होऊ शकतो. त्यात भूगर्भशास्त्रज्ञांच्या सांगण्याप्रमाणे हा प्रदेश 'अतिसंवेदनशील' झोन ५मध्ये गणला जातो. धक्के तर बसतच राहतात; परंतु माणसांना सवय होऊन जाते की काय, कोण जाणे – लोकांचं घाबरून जाणंही कमी झालेलं दिसतं. पुष्कळदा तर बऱ्याच लोकांना धक्के बसल्याचं समजतही नाही. ज्यांना समजलं असेल, ते उत्साहानं 'धक्का बसला होता, बरं का!' असं सगळ्यांना सांगत सुटतात... असं सगळं चालू असतं! धोक्याच्या जागांपासून लोक दूर गेले आहेत, त्यामुळेही त्यांची भीती कमी झाली आहे. माणसं भूकंप झाल्यानं मरत नाहीत; घरं पडतात आणि त्यांच्या खाली चेंगरून मरतात किंवा जखमी होतात, हे आता लोकांना समजायला लागलं आहे.

"बरं, ठीक आहे. आमच्या जमिनीतून ह्या रस्तारुंदीसाठी काही जमीन कापून घ्यायची तर घ्या; पण आम्हाला आमचं घर पुन्हा ह्याच जागी बांधू द्या..." लोक म्हणतात.

"ही आमची भूमी आहे. आमच्या मुला-नातवंडांना समजलं पाहिजे ना की, त्यांचे आई-वडील इथं राहत होते आणि ती स्वतः त्यांच्या लहानपणी ह्या अंगणातल्या मातीत खेळली होती. हे घर दुरुस्त करून नव्यानं बांधून घेतील, तेव्हा त्यांना एवढं तर आठवेल ना की, पहिल्यांदा इथं काय होतं आणि मग काय-काय बदल केले त्यांनी स्वतः! अहो, इथंच अगदी नवंच घर त्यांनी बांधलं समजा, तरीसुद्धा इथंच आपलं पूर्वी काहीतरी होतं, असं तर वाटेलच ना!"

जे कायम शेजारी राहत आले होते, त्यांना एकमेकाला सोडून वेगवेगळ्या ठिकाणी दूर जावं लागण्याचं दु:ख ह्याहूनही जास्त होतं. ही धरणी अशी कशी कंप पावली होती की, जशा दगड-विटा उचकटून, उडून दूर जाऊन पडल्या होत्या; तसे त्या दगड-विटांच्या घरांमध्ये राहणारेही दूर-दूर जाऊन पडले होते आणि मग समजलंही नव्हतं – त्या दगड-विटांसारखी ती माणंसही कुठं जाऊन पडली होती ते! दगडांचा ढिगारा ओलांडून जाताना दगडावर पाय पडल्याबरोबर कोणीतरी कण्हल्यासारखा आवाज यायचा – तर असा भास व्हायचा की, आपल्या पायांखालीच कोणीतरी चेंगरलं? अशाच एका प्रसंगी लगेच खाली वाकून, त्या व्यक्तीला हॉस्पिटलमध्ये पोहोचवण्याची व्यवस्थाही करण्यात आली होती. कोण जाणे, तेव्हा कोठून आली होती एवढी शक्ती आणि हिंमत! पण नंतर? भूकंप झाला तो क्षण जणू एकमेकांपासून दूर जाण्याचा क्षण असेल, तसे त्या क्षणीच सगळे एकमेकांपासून दूर झाले होते – त्या क्षणी सगळ्यांनी आपल्या भूमीचा त्याग केला होता, जणू त्या जमिनीची भीती वाटत असल्यासारखा! ते कुठे-कुठे विखुरले गेले होते. नंतरच्या दिवसांमध्ये कधीतरी, कुठेतरी रस्त्यावर ओझरते दिसायचे – वेगानं जाणाऱ्या स्कूटरवरून वा रिक्षात. दिसायचे तेव्हा नजरभेट झाली नसली, तरी मन क्षणभर ओढलं जायचं... आणि मग पुन्हा दूर! अशामध्येच कधी कोणाशी बोलायची संधी मिळायची किंवा मग दुसऱ्या कोणाकडून खबरबात मिळायची – 'अमुक लोक टिन-सिटीत होते.' म्हणजे धार्मिक संस्थांनी उभ्या केलेल्या आश्रयस्थानांमध्ये, तर तमुक लोक आजूबाजूच्या कुठल्या-कुठल्या गावांमध्ये. पुन्हा केव्हा, कुठे, कोण भेटेल, हे काही सांगणं शक्य नव्हतं. छावणीमध्ये असे कितीतरी लोक एकत्र आले होते आणि आता ह्या तात्पुरत्या घरांमध्ये! सामान सरकवून, उचलून इकडचं तिकडे ठेवावं, तशी माणसं सरकवली जात होती, दुसरीकडे ठेवली जात होती. माणसांचे वस्तूंशी संबंध झटक्यासरशी तोडले जात होते.

सामाजिक संस्था, नागरिकांमधील अग्रगण्य लोक, सरकार – सर्वच जण आपापल्या परीनं उपायांचा विचार करत होते. उद्ध्वस्त झालेल्या गल्ली-बोळांचं पुनर्वसन करण्याचे प्रस्ताव पुढे आले होते. पण त्या सगळ्यातून लोकांना एवढं समजून चुकलं होतं की, त्यांची मूळ जागा त्यांना परत मिळणं अवघड होतं. सरकारनं नव्या वसाहती उभ्या करून शहराचा विस्तार केला होता, त्यामुळे लोकांना आता वाहनांमधून फिरावं लागत होतं. पण ते समजून चुकले होते की, जे अंतर पडलं होतं, ते आता तसंच राहणार होतं. संबंध शिथिल होत चालले होते, तुटतही चालले होते आणि लोक नव्या जागेत नव्यानं स्थिरावायचा विचार करू लागले होते. तसं स्थिरावायचं, तर जे घडलं होतं ते सगळं विसरून जाणं आवश्यक होतं!

मी ह्या जटिल प्रश्नावर विचार करत राहिलो.

११

तसा तर ह्या वसाहतीत आगंतुक म्हणून येऊन राहत असल्यासारखा मी इथं राहतो आहे. इथे अशा बाहेर पडून राहणाऱ्या किंवा भटकत राहणाऱ्या लोकांना बघून असंही वाटू लागतं की, अशा तऱ्हेनं एक घर अडवून बसणं किती योग्य आहे? एकदा तर असंही वाटलं होतं की, असाही दिवसातला बराचसा वेळ मी बाहेरच असतो; त्या मधल्या वेळात हे घर त्यांनी वापरावं हवं तर, असं नाही सांगता येणार? मला सुरुवातीला तर अशी भीती होती की, माझ्या अशा सांगण्याचीही ते लोक कदाचित वाट बघणार नाहीत. परंतु असं काहीच झालं नाही, ह्याचं मला नवलच वाटलं. मी ह्याबद्दल विचार करत राहिलो – कदाचित हे घरच अशा जागी होतं की, कोणाचं लक्षच इकडे गेलं नसेल. माझ्या जाण्या-येण्याच्या वेळाही इतक्या अनिश्चित असतात की, माझ्या हालचालींकडे त्यांचं विशेष लक्षच राहिलं नसेल. असंही असेल की, मी इतका वेळ बाहेर असतो, हे कोणाच्या पुरतं लक्षातही आलं नसेल; नाहीतर ते स्वतःच सांगायला नसते का आले? किती गैरसोय होते त्यांची!

परंतु ह्यातल्या एकाही विचारानं माझंच समाधान झालं नसल्यासारखा मी स्वतःला दुसरी कारणं सुचवीत राहिलो. कदाचित त्या सगळ्यांना असंच राहण्याची सवय झाली असेल. असंही असेल की, स्वतःच्या घरापासून दुसरीकडे जाण्याची त्यांची इच्छा नसेल, काही भीती असेल मनात. अलीकडे सगळीकडे काय-काय होतही असतं?

असंही वाटलं की, माझ्या मनातच अशी काही भीती तर नाही ना की, ते लोक माझ्या घरात येऊ-जाऊ लागले, त्यांना माझ्याबद्दल शंका-कुशंका येऊ लागल्या; तर मलाच त्यांच्याबरोबर राहताना संकोच वाटायला लागेल. कदाचित अशी वेळही यायची की, मलाच हे घर सोडून जावं लागायचं!

असं सोडून जावं लागलं, तर जी अडचण उभी होईल, त्याबद्दल तर पुढे बघता येईल, पण ह्या वस्तीत असं काहीतरी आहे, ज्यामुळे मी इथं राहिलो आहे; निघून न जाता. काहीतरी रहस्यमय – काहीतरी गुपित असलेलं... जी सगळी क्षणभंगुर,

छिन्न-भिन्न अवस्था मी चहूकडे बघत होतो; त्याच्यामुळेच घडत असतील, अशा काही घटना मी भोवताली घडताना बघत होतो.

समोरच्या ओळीत असलेल्या शेवटच्या घरापाशी काहीतरी बाचाबाची चाललेली मला दिसली. जाऊन बघितलं, तर एक मुलगा न् दोन माणसं उभी होती. मुलाला मी ओळखलं. दोन दिवसांपूर्वी एक गृहस्थ त्याला इथं ठेवून गेले होते, सामाजिक कार्यकर्ते असावेत, तसे कोणी सज्जन गृहस्थ वाटत होते. कोणालातरी शोधत असावेत, असं वाटलं. प्रत्येक घरी जाऊन तपास करून आल्याप्रमाणे त्यांनी माझं दारही वाजवलं होतं.

मी घाबरा-घुबरा होऊन उभा राहिलो होतो. माझं दार कोण वाजवत असेल, ह्या विचाराच्या मुळाशी कदाचित 'माझं' आहेच कोण, ही मनातली सुप्त भावनाही असेल!

ह्या प्रसंगाविषयी लिहिता-लिहिता एकाएकी माझा हात थांबला आणि वाटलं – मी हे काय लिहिलंय? 'माझं घर?', 'माझं दार?'... इतके थोडे दिवस मी इथं राहिलो, त्यात ही 'माझं' ही भावना कशी निर्माण झाली? वास्तविक, जे कधीच माझं नव्हतं आणि आजही नाही; त्याबद्दल अशी भावना कशी निर्माण झाली? आणि तीही अशा तऱ्हेनं की, तिनं माझ्या मनाचा ताबा घेतला! हे कदाचित नुसतं जीव लागणं नव्हे; मालक असण्याची भावना आहे; विशेषत: सध्याच्या असुरक्षित वातावरणात.

आपणच मालक असल्याची भावना कशातून, कशी उगम पावत असेल? कदाचित ही नुसती जे स्वत:चं आहे ते सांभाळण्याची वृत्ती नाही; पण जे दुसऱ्या कोणाचं आहे किंवा कोणाच्याच मालकीचं नाही, ते बळकावयाची वृत्तीही असेल. चहूकडे आज काय दिसत होतं? तंबू घालून किंवा कच्चं बांधकाम करून त्यात राहू लागलेले लोक तिथून निघायचं नाव घेत नाहीत! कोणी विचारलं तर म्हणतात, "कच्चं बांधकाम करण्याची मनाई केलीय कोणी? आत्ता ह्या क्षणी तर निवारा मिळवण्याचा मुद्दा आहे. आमचं घरदारही – त्याच्याकडे बघणारं कोणी नाही – असंच पडलं आहे ना? कोणाला ठाऊक परत मिळेल की नाही; मिळालं तरीही केव्हा, किती भाग आणि कशा स्थितीत मिळेल, कोण जाणे!"

त्यांचं म्हणणं खोटं नव्हतं. तऱ्हतऱ्हेच्या अफवा ऐकू येत होत्या आणि थरकाप होत होता. हा कसला थरकाप म्हणायचा – जो कंप पावलेल्या धरणीसारखा लोकांचाही थरकाप करून त्यांना घाबरवून सोडत होता?

एकीकडे धोकादायक इमारती उतरवायचं काम चालू होतं आणि ते जाहीर केलं जात होतं. त्या इमारतींमधील घरांच्या मालकांना त्यांच्या-त्यांच्या घरांमधून त्यांचं सामान काढून घ्यायला सूचना दिल्या जात होत्या. त्याचबरोबर जेव्हा एखादी इमारत पाडून टाकण्यात येत असेल, तेव्हा इमारतीच्या विस्तारापासून किती लांब उभं राहावं, ह्याची स्पष्ट सूचना दिली जात होती. पण त्या इमारतीला लागून एखाद्याचं घर

असेल, तर आपल्या घराचं काय होईल, ह्या भीतीनंही लोकांना घाबरायला व्हायचं.

कधीकधी असंही ऐकू यायचं की, कुठेतरी चुकून एकाच्या ऐवजी दुसरंच घर पाडण्यात आलं! त्यावर कोणीतरी म्हणायचं की, चालायचंच – होतं असं कधीकधी – किती काळजी घेणार ती माणसं तरी? काम हे असं आणि तेही किती सगळं! कामं करणारे लोकही वेगवेगळे. कोणी काही सांगायचं, कोणी काही. शहराचा भागच चुकून बदलायचा, नंबर बदलायचा. कामाचा बोजा आणि घाई इतकी होती – थोडं काही झालं की, बदली करून टाकायचे! बदली तर ठीक. कधी तर नोकरीही जायची! बघता-बघता आरडाओरडा, तक्रारी सुरू व्हायच्या – 'कामं आटपत नाहीयेत' – 'सगळा ढिला कारभार आहे.' – 'लोक त्रासून गेलेत हे दिसत नाहीये तुम्हाला?' – 'कुठून-कुठून मीडियाची माणसं येऊन तंबू ठोकून बसलीयत! मुलाखत घ्यायचीय म्हणून जो समोर दिसेल, त्याच्या तोंडासमोर माइक धरतात आणि तो माणूसही मग चान्स मिळाल्याची फुशारकी वाटून जे तोंडाला येईल ते बोलतो... असा चान्स पुन्हा कधी मिळणार?'

"आणि हे सगळे इंजिनिअर्स तरी कुठून-कुठून आलेत? इथं कोणाला कोण ओळखतंय, तर कोणासाठीतरी कुणाचातरी जीव चुटपुटणार आणि कोण कोणाला काही सांगणार? कितीतरी जण असेही आलेले आहेत की, त्यांना इथली भाषाही येत नाही! कच्छी तर लांब राहिली, कितीतरी जणांना तर गुजरातीही येत नाही!"

तर किती जणांच्या मते, गोष्ट इतकी साधी नव्हती. एवढं सांगितलं की, लगेच ते पुढे म्हणायचे, "तेच तर आहे ना! भाषा येत नसल्याचा फायदा घेऊनच तर एकाच्या जागी भलत्याचंच नुकसान केलं जातंय ना!"

असं सगळं बोलणं ऐकून लोक मग काळजीत पडायचे. आधीच सुन्न झालेल्या मनात कल्पनेनं पाडापाडीचे धडाम्‌धुडुम आवाज व्हायला लागायचे आणि धुळीचे लोट उडायला लागायचे. मनात दाबून टाकलेल्या घटनांच्या आठवणींची आणि मृतदेहांची दृश्यं पुन्हा एकाएकी उसळून वर यायची आणि घाबरून जाऊन लोक धावपळ करायला लागायचे.

अशी धावपळ करून एखाद्या जागी पोहोचणाऱ्या लोकांत फक्त अशी चिंतातूर माणसंच नव्हती, कुतूहलापोटीही लोक गोळा होत असत. लष्कराची माणसं इमारतीची अमुक एक जागा ठरवून तिथे सुरुंग लावत असत. मग स्फोट व्हायचा आणि तीन-चार-पाच मजली इमारत थोड्याच वेळात खाली बसून जायची. आजूबाजूला गोळ्या मारल्यासारखे लहान-मोठे दगड उडायचे. जवळ जाऊन उभे असलेले लोकही जणू गोळीबार झाला असल्यासारखे पळ काढायचे. शेजारपाजारच्या एखाद्या घराच्या खिडकीच्या काचा फुटायच्या. राड्यारोड्याचा ढिगारा व्हायचा – एक खेळ संपला! भोवताली उभ्या असलेल्यांपैकी कोणाचे डोळे आश्चर्यानं विस्फारायचे,

तर कोणाचे डोळे जणू बाहेर निघायचे!

काय झालं आणि कशा तऱ्हेनं झालं, अशा दोन दृष्टींनी हे काम बघून परत जाणाऱ्या लोकांच्या वेगवेगळ्या प्रतिक्रिया असायच्या. तळमजल्यावरच्या कोणत्याही मजल्यावर राहणाऱ्या माणसाच्या दृष्टीनं त्याचं घर आकाशाच्या पोकळीत विरघळून गेलं होतं. त्याच्या घराच्या आकाराची त्याला आता त्या रिकाम्या पोकळीत कल्पना करायची होती...

...जे लोक कच्चं बांधकाम करून राहत होते असं मी लिहिलंय, ते म्हणजे काय होतं? दगड, सिमेंट, सळया तर दिसत होत्या; छप्पर फक्त पत्र्याचं होतं – तेही सिमेंटच्या पत्र्याचं. बांधकाम कच्चं असण्याची तीच एक खूण होती. पाण्याची आणि लाइटची व्यवस्था लोक कशी करून घेत होते, कोण जाणे!

वसाहतीतल्या लोकांचं आपसात असं बोलणं चालायचं की, सरकार आता ही घरं खाली करायला सांगणार नाही. लोकांनी हे जवळजवळ पक्कंच गृहीत धरलं असावं, असं दिसत होतं. बऱ्याच जणांनी घरासमोरच्या जागेत कुंपण घातलं होतं आणि कुंपणाच्या आतल्या बाजूला फुलझाडं लावली होती. बघायला छान वाटायचं. काल मागच्या रांगेतल्या एका घरासमोरच्या जागेत नुकतंच स्नान करून आलेली, कपाळाला कुंकू आणि भांगात सिंदूर भरलेली एक गृहिणी तुळशीच्या झाडाजवळ दिवा लावून झाडाला पाणी घालत होती – खूप छान वाटलं बघून. हात केव्हा आपोआपच जोडले गेले, कळलंही नाही. मनातले इतर सर्व विचार लोप पावले. वाटलं, 'घर' म्हणजे तरी दुसरं काय असतं?

तुपाच्या निरांजनाचा प्रकाश तुळशीच्या रोपावर पडत होता आणि दिलासा देत होता की, इथं नुसताच राडारोडा न् भंगार नाहीये; इथंच तुळशीचं रोपही आहे. त्या इवल्याशा दिव्याचा प्रकाश चहूकडे पसरलेला विनाश नव्हता दाखवत; भविष्यकाळातलं दृश्य आपल्या डोळ्यांसमोर उभं करत होता!

ह्या वस्तीच्या रस्त्यावर दुकानंही उभी राहू लागली आहेत. एक पिठाची गिरणीही उभी झालीय. भाजीपाल्याच्या हातगाड्याही दिसायला लागल्यात. सगळ्यात चांगलं हे आहे की, कोणी अडवणूक करत नाही की, इथं नाही दुकान काढायचं किंवा तिथं नाही भाजी विकायची, अशी. मला तर वाटलं, आपणही असंच काहीतरी काम सुरू केलं इथे, तर?

असंही झालं होतं की, कितीतरी घरं बांधली जात असतानाच भूकंप झाला होता आणि लोकांच्या डोळ्यांसमोर त्याचं जणू विक्राळ रूपच उभं राहिलं होतं; त्यानं झडप घालून सर्वनाश केला होता... एक घर बांधून झालं होतं, वास्तुपूजेचा मुहूर्त काढला होता, आणि धरणीकंप झाला. पण मग जरी त्या घराला काही झालं नव्हतं, तरी तिथं जाऊन राहण्याची हिंमत होत नव्हती. नंतर मग लोक पुन्हा घरांमध्ये

राहायला जाऊ लागले; तेव्हा जाऊन बघितलं, तर तिथं कोणीतरी येऊन राहू लागलं होतं! ते लोक म्हणाले, "आम्हाला दुसरी जागा मिळाली की जाऊ आम्ही. आत्ता कुठं जाऊ?"

अगदी सुरुवातीच्या दिवसांची मला आठवण झाली. कडाक्याच्या थंडीत तंबू, ताडपत्री, धाबळ्या सगळ्या वस्तूंची लुटालूट होत होती. अशा वस्तू ज्या कोणाच्या मालकीच्या नव्हत्या आणि ज्यांची सगळ्यांनाच खूप गरज होती. एकीकडे दुसऱ्या कोणी घेऊन टाकायच्या आधी बळकावायची वृत्ती होती. त्याच्या मागे साठेबाजी करण्याची हाव नव्हती; भीती होती – अनिश्चिततेतून उत्पन्न झालेली भीती. भूतकाळ नष्ट झाला होता, वर्तमानकाळ पूर्ण रिकामा होता आणि भविष्यकाळ धूसर होता. अशा वेळी जे हाती सापडण्यासारखं होतं, ते घेऊन टाकायचं होतं, शेजारी उभी असलेली व्यक्ती ते घेऊन टाकण्यापूर्वी! तसं करण्यात त्या व्यक्तीबद्दल काही आकस होता, अशातला भाग नव्हता; कारण हेही ठाऊक होतं की, त्याची स्थितीही आपल्यापेक्षा वेगळी नव्हती, पण स्पर्धा होती समोर दिसणारी वस्तू प्रथम कोण घेऊन टाकतंय ह्याची, शेजारी उभ्या असलेल्या माणसाच्या आधी ती मिळवायची. कारण धास्ती ही होती की, जे समोर दिसत होतं, ते तेवढंच होतं. कोणी पाठवलं होतं, माहीत नव्हतं आणि ते पुन्हा पाठवलं जाईल का नाही, हेही माहीत नव्हतं. असं वाटत राहायचं की, कदाचित पुन्हा नाहीपण पाठवणार! कारण हा तर पावसाळ्यातच पाणी येतं तशा ओढ्यासारखा प्रवाह आहे – संततवाहिनी नदी नाही – हा ओढा वाहण्याचा केव्हाही थांबेल. त्यामुळे त्या शेजारच्या व्यक्तीच्या हातून हिसकावून घेणं होत नव्हतं. समोर हातात वस्तू घेऊन उभ्या असलेल्या व्यक्तीच्या हातातून होत होतं! जिच्या हातात काही असेल, त्याच व्यक्तीकडे अविश्वासानं बघितलं जातं, कारण तीच व्यक्ती वस्तू देण्याचा आपला विचार बदलू शकेल!

पण हिसकावून घेण्याच्या त्या क्षणात किती सगळं बदलू शकतं, तेही मी पाहिलं. दोन्ही हात पुढे झालेले होते – एक देण्यासाठी, दुसरा घेण्यासाठी. त्या दोघांमध्ये सुरुवातीला जे अंतर होतं, त्यात एक अदृश्य कंप मला जाणवला होता. त्या वेळी ते अंतर कापण्यासाठी घेणाऱ्या हातापेक्षा देणारा हातच कदाचित जास्त आतुर होता, पण घेणारा हात ते अंतर कापण्यासाठी जसजसा जास्त अधीर होऊ लागला, तसतसा देणारा हात जास्त-जास्त आखडू लागला; आणि मग त्याचं बोलणं, नंतर त्याचं वागणं आणि त्याची नजर – बस! त्या क्षणी जणू सर्व संपलं. राहिला फक्त अविश्वास – देत असलेल्या हातावरही!

समोर असलेली वस्तू कोण जाणे कोठून, कशी आली होती! ते समजणं कसं शक्य होतं! ती पाठवणाऱ्याच्या मनानं इथल्या स्थितीबद्दल कोणत्या दृश्याची कल्पना केली असेल? आत्ता इथे जे दिसतं आहे, तसं असेल? पाठवणाऱ्यानं तर

विनाश पावलेल्या ह्या प्रदेशासाठी हे सगळं पाठवलं होतं. त्याच्या मनी कदाचित हा सर्व कूडाकचरा, कबाडा झाला आहे; तसेच हे लोकही होते. ह्या लोकांपर्यंत ही सगळी मदत पोहोचवण्यासाठी तू-तू, मी-मी चाललं होतं. ज्यानं देण्यासाठी जास्त सामान गोळा केलं होतं, त्याच्या चेहऱ्यावर एक तऱ्हेचा आनंद न् अभिमान होता – देण्यासाठी जास्त वस्तू गोळा केल्याचा. ज्याला आपण कधीही काही देऊ शकणार नव्हतो, ज्याच्याकडून उलट काहीतरी घेण्याची वेळ येऊ शकली असती, असं कोणीतरी आपल्यासमोर घेण्यासाठी उभं राहिलं असण्याचा रोमांच! हीच एक केवढी मोठी प्राप्ती होती! मोठी, अनपेक्षित आणि विरळा! आयुष्यात अशी संधी कदाचित पुन्हा मिळणार नव्हती. देणारा हात सर्वांत प्रथम अशा व्यक्तीकडेच वळायचा आणि पुष्कळदा त्या व्यक्तीचा हात आपल्यासमोरच पसरेल, अशा इच्छेनं वाट बघत थांबायचाही...

ज्यांनी कोणाच्यातरी घरी आसरा घेतला होता, त्यांना शक्य तितकं कमी अवघड वाटावं, असा विचारही हे देण्यासाठी सामान गोळा करणाऱ्या हातांचा होता. काही नाही तर आपल्याकडून एवढं तरी...

दुसऱ्या बाजूनं अशा तऱ्हेनंही त्यांच्याकडून काही न घेण्याचा देखावाही केला जात होता – काही न घ्यायचा देखावा आणि चलाखीनं घेणं... दोन्ही! ते जे काही घेत होते, ते दुसऱ्या कोणालातरी देऊन टाकत होते, त्यांच्याकडे ते सगळं ठेवायला जागा तरी कुठे होती? उभं राहण्यापुरती जागा होती, तीही दुसऱ्या कोणाचीतरी होती. त्यांचं सगळं काही त्यांनी गमावलं होतं, हे जगजाहीर करण्याची ह्या निमित्तानं एक आणखी संधी मिळत होती, हे काय कमी होतं?

पण त्याच्या बदल्यात त्यांच्या आश्रयदात्याकडून असंही ऐकून घ्यावं लागत होतं की, 'आता पुरे करा वस्तू घेणं! कुठं ठेवाल हे सगळं? किती सामान ठेवणार तुमचं इथं? माणसांनाच राहायला जागा नाही...' एवढ्यावरून आपण काय ते समजून जायचं होतं! अशा वेळी बोलण्याची पद्धत, आवाज, वागणं – सगळं बदलून जायचं. कधीकधी तर स्पष्टच सांगितलंही जायचं – 'आता दुसरी काही व्यवस्था करता आली नाही तर...' आणि तेव्हा –

आपल्याला असा आसरा तर मिळाला, पण इथं असं राहूनही किती-किती सहन करावं लागलं, ऐकून घ्यावं लागलं – ह्याच गोष्टी मग मनात राहायच्या...

हे सारे विचार माझ्यासमोर येत नसत. हे विचार व्यक्त होणाऱ्या घटना समोर घडायच्या. मी तिथे जवळच उभा असलेला बघून आसरा देणाऱ्याचं लक्ष माझ्याकडे गेलं, तसा मी तिथून बाजूला झालो. छावणीची राहून-राहून आठवण येत राहिली. तिथं असं नव्हतं. तिथे फक्त राहायचं होतं, जेवण-खाण होतं. काही वस्तू गोळा करण्याचा प्रश्नच कुठे होता किंवा कोणाचंतरी नुकसानीचं ओझं कमी करण्यासाठी

कोणालातरी काही देणं?

हा जो बदल घडला आहे, त्याचं रूप किती ढोंगीपणाचं आहे, ते कधीकधी अकल्पितपणे लक्षात यायचं. त्या लहान मुलाच्या बाबतीत दोन माणसांमध्ये जे बोलणं चाललं होतं, तो असाच प्रसंग होता.

ह्यापूर्वी त्या मुलाला मी पाहिला होता, त्याला घेऊन एक सद्गृहस्थ माझ्या खोलीवर आले होते. ते त्या मुलाच्या आई-वडिलांच्या शोधात होते. ही वस्ती एक अशी जागा होती, जिथं ठिकठिकाणचे लोक गोळा झाले होते, त्यामुळे सापडत नसलेल्या लोकांना शोधण्याचं हे पहिलं ठिकाण ठरून गेलं होतं. त्या आलेल्या सद्गृहस्थांबरोबर मीही निघालो.

सगळीकडे शोधल्यावर अगदी शेवटच्या घरात चौकशी करायला गेलो, तेव्हा आतून एक गृहस्थ बाहेर आले. त्या मुलाच्या नात्यातले नव्हते, पण त्याला त्यांनी ओळखलं असावं, असं वाटलं. मग ते म्हणाले की, ते राहत होते, त्याच रस्त्यावर त्या मुलाचं घर होतं. त्यांच्या रस्त्यावरची जवळजवळ सगळीच घरं पडली होती आणि लोक वाट फुटेल तिकडे पळत सुटले होते. त्या गोंधळात कोणाचं काय झालं, ते लगेच तर समजलं नव्हतं; पण नंतर जे काही समजलं होतं, त्याप्रमाणे त्या मुलाच्या आई-वडिलांचे मृतदेह सापडले नव्हते. त्याच आवारात राहणाऱ्या त्याच्या काकांचं कुटुंब काकींच्या माहेरच्या गावी निघून गेलं होतं. संध्याकाळी उशिरा त्या दिवशी कोसळलेल्या घराच्या राड्यारोड्यातून ह्या मुलाला बाहेर काढता आलं होतं. अशा वाचलेल्या व्यक्तींना उपचारांसाठी वेगवेगळ्या ठिकाणी पोहोचवण्यात येत होतं, तसंच ह्यालाही.

त्याच वेळी त्या मुलाबरोबर आलेल्या सद्गृहस्थांनी सांगितलं की, त्याला पुण्याला नेण्यात आलं होतं. जखमी झालेल्या इतर माणसांबरोबर मिलिटरी हॉस्पिटलमध्ये. आता एका स्वयंसेवी संस्थेनं त्यांच्यावर ही जबाबदारी सोपवली होती.

हकिगत सांगून संपली होती; पण पुढे काय, हा प्रश्न बाकीच होता.

"आता?" ह्या न विचारल्या गेलेल्या प्रश्नाचं उत्तर बाकीच होतं.

"हं!" आलेल्या सद्गृहस्थानं डोकं खाली केलं. मग मुलाचा हात पकडला आणि परत जायला वळला.

वस्तीत राहणाऱ्या सद्गृहस्थानं शेवटी विचारलंच, "आता काय कराल?"

"बघू या! अशा तर कितीतरी घटना घडल्यायत, काहीतरी व्यवस्था तर होऊन जाईल. भूकंपानंतर अशांच्या जबाबदाऱ्या घेणाऱ्या कितीतरी संस्थाही इथं येऊ लागल्या आहेत."

आलेल्या गृहस्थानं मुलाचा हात ज्या तऱ्हेनं पकडला, त्यावरून असं वाटलं की, कदाचित जे सांगितलं गेलं होतं, त्यापेक्षा काहीतरी वेगळंच वस्तीतल्या

गृहस्थांना ऐकू गेलं होतं. ते झट्कन म्हणाले.

"असं करा, ह्याला इथं राहू द्या आमच्याबरोबर. ह्याचे काका परत तर येतीलच ना? ह्याचा शोध घ्यायलाही कदाचित येतील आणि नाही आले तरी..."

मला असं वाटलं की, शेवटचे जे शब्द होते – 'आणि नाही आले, तरी...' त्यामुळे निर्णय घ्यायला, त्या आलेल्या गृहस्थांना मदत झाली.

"बरं, तसं करू या – सध्या."

आलेले सद्गृहस्थ हे एवढं जे उत्तरादाखल बोलले; त्यात मनाची जरा चलबिचलही होती, असहायताही होती आणि थोडासा सुटल्याचा भावही होता, असं त्यांनी मान वर करून वस्तीतल्या त्या गृहस्थांकडे बघितलं त्यावरून वाटलं. तरी पण जाता-जाता ते म्हणाले, "मी मधून-मधून चौकशी करत राहीन."

"हो-हो! काही हरकत नाही."

वस्तीतले गृहस्थ म्हणाले ते मी ऐकलं, पण माझं लक्ष त्या मुलाकडे होतं. त्याला घेऊन येणाऱ्या गृहस्थांनी त्याचा हात पकडला होता, पण आता त्यांचा हात त्या मुलानं पकडला होता. त्यांच्याकडे टक लावून बघणारे त्याचे डोळे मोठे-मोठे झाले होते. कृतज्ञतेबरोबरच जरा साशंकताही त्या डोळ्यांमध्ये दिसत होती.

हा मुलगा आणि तो ज्यांच्याबरोबर आला होता ते गृहस्थ – ह्या दोघांमधल्या संबंधांचा मी विचार करत राहिलो. एका अनाथ मुलाला त्याच्यासाठी योग्य घर शोधून तिथं पोहोचवलं की, तो संबंध संपणार होता. तर – तर मग हा...

माझं लक्ष मुलानं धरून ठेवलेल्या त्या गृहस्थांच्या हाताकडे होतं. इथून पुढच्या व्यवस्थेविषयी त्यांनी जे म्हटलं होतं, त्यात जे म्हटलं गेलं नव्हतं, असं काहीतरी त्या मुलाच्या लक्षात आलं होतं? मला तरी तसं वाटलं.

मुलगा शांतपणे उभा राहू शकत नसल्यासारखा घटकेत एका पायावर तर घटकेत दुसऱ्या पायावर शरीराचं वजन टाकत उभा राहत होता.

मुलाच्या हातातून आपला हात सोडवून घेऊन आलेले गृहस्थ जायला निघाले. त्यांच्याबरोबर एक रिकामी जागाही चालत असावी, असा मला भास झाला. कितीतरी वेळ मी तिकडेच बघत राहिलो. ते दिसेनासे नाही झाले. रस्ता त्यांना घेऊन कुठेतरी निघून गेला. त्यानंतर तिकडून माझी नजर हटून मागे आली, पण माझ्या नजरेला ते वस्तीतले गृहस्थ आणि तो मुलगा दिसले नाहीत. ते दोघं उभे होते, ती जागा अगदी रिकामी होती.

...आणि आता माझ्या नजरेसमोर पुन्हा तोच मुलगा होता आणि त्याच्याबरोबर त्याच्याच रस्त्यावर राहत असणारे अन् आता वस्तीत राहणारे ते गृहस्थ होते. त्या दोघांना मी ओळखलं. पण त्यांच्याबरोबर हे दुसरे कोण गृहस्थ? मी त्यांच्याकडे बघत राहिलो आणि एकदम वाटलं, 'हे ह्या मुलाचे काका तर नाहीत?' माझा

काहीही संबंध नसतानाही मला का आनंद झाला? खुशीत येऊन मी जरा पुढे गेलो, तर काहीतरी वाद चालला होतासं वाटलं, म्हणून मग आपलं तिकडे लक्ष नसल्याचं दाखवत; पण लक्ष देत मी तिथेच उभा राहिलो.

"कुठे-कुठे भटकत-भटकत मी इथे पोहोचलोय, ठाऊक आहे?''

"मला कसं ठाऊक असणार? मीही सगळीकडे चौकशी केली होती, पण तुमचा पत्ता मिळाला नाही. शेवटी एवढं समजलं होतं की, तुमच्या सासुरवाडीचे लोक येऊन तुम्हाला घेऊन गेले आहेत.''

"इलाजच नव्हता. माझा धाकटा मुलगा एवढा घाबरून गेला होता की, त्याला इथं ठेवणंच शक्य नव्हतं. त्याच्या काळजीनं त्याच्या आईलाही ताप आला होता.''

"हं! तुम्ही त्यांना घेऊन गेलात, तेव्हा हा अजून राड्यारोड्याखालून बाहेर काढला गेला नव्हता.''

"हो ना, आणि हा आत अडकलेला आहे, हा तरी तेव्हा कुठे पत्ता होता? ह्याच्या आई-वडिलांचे मृतदेह बाहेर काढून घेता-घेताही माझी काय अवस्था झाली होती, हे माझं मलाच ठाऊक!''

समोर उभ्या असलेल्या त्या वस्तीत राहणाऱ्या गृहस्थांना काय बोलावं, ते सुचत नव्हतं. आई-वडिलांचे देह सापडले होते? ह्या मुलाला ते माहीत होतं? हे सगळे प्रश्न मनात आलेच नाहीत, की विचारलेच गेले नाहीत? कोणास ठाऊक? तो मुलगा अर्धा त्या गृहस्थांच्या मागे लपून उभा होता.

"...आणि आताही सगळं मलाच निस्तरावं लागेल ना?''

तो माणूस त्याच्याच नादात बोलत होता. वस्तीतले गृहस्थ काही न बोलता त्याच्याकडे बघत होते. त्यांच्या कदाचित हे लक्षात आलं नव्हतं की, आता काय निस्तरायचं होतं? त्यांच्या मनातले विचार जणू ओळखून तो माणूस म्हणाला, "आणि घर पडून गेलं, त्याचंही सगळं काय ते बघावं-करावं लागेल ना?''

तेवढ्यात मी बघितलं, तर एक स्त्रीही तिथं येऊन उभी राहिली होती – त्या मुलाच्या अगदी जवळ. ती केव्हा न् कुठून आली; कळलंच नव्हतं.

"तुम्हाला तर माहीतच आहे की, आम्ही एकाच आवारात राहत होतो. घर वडिलोपार्जित आणि मिळकतीच्या वाटण्याही झाल्या नव्हत्या. सिटी सर्व्हेच्या रेकॉर्ड्समध्ये तर कोण जाणे कोणाच्या नावावर सगळं आहे!''

ते मोठ्या अडचणीत सापडले असावेत, असं दिसत होतं.

"आणि सध्या तर परिस्थिती कशी आहे, तुम्हाला ठाऊक नाही थोडंच? थोडंही निष्काळजी राहून चालणार नाही! जी-१चं जी-५ होऊ शकतं, नाही तर जी-५चं जी-१! आणि रिकामं पडलेलं दिसलं, तर आत शिरून मालकही होऊन बसायचे. काही सांगता येत नाही! म्हणून तर ताबडतोब परत आलो ना मी!''

बाकी राहिलेलंही सांगून टाकत असल्यासारखे ते पुढे म्हणाले, ''आणि ती दोघं गेली, त्यांचे सरकारकडून एक-एक लाख मिळतील. तेही घ्यायचे बाकी आहेत ना!''

हिशेबाच्या वहीची पानं उलटावीत तशा त्यांच्या पापण्या उघडत आणि बंद होत राहिल्या.

''हे सगळं अजून करायचं बाकी आहे. ह्याला फरपटत बरोबर घेऊन मी कुठे-कुठे जाऊ?''

त्यांच्या चेहऱ्यावरच्या काळजीच्या रेषा बदलल्या. ''ह्याला घेऊन?''

धक्का बसल्यासारखी ती स्त्री, तो वस्तीतला गृहस्थ आणि तो मुलगा ह्यांच्या पुढे आली – त्या पुरुषाच्या समोर. तसाच आतून धक्का बसून ढकलला गेल्यासारखा हा प्रश्नही तिच्याच तोंडून बाहेर पडला.

''त्याची गरज पडेलच ना बहेनजी? आता त्याच्याशिवाय दुसरं कोण? आणि सरकार काय असेच सहजासहजी पैसे देईल थोडंच? कितीतरी ऑफिसांमध्ये कितींदातरी हेलपाटे घालायला लागतील आणि किती तऱ्हेतऱ्हेचे फॉर्म्स भरायला लावतील, आणि हजार वांधे काढतील... प्रश्न विचारतील ते वेगळेच...!''

तो गृहस्थ आम्हाला समजावून सांगितल्यासारखा बोलत होता, पण मग एकदम म्हणाला, ''असंही शक्य आहे की, तशीच वेळ आली, तर...''

मग डोळे मिचकावल्यासारखे करून त्याबरोबरच हसलाही. मग मात्र त्यानंच का कोण जाणे – कदाचित वरमून – मान खाली घातली. मला शब्द ऐकू आले – ''हत्ती जिवंत असेल, तेव्हा एक लाखाचा असेल किंवा नसेलही, मेला म्हणजे तो सव्वा लाखांचा, असं असतं!''

''कुठाय हत्ती?''

खूप कुतूहल वाटून त्या मुलानं विचारलं. त्या स्त्रीनं त्याला जवळ ओढून आपल्या कुशीत जवळ घेतलं. मग ती त्या वस्तीतल्या गृहस्थाकडे बघून म्हणाली, ''आपल्या बबड्याचेही पैसे मिळतील ना? तुम्ही तर नाही घ्यायचे आपल्याला, असं म्हणत होता. पण आता असं करा ना, जिथं सही करायची असेल तिथं करून टाका. ते लाख रुपयेही त्यांनी घेतले तरी चालतील, ह्या बबड्याला आपल्याजवळ राहू दे म्हणावं त्याला.'' एवढं बोलून शेवटचं सांगून झाल्यासारखी ती बबड्याचा हात धरून आत निघून गेली.

तिच्या बोलण्यात काहीही तर्कशुद्ध विचार नव्हता, एवढं तर विचार न करताही मला समजत होतं. तरीही जणू सगळा प्रश्न सोडवला गेला असावा, तसा मीही तिथून चालू लागलो.

२०

सकाळचे दहा वाजायला आले होते आणि मी निघण्याच्या घाईत होतो; तेव्हाच पहिल्यांदा तो आवाज आला होता, पण मी तिकडे लक्ष दिलं नव्हतं. तेवढ्यात तर दुसऱ्यांदा, तिसऱ्यांदा – अशा कोणीतरी मोटारसायकलवर चकरा मारतं आहे, असं वाटलं. तेव्हा बाहेर येऊन बघण्यासाठी मी खोलीच्या दाराशी गेलो. बघतो तर, एक तरुण पोरगा चकचकीत नवी मोटारसायकल वस्तीमध्ये गोल-गोल फिरवत होता. तो कोण आहे, हे ओळखायचा मी प्रयत्न करणार, एवढ्यात तो माझ्यासमोरून गेला आणि समोरच्या खोलीत आजीबरोबर राहणाऱ्या त्या मुलाला मी लगेच ओळखला.

तेवढ्यात त्यानं शेजारच्या घराशी बाइक थांबवली अणि हॉर्न वाजवत सुटला. चेहऱ्यावर मग्रुरी होती; ती बघून मला वाटलं की, जणू हॉर्नचं बटण दाबून तो सगळी पृथ्वी फिरवू शकतो, असं त्याला वाटतंय! मग मला स्वत:च्या विचारांचं हसू आलं. तेवढ्यात त्या शेजारच्या घरातून एक मुलगा बाहेर आला. उडी मारून बाइकच्या मागच्या सीटवर तो बसतोय न बसतोय तोच त्या मुलानं बाइक जोरात पुढे काढली. पुन्हा जवळून गेला, तेव्हा वाऱ्याचा जोराचा झोत माझ्या अंगावरून गेला.

त्याच्यापासून बचाव करायला मी मागे सरकत होतो, तेवढ्यात समोरच्या त्याच्या घरातून बाहेर येत असलेली त्याची आजी दिसली. बाइक त्या दिशेनं जोरात गेली होती, तिकडे कपाळावर पंजा आडवा धरून बघत-बघत त्या येताना दिसल्या. त्यांना घाईघाईनं येताना बघून मला भीती वाटली की, कुठेतरी अडखळून पडतील म्हणून मी त्यांच्याकडे गेलो.

पण त्या अर्ध्या वाटेवर येऊन थांबल्या. मी तिथपर्यंत नसतो पोहोचलो, तरीही कदाचित त्या तिथेच थांबल्या असत्या, असं मला वाटलं; कारण त्यांचं माझ्याकडे तर लक्षच नव्हतं!

त्यांच्या गळ्याच्या शिरा ताणल्या गेलेल्या दिसल्या; तेव्हा माझ्या लक्षात आलं की, त्या मोठमोठ्यानं काहीतरी सांगू बघत होत्या, पण त्यांच्या तोंडाच्या बोळक्यातून

निघणारा आवाज फार मोठा नव्हता. त्यांच्या लहानशा कपाळावर उमटलेल्या सुरकुत्यांमधून ओसंडून वाहणारी काळजी सबंध चेहऱ्यावर आणि विशेषत: गालांच्या वर आलेल्या हाडांवर व्यापलेली दिसत होती.

त्या जे म्हणत होत्या; तेही मला उद्देशून नव्हतं, असं मला वाटलं. तरीही मी त्यांना विचारलं, "काय म्हणताय आजी?"

मी चांगला मोठ्यानं बोललो होतो, तरीही मला वाटलं नाही की, त्यांना ऐकू गेलं; पण आता त्यांचा आवाज मला ऐकू येत होता –

"हितं ऱ्हाया आलो आमी तवांपास्नं साळंत जात ऱ्हवता. म्हनायचा की, लई दूर पडती साळा. फटफटी आनून द्येवा, तर जाईन. आमचं घर पडून ग्येलं त्येचं पैसं मिळालं, तवां म्या सही क्येली न् म्हटलं की जा, घिऊन ये. आता निस्ता उंडारत ऱ्हाईल सबंद दिवस. त्येचं आई-बाप तं घर पडलं त्येच्यामदी दगडांखाली चेंगरून म्येले दोगंबी, पन माज्या छातीवर ह्यो यवडा मोटा दगड ठिवून ग्येले!"

असहाय, थकल्या-हरल्या चेहऱ्यानं आजी परत फिरल्या; पण मलाच आता कुठे जावं ते सुचत नसल्यासारखा मी तिथून लगेच परत फिरू शकलो नाही.

वाटत राहिलं, पुन्हा दुसरं घर बांधायला मदत म्हणून पैसे दिले, त्याची मोटारसायकल आणायची? आता घर कसं बांधता येईल? आणि नाही बांधलं, तर हप्त्यांनी मदत देणाऱ्या ऑफिसमधून पैसे परत द्या म्हणून नोटीस येईल आणि...

मला जिथं काम मिळालंय, तिथं माझा कामाचा वेळ कमी-जास्त असतो. एकामागे एक कामं सुरू होत असतात. त्या कामांची आखणी, त्याबद्दलच्या जाहिराती, अर्ज – हे काम हा एक अनुभव आहे आणि दुसरा अनुभव वसाहतीत राहण्याचा, तिथल्या लोकांचा आहे. किती वेगवेगळी जगं आहेत ही दोन्ही! पण जग काही ह्या दोनच अनुभवांचं थोडंच आहे? अचानक कधीतरी अगदीच वेगळ्या जगातही जाणं होतं. नेहमीच अगदी अकल्पितपणे हा सहवास घडतो, असंच काही नाही, कधीकधी तर आपण होऊन तिथं गेल्यासारखंही होतं.

वस्तीवर परत येताना मी वेगवेगळ्या रस्त्यांनी येत असतो. काल उशीर झाला होता, तरीही मी जवळच्या रस्त्यानं जाण्याऐवजी मोठ्या रस्त्यानं जायचं ठरवलं. बरंच चालावं लागणार होतं, तरी मला तसंच जावंसं का वाटलं? जवळच्या रस्त्यानं जाण्यात काही भीती होती? कदाचित होती; पण कशाची, ते नक्की सांगण्यासारखं नव्हतं. ह्या जिल्ह्याची वस्ती लक्षात येण्याइतकी वाढली होती. विशेषत: इकडे येणाऱ्या ट्रेन्सचा प्रवास फुकट झाल्यावर दूरदूरच्या प्रांतांतून – विशेषत: बिहारमधून मजुरीची कामं करणारी माणसं इकडे येऊन पोहोचत होती.

येऊन पोहोचत होती, म्हणजे त्यांचे लोंढेच येत होते. त्यांना गरिबीनं आणि उपासमारीनं सदाच नाडलेलं होतं. आणि इथं सगळ्या दिशा मोकळ्या होत्या. इथं तर तऱ्हतऱ्हेची कामं होती. कुठे कबाडा आणि भंगारचे ढीग उचलून टाकायचे होते, तर कुठे राड्यारोड्याच्या खाली गाडलं गेलेलं सामान काढायचं होतं. कुठे काटेरी झाडं-झुडपं उपटून जमीन साफ करायची होती आणि मग तिथं तंबू ठोकायचे होते किंवा राहुट्या बांधायच्या होत्या. प्री-फॅब घरं बांधली जात होती, कामचलाऊ बांधकामं बांधली जात होती; धोकादायक इमारती पाडल्या जात होत्या, रस्ते रुंद केले जात होते, नवे रस्ते करण्यासाठी खोदकाम चालू होतं... ह्या बाहेरून येणाऱ्यांसाठी तर जी काय मजुरी मिळेल, ती कमाईच होती. इथल्या कामगारांसारखी त्यांची अमुक कामाची अमुक ठरलेली मजुरी असण्याचा प्रश्नच कुठे होता? आणि ते सगळे जवळजवळ सारखेच दिसायचे. चेहऱ्या-मोहोऱ्यानंही आणि वागणुकीनंही. शिवाय सगळेच अगदी अनोळखी! रात्री छोट्या-मोठ्या वस्तूंवर हात मारणं सहज शक्य होतं!

त्या मोठ्या रस्त्यानं रहदारी तर होतीच, शिवाय रस्त्याच्या एका बाजूच्या कोपऱ्याच्या वळणावर बांधलेली एक राहुटीही दिसायची.

मी आपल्याच नादात चालत होतो. चालत असतो, तेव्हा डोक्यात खूप विचारही चालू असतात. मध्यंतरी जो काळ स्थिर झाल्यासारखा झाला होता, तो आता जणू भराभर सरकू लागला होता. अशा परिस्थितीत मी स्वत:च्या परिस्थितीविषयी विचार करत होतो. चालण्याचा वेग जो वाढला होता, तो कदाचित ह्या भीतीपायीच असेल. तेवढ्यात रस्त्याच्या कडेला कोणीतरी व्यक्ती पडलेली मला दिसली. त्या व्यक्तीला माझ्या पावलांचा आवाज ऐकू आला असावा, कारण तिनं उठून बसण्याचा प्रयत्न केला आणि मग माझ्यासमोर हात आडवा धरला.

मी थांबलो. व्यक्ती ओळखू येत नव्हती, पण तिचा आवाज अशक्त होता आणि त्या अंधारातही तिचं वार्धक्य लक्षात येत होतं. खाली वाकून मी तिच्याजवळ उकिडवा बसलो, तरी मला तिचा चेहरा दिसत नव्हता, पण साधारण आकार दिसत होता.

ती म्हातारी बाई काहीतरी सांगत होती. तोंडातून आवाज निघत होता, पण उच्चार कळत नव्हते. आवाज अशक्त होता, का मग भाषा वेगळी होती, हे लक्षात येत नव्हतं; आणि ते लक्षात यावं, म्हणून माझा प्रयत्न वाढत होता. कळत नव्हतं, म्हणून कंटाळा येण्याऐवजी मला आणखी जोर येत होता.

मी त्या म्हाताऱ्या बाईच्या अगदी तोंडाजवळ कान नेला, तसं माझं डोकं साहजिकच तिच्या डोक्याच्या अगदी जवळ गेलं आणि कोण जाणे, तिच्या मनात काय आलं – तिनं तिचे दोन्ही हात माझ्या गळ्यात टाकले आणि ती मला

लटकली. तेव्हा मुकाट्यानं तिला पाठुंगळी घेऊन मी उभा राहिलो आणि एक हात लांब करून तिनं मला जो रस्ता दाखवला, त्या रस्त्यानं मी चालू लागलो.

मी घाईघाईने चालत होतो. म्हातारीचं शरीर माझ्या पाठीवर होतं आणि हात अशक्त असले तरी तिनं ते माझ्या मानेभोवती अगदी घट्ट पकडले होते. कोपरापासून दोन्ही हात मुडपून माझ्या मानेला चहूकडून तिनं धरून ठेवलं असल्यानं माझा गळा अगदी आवळल्यासारखा होत होता. विशेषत: माझ्या पाठीवरचं तिचं शरीर खाली-वर व्हायचं तेव्हा. म्हणून मी भराभरा चालत होतो.

कच्चा रस्ता संपून आम्ही मोठ्या रस्त्यावर आलो. त्या रस्त्यावर चालायला लागण्यासाठी जसा मी वळलो, तशी म्हातारी काहीतरी म्हणाली. ती काय म्हणतेय ते समजावं, म्हणून मी हळू चालू लागलो.

मला काही समजायच्या आधीच माझ्या मानेवरचा तिचा एक हात सोडून तो ती एका बाजूला लांब करायला गेली, त्यामुळे तिचं अंग एकीकडे वाकलं. माझा तोल गेला आणि आम्ही दोघंही पडलो.

मला तिचा खूप राग आला, पण तिची स्थिती बघता राग आवरणं आवश्यक होतं. मी लगेच तिला उठवून बसवलं. तेवढ्या वेळात तिनं अजिबात हूं का चूं केलं नाही, म्हणून मलाही बरं वाटलं.

आता मला हे समजून घ्यायचं होतं की, तिला करायचं तरी काय होतं? मी विचारलं, तर तिला माझी भाषा समजणार नाही असं वाटत असल्यानं, मी हावभाव करून तिला विचारू लागलो.

उत्तरादाखल तिनं ज्या खुणा केल्या, त्यावरून मला साधारण एवढं समजलं की, तिला तिथंच बसायचं होतं. त्या रस्त्यावर थोड्या अंतरावर दिवा होता, त्याचा प्रकाश इथं येत होता. इथे माणसांची थोडीफार रहदारी होती आणि मधून-मधून काही वाहनंही जात होती.

इथं ह्या रस्त्यावर असं उघड्यावर ह्या वेळी तिला एकटं बसून का राहायचंय, ते मला कळलं नाही. पण मला त्यात खोलात शिरायचं नव्हतं, म्हणून रस्त्याच्या एका बाजूला – तिच्यावर उजेड पडेल अशा जागी नीटपणे तिला बसवून मी उठू लागलो. पण तिनं माझा हात सोडला नाही.

तिच्या ह्या विचित्र वागणुकीनं मी गोंधळून गेलो. मला तिची भीतीही वाटली. तेवढ्यात ती म्हणाली, "तू तरी काहीतरी देऊन जा!"

हे ऐकून मी अवघडल्यासारखा झालो. एक तर तिला गुजरातीत बोलताना ऐकून मला नवल वाटलं. दुसरं म्हणजे, माझ्याकडे ती काय मागते आहे, ते मला कळलं नाही. तिनं माझा हात इतका घट्ट पकडला होता की, मला नाइलाजानं खाली बसावंच लागलं.

"तुम्हाला काय हवंय माँ?" मी विचारलं. पण हा नुसता प्रश्नच नव्हता; माझ्या नकळत त्यात करुणाही मिसळली होती.

"तू जे देशील ते." ती अगदी कोरड्या, निःसंकोचपणे म्हणाली. "त्या तिकडं रानात पडून राहिले असते, तर कोणी काय दिलं असतं? म्हणून तं हितं आहे. सक्काळपासून काईपण खाल्लेलं नाही!"

भीक? मी थक्क झालो. मला अशी कल्पनाही आली नव्हती. एवढ्या दिवसांमध्ये अशा प्रसंगाला तोंड देण्याची माझ्यावर वेळ आली नव्हती.

"तुम्ही एकट्या आहात माँ? तुमचं कोणी नाही?"

"मुलगी होती न् जावई होता. माझं घर होतं. मुलीचं लग्न करून दिल्यावर मी एकटीच राहत होते. पण मग माझ्याच्यानं काम होत नाहीसं झालं, म्हणून मुलीला न् जावयाला माझ्याबरोबर राहायला बोलावलं. ह्या भूकंपात घर पडून गेलं आणि मुलगी त्याच्याखाली चेंगरून मरण पावली. जावई कुठं गेला, ठाऊक नाही!"

म्हातारीचा आवाज दुःखाच्या ओझ्याखाली दबून गेला होता.

एका आपत्तीनं एकाच घरात एकमेकांच्या आधारानं राहणाऱ्या तिघांना ज्या तऱ्हेनं दूर केलं होतं, त्यात किती विचित्रता होती! पण गेल्या काही दिवसांमध्ये वेगवेगळ्या घटना अशा तऱ्हेनं एकमेकांना कारण बनून अनर्थ घडताना मी पाहिले होते की, मला आता काहीच अशक्य वाटत नव्हतं! मोडून पडणाऱ्या घरांच्या उडणाऱ्या दगड-धोंड्यांसारखी माणसंसुद्धा छिन्न-भिन्न होऊन कुठे-कुठे विखुरली गेली होती! आणि तरीही मला त्यांच्याबद्दल विचारल्याशिवाय राहवेना.

"असं कसं झालं माँ? तुम्ही आणि जावई वाचलात अन् तुमची लेक..."

"देवाची मर्जी बाबा, दुसरं काय?"

एवढं बोलून माँजी गप्प झाल्या. माझ्या पकडून ठेवलेल्या हातावरची पकडही सैल होत-होत सुटून गेली होती. त्यावरून मला वाटलं की, त्यांच्यानं जास्त बोलवत नव्हतं.

बोलणं पुन्हा कसं सुरू करावं आणि त्यांच्याकडून माहिती कशी जाणून घ्यावी, हेही मला सुचत नव्हतं. पण काहीच न बोलता तसंच उठून जाणंही माझ्याच्यानं झालं नसतं. स्तब्धतेच्या त्या क्षणांखाली मी दाबला जात होतो. तेवढ्यात माँजीच बोलू लागल्या –

"जावई तर त्यांच्या कामाला रोजच्यासारखे उजाडताच निघून गेले होते. मी न् माझी बबडी; दोघीच घरी होतो. बबडीनं माझ्यासाठी गॅसवर पाणी तापवायला ठेवलं होतं आणि मी खाटेवर बसले होते. घर हादरलं आणि आरडाओरडा झाला, म्हणून मला हातांमध्ये उचलून घेऊन ती बाहेर पळाली. घाबरून पळता-पळता गॅस बंद

करायचा विसरली होती; तो बंद करायला परत आत गेली, ती बाहेर आलीच नाही! कशी येणार? कुठून येणार? ती आत शिरल्या-शिरल्याचमुळी घरच तिच्या डोक्यावर पडलं!''

मनात आत-आत दाबून ठेवलेल्या आठवणींमधून उपसून माँजी एक-एक आठवण बाहेर काढत होत्या. तसं करताना त्यांच्या मनाला होणारे क्लेश दिसत होते. त्यांचा कापणारा आवाज मध्ये-मध्ये थांबत होता. लागणारी धाप मध्ये-मध्ये थांबवून त्या बोलणं जोडून घेत होत्या. असं करता-करता आत – त्यांच्या मनात जणू पोकळी होत चालली होती. एक खूप खोल उसासा टाकून त्यांनी उरलं-सुरलं सगळं सांगून टाकलं...

''जावयाची वाट बघत मी बसून राहिले. किती वेळ गेला कोणास ठाऊक; पण उशिरानं जावई आले. थोडा वेळ माझ्याजवळ उभे राहिले. घर ढीग होऊन समोर पडलं होतं, त्याकडे बघत राहिले. मग त्या ढिगाऱ्याच्या भोवतालून एक चक्कर मारून आले. मग माझ्याशी काहीही न बोलता मला उचलून नाक्याच्या बाहेर तयार झालेल्या एका छावणीत ठेवून गेले. तिथं खायला-प्यायला मिळत होतं, तोपर्यंत दुसऱ्या लोकांबरोबर मीही तिथं पडून राहिले. खाण्या-पिण्याची सोय बंद झाली; मग छावणीही रिकामी व्हायला लागली, तंबू काढून टाकले. तिथल्या लोकांपैकीच कोणीतरी मला तिथं त्या रस्त्याच्या कडेला ठेवून गेलं.''

''माँजी, घर कोणाच्या नावावर होतं?'' ही सगळी कथा ऐकल्यावर मला हा प्रश्न विचारायचं सुचलं, ते कदाचित हल्ली मी ज्या कामाची जबाबदारी घेतली आहे, त्यामुळेच असेल.

''कोणाच्या नावावर म्हणजे?'' माँजींनी मला उलट विचारलं... त्यानंतर त्यांना आणखी काही विचारण्यात अर्थ नव्हता! छावणी रिकामी झाल्यावर इथलं जग किती बदललं होतं, ते मी बघतच होतो.

उठून उभा होत मी खिशात हात घातला. माझ्या हातात जेवढं काही आलं, ते मी त्यांना देऊन टाकू शकलो असतो, पण मला लगेच वाटलं – काय? भीक घालायची माँजींना?

आणि लगेच खिशातून हात बाहेर काढून मी तिथून चालू लागलो. माँजींनीही पुन्हा काही मागितलं नाही.

वसाहतीवर येऊन मी दार उघडलं आणि दचकलो. अंधारात माझ्याकडे बघणारे दोन चमकणारे डोळे दिसले. मी लगेच लाइट लावला. बघतो तर – समोर बसलेली मांजर मान उचलून माझ्याकडे बघत होती! मला बघून ती उठली आणि उघड्या राहून गेलेल्या मागच्या खिडकीतून उडी मारून बाहेर निघून गेली.

२१

उद्ध्वस्त झालेल्या शहराचं नव्यानं नियोजन सुरू झालं आहे आणि पुनर्वसनाचं कामही जोर पकडतं आहे. टाउन प्लॅनिंगच्या नकाशात बदल होत राहतात आणि त्याची चर्चा होत राहते. नुसती चर्चाच नाही, वादविवाद-हरकती आणि विरोधही. लोकांची मानसिकता, त्यांची विचार करण्याची पद्धत समजत नाही. जुनं टाकून द्यायची कल्पना आवडत नाही आणि नवं तर हवं आहे. जुनं टाकून का नाही द्यायचं, असं कोणी विचारलं; तर त्याचं नक्की कारण कदाचित ते सांगू शकणार नाहीत. हां, वाडवडिलांच्या घराबद्दल असलेल्या मायेबद्दल लगेच बोलतील... त्या घरात घडलेले किंवा साजरे केलेले बरे-वाईट सर्व प्रसंग ते आठवतील... त्या रस्त्यांवर घालवलेल्या लहानपणच्या आठवणी सांगायला लागतील – कुठलाही माणूस सांगू शकेल, अशी ही कारणं आहेत. मला हे समजत नाही की, त्या घराचा पुरा विध्वंस होऊन दगड-धोंड्यांचा ढिगारा होणं, घरातली माणसं त्याखाली चिरडून मृत्यू पावणं, त्या अरुंद गल्ली-बोळांमधली घुसमटून टाकणारी गर्दी – ह्या सगळ्या आत्ता घडलेल्या दुर्घटनांचा त्यांच्या मनांना त्रास होत नसेल?

पण शहराच्या व्यवस्थापनानं वादविवादात पडण्याऐवजी शक्य असेल तेवढा त्यांच्या भावनांचा आदर केला. तेही समजू शकत होतेच की, अशा नाजूक मुद्द्यांवर वादविवादात पडण्यापेक्षा वाद उकरून न काढण्यातच शहाणपणा आहे. व्यवस्थापनानं शहराच्या अगदी आतल्या *फळिया चौक* ह्या जागेतही प्लॉट्स पाडले. पण रुंद करण्यात येत असलेले रस्ते आणि हे प्लॉट्स ह्यांची सांगड घालताना कधी एकमेकांना चिकटून, तर कधी एकमेकांच्या मधूनही ते निघत होते. शेजार-पाजार बदलत होता आणि त्या *फळिया चौक*चा चेहरामोहरा पार बदलत होता. कुठं ती सुरकुत्या पडलेली तोंडांची बोळकी आणि रुपेरी केसांमधून झिरपणारं वात्सल्य आणि कुठे कलप लावलेल्या केसांखाली कवळ्या बसवलेली तोंडं! हंऽ! कित्येक वर्षानुवर्षं पारव्यांच्या गुटुर्गुंसारखी एकमेकांशी हितगुज करत राहणारी नात्यागोत्यातली किंवा एका धंद्यातली माणसं पुनर्वसनाच्या वेळी वेगवेगळ्या जागी जाऊन पोहोचली

होती. ते तर अटळच होतं. पण कधी जेव्हा भेटतात, तेव्हा जरा थांबून बोलतात तर खरं? मात्र, केव्हा इथून निघता येईल, अशी त्यांच्या मनातली भावना जाणवल्याखेरीज राहत नाही. डोळे चहूकडे बघत मनोमन बेरीज-वजाबाकी-गुणाकार-भागाकार करत असतात... समोरच्यांच्या घरच्या माणसांची चौकशी करण्याऐवजी 'गावातलं घर पडलं, म्हणून तो प्लॉट सरकारला देऊन टाकला आणि त्याच्या बदल्यात रिलोकेशन साइटवर घेतला', 'मदत म्हणून जी रक्कम मिळाली ती भावाला दिली, तो वेगळा झाला. हा भूकंप झाला म्हणून हा निवाडा झाला. नाहीतर वेगळंही होता आलं नसतं आणि गावाच्या बाहेरही निघता आलं नसतं. सारा जन्म आतल्या आत कोंदलेले राहिलो असतो. कसा झपाट्यानं निकाल लागला!', 'हो ना! फारच झपाट्यानं आणि अकल्पित तऱ्हेनं! काहीच निवाडा होणं शक्य नाही, असं वाटत असलेले अवघड गुंतागुंतीचे प्रश्न झटक्यासरशी सुटून गेले!', 'आपलं सगळं काही खलास झालं, संपलं, असं वाटत होतं, रस्त्यावर येऊन पडलोय, असं वाटत होतं; अशा लोकांना कल्पनाही केली नसेल इतकी मदत न् सवलती आपोआप मिळाल्या!', 'ज्यांच्याकडे काम करणाऱ्या लोकांचं खूप नुकसान झालं, अशा कंपन्याही त्या लोकांची काळजी घेत, त्यांना मदत करत आहेत', 'लोकांचं राहणीमान एकाएकी सुधारलंय. ज्यांच्याकडे काहीही पैसा-अडका नव्हता, अशा माणसांच्या हातात आज चार पैसे खेळत आहेत! ह्या बाबतीत असलेले नियम आणि कायदे समजल्यावर मन खरोखर प्रभावित होतं. अहो, तुमच्या नावानं अमुक पत्त्यावर आलेलं एखादं पोस्टकार्डही पुरावा म्हणून त्या जागेची मालकी मिळायला पुरावा म्हणून गृहीत धरलं जातं!'

मृत्यूसारख्या घटनेचंही रूप बदललंय! वडिलोपार्जित मिळकतीच्या समान हक्कांचा वाटा मागणारे दोन भाऊ असले, तर त्यातला एक भूकंपात गाडला गेला आणि दुसऱ्याला अगदी अकल्पितपणे संपूर्ण मिळकतीची मालकी मिळाली! अशा अनेक कटकटींचा निसर्गानं असा शेवट करून टाकला आहे. अशा वेळी मागे राहिलेल्याच्या डोळ्यांतल्या अश्रूंकडे बघत राहणं, एवढंच शक्य असतं!

लोक एकमेकांचं सांगणं समजून किंवा न समजताच एकमेकांचं बघून रिलोकेशन साइटकडे वळत आहेत. *प्रमुखस्वामी, सीताराम* (दोन्ही सेवाभावी धार्मिक संस्था आहेत), रोटरी, लायन्स वगैरेंच्या मदतीनं आणि नावानं शहराचे नवे-नवे भाग उभे होऊ लागले आहेत. ते सगळे बघून आलेले लोक एखादं पर्यटनस्थळ बघून आल्यासारखं त्यांच्याबद्दल बोलत असतात. त्यांच्या बोलण्यात आशा, उत्साह असतो. ते बघून वाटतं – अशी कशी होती म्हणायची ही प्रचंड आपत्ती... जिचा परिणाम हा असा झाला?

काल कोणीतरी दोघं जण बोलत होते, ते कानांवर पडलं. एक वृद्ध होता, एक मध्यमवयीन. मध्यमवयीन गृहस्थ म्हणाला, "केवढा हाहाकार झाला सबंध शहरात.

सगळं उद्‌ध्वस्त झालं!'' वृद्ध जणू त्याचं म्हणणं बदलून सुधारायला म्हणाला, ''शहर कूस बदलत सुटलंय भराभर! बघितलं की, वाटतं, हे काय लोळतंय की काय इकडून तिकडे!''

मग स्वत:च्या म्हणण्याचा अर्थ समजावत असल्यासारखा म्हणाला, ''असं बघा, चाळीस-पन्नास वर्षांपूर्वी काय होतं? पाच मोठ्या दरवाजांच्या आत बंद होतं सारं शहर आणि सहावी एक खिडकी होती. आत मावेनासं झालं असेल तसं शहर हळूहळू बाहेर पडू लागलं. अर्धा मैलच बाहेर वस्ती झाली, तरी लोक काळजी वाटून आश्चर्यानं त्या वस्तीकडे बघून आपापसात बोलत राहायचे. या नव्या वस्तीत रस्तेही धड नव्हते. तिकडे जे राहायला जायचे, त्यांची काळजी वाटायची – ह्यांचं कसं होईल? आणि परत आले, तरी आता कुठे राहतील?''

असं सगळं बघून-ऐकून दोन गोष्टी माझ्या लक्षात आल्या होत्या की, पुनर्वसन फक्त बाहेरच्या जगातच नाही, मनातही होत आहे – समांतर! समांतरही आणि एकमेकांना छेद देत आरपारही.

परिस्थिती झपाट्यानं बदलते आहे आणि बदलता-बदलता मूळ परिस्थितामुळे जे संबंध होते, तेही तितक्याच झपाट्यानं उलट-सुलट होत आहेत.

सगळं बदलत चाललंय – ऋतूसुद्धा. इथल्या हवेमध्ये ही विचित्रता आहे की, ती हळूहळू नाही, एकाएकी बदलते. ठरलेल्या गतीनं जात असतो फक्त सूर्य – त्याच्या गतीत फरक पडत नाही!

पण तसं पाहिलं, तर त्याच्यातही फरक जाणवतो कितीतरी! दुपार उलटतेय न उलटतेय तोच उन्हं उतरायला लागतात. दिवस मावळायला आलाय, असंच वाटत राहतं. आसपासचं सगळं वातावरण धूसर वाटायला लागतं. काहीतरी आपल्यापासून लपलेलं, गूढ आहे, ज्याच्यापर्यंत आपण पोहोचू शकत नाही. त्यानंतरच्या वेळेचा घड्याळाच्या तबकडीवरच्या वेळाशी मेळ बसत नाही. कदाचित म्हणूनच मन इतकं नाराज होतं आणि हेही समजत नाही की, ही नाराजी कशावर आणि का आहे, ह्या नाराजीकडे कोणाचं लक्षही जात नाही! लक्ष जायचं तर राहिलं बाजूला, त्याबद्दल कोणाला माहीतही नसतं!

ह्या खोलीत दोन वस्तू अशा आहेत, ज्या भोवतालच्या वातावरणापेक्षा एकदम वेगळ्या आहेत – कॅलेंडर आणि भिंतीवरचं घड्याळ. ह्या दोन वस्तूही भूकंपग्रस्तांना मदत म्हणून मिळालेल्या आहेत. कदाचित सगळ्यात योग्य अशी मदत! ह्या दोन वस्तूंनी मनात कसकशा भावना येतात! ह्या दोन वस्तूच अशा आहेत की, ज्यांच्यामुळे ह्या खोलीत घरासारखं वाटतं. घरासारखं – एवढ्यावरच संतोष मानायचा; घराचं रूप नाही. दोन्ही वस्तू भिंतीवर अशा टांगलेल्या आहेत की, चिकटवल्या असतील असं वाटतं. कॅलेंडरच्या पानांवर चित्र वगैरे नाही. नुसते

आकडे आहेत, पण मला त्या आकड्यांमध्ये कसला ना कसला आकार दिसतो आणि ते आकार भिंतीला कवटाळून बसले आहेत, असं वाटतं; तेव्हा मला माझ्या छातीतली टिक्‌टिक् ऐकू यायला लागते.

हे आपलं मन म्हणजे असं असतं की, एका विचारात स्थिर राहूच शकत नाही. एक विचार मनात जरा स्थिरावतोय न स्थिरावतोय तोच काहीतरी वेगळाच विचार एकदम मनात येतो आणि जागा अडवून बसतो.

विचार तरी कसले-कसले? कॅलेंडरची पानं फडफडतात अन् वाटतं की, एकेका पलटणाऱ्या पानाबरोबर काळही पलटत जातोय, पण सगळी पानं पलटली गेली, म्हणजे मग काय होईल? त्या क्षणी असं वाटेल की, काळ लडखडलाय? मग? आता मी स्वत:ला कसा सांभाळीन? त्या वेळी मी ह्या कॅलेंडरला भिंतीवरून काढून फेकून देईन, बाहेर वाऱ्यावर इकडे-तिकडे भरकटत उडत ते मग दिसेनासं होईल. भिंतीवरची त्याची जागा रिकामी होईल. तशी तर सबंध भिंतच रिकामीच असली, तरी ती तेवढीच जागा मला रिकामी-रिकामी वाटेल. ते रिकामं असणं फक्त मलाच दिसेल, आणखी कोणाला नाही. बाकीची भिंत त्या रिकाम्या जागेपर्यंत येऊन अडखळेल... नंतर कधीतरी होणार असलेल्या अशा दुर्घटनेची भीती मनात दाटून राहिली आहे. त्या भयाच्या भारानं मी वाकून गेलोय, ताठ व्हायला गेलो तरी होता येत नाही. अशा त्या वेळी पाठीमागच्या भिंतीवर असलेल्या घड्याळाची टिक्‌टिक् मला थोपटते, कुरवाळते.

ह्या घड्याळाची गोष्टच वेगळी. कॅलेंडरवर जो काळ दाखवलाय, त्याला संपवून फेकून देता येतं. एका क्षणी मी त्याला खाली काढून फेकून देईन आणि पुढे निघून जाईन; पण तसं ह्या घड्याळाच्या बाबतीत होऊ शकणार नाही. त्यात दिसणारा काळ कधीच संपत नाही. कारण तो फिरत असल्याचा आभास निर्माण करतो; खराखुरा फिरत नसतो. फक्त गोल-गोल फिरत असतो. फिरता-फिरता ज्या जागेवरून पुढे गेलेला असतो, तिथेच परत येतो. त्याचं स्वत:चं असं जग नाही – फक्त वर्तुळ आहे. बाहेरच्या जगाशी, इतर जगाशी त्याचा काही संबंध नाही. बाहेरच्या जगाच्या कुठल्याही चांगल्या-वाईट घटना ते दाखवत नाही... कोणीतरी म्हणत होतं की, भूकंप झाल्याची नेमकी वेळ समजू शकली होती. ती कशी? त्या वेळी माणसांना घड्याळ बघायचं थोडंच सुचलं असणार? पण घरोघरी भिंतीवर टांगलेली घड्याळं त्या वेळी बंद पडली होती. होय, वर्तमानपत्रात तशा घड्याळाचा फोटोही मी पाहिला होता. तो बघून वाटलं होतं की, कोणीतरी एकदम त्याला बंद केलं असेल? त्याचा गळा दाबला असेल? असंही शक्य असेल की, ताबडतोब बंद न पडता ते जरा तडफडून मग बंद पडलं असेल! मी त्या माणसाला, तसं काही म्हटलं नाही. कारण असं झालं, हे त्याचं निरीक्षण तो इतक्या उत्साहानं सांगत होता

की, मला त्याच्या त्या उत्साहावर विरजण नव्हतं घालायचं.

आजूबाजूला बघतो, तेव्हा ह्या मोडून-तुटून पडलेल्या शहरात काळ खरोखरच थांबलाच असेल, असं वाटतं. थांबलेला किंवा कोणीतरी गळा दाबून फेकून दिलेला – तडफडत असलेला!

तो बंद पडलेल्या घड्याळाचा फोटो आठवत राहतो आणि त्यामुळे येणारी मनाची बेचैनी दूर करायला मी असा विचार करतो की, त्या घड्याळाला पुन्हा कोणीतरी चालू केलं असेल, त्याला किल्ली दिली असेल, कोणीतरी त्याचे काटे फिरवून पुढे निघून गेलेल्या काळाबरोबर त्याला आणून जोडलं असेल – पुढे निघून गेलेल्या काळाला माणसाचा हात कसा पकडतो! त्या घड्याळाच्या काट्यांनी पुढे निघून गेलेल्या काळाला परत आणून आपल्या त्या वर्तुळात गोल-गोल फिरता केला असेल.

कॅलेंडरच्या बाबतीत कोणी असं करत नाही. लडखडलेल्या कॅलेंडरला कोणी पुन्हा भिंतीवर लटकवत नाही. त्यातून मृत भूतकाळाचा वास येतो. भयाण वाटतं ते स्मशान किंवा कबरस्तानसारखं. होऊन गेलेल्या घटना त्यात जळून तरी गेलेल्या असतात किंवा गाडल्या गेलेल्या तरी असतात. त्या काळाची राख आणि अस्थी कोणाला जपून ठेवायला किंवा कबर खोदून शव बाहेर काढायला आवडत नाही. त्या काळाच्या वाहत्या प्रवाहात सोडून द्यायच्या असतात किंवा मातीत मिसळू द्यायच्या असतात.

खूप दिवस झाले, घरून किंवा कोठूनच काही चौकशी नाही. नोकरी मिळाली, तेव्हा मी त्यांना ऑफिसचा पत्ता दिला होता, फोन नंबरही दिला होता. इतरही कोठून कोणी काही चौकशी केलीय? पण दुसरीकडून कोठून येणार तरी कशी? कोणाला ठाऊक आहे की मी इथे आहे? पण निदान घरून तरी?

– घर? माझा प्रश्न उलटा वळून माझ्यावरच येऊन आदळतो. अजूनही कुठला अदृश्य धागा मला घराशी बांधून ठेवतो आहे? कदाचित तो अजून पूर्णपणे तुटला नाहीये. कदाचित तो तोडून टाकणं इतकं सोपं नसेल. घरच्या माणसांनाही तसंच वाटत असेल? इथं ह्या वस्तीत राहायला आल्यावर मी त्यांना तसं कळवलं होतं. तेव्हा अर्थात ते कळवावं का नाही, ह्याबद्दल मनात थोडी चलबिचल जरूर झाली होती; पण मग वाटलं होतं की, दुसरं काही नाही, तरी निदान मी कुठे आहे ह्याची माहिती तरी मी त्यांना दिली पाहिजे. त्यांना सांगताना मात्र मी माहिती जरा 'चढा-बढाके' सांगितली होती. राहण्याची व्यवस्था झालीय, असं सांगून जणू जरूर त्या सर्व सोईही उपलब्ध असल्यासारखं वर्णन केलं होतं. भाभींनी जेव्हा असं विचारलं की, शेजारपाजारी चांगले आहेत का? तेव्हा मला जरा हसायला आलं होतं. पण त्यांना तर मी एवढंच सांगितलं की, 'हो, खूप चांगले आहेत.' मी त्यांना माझा

पत्ताही दिला होता.

टेलिफोनवर बोलणं झाल्यानंतरही कितीतरी वेळ माझ्या मनात आमचं बोलणं घोळत राहिलं आणि मी अशीही कल्पना केली की, भाई-भाभींचं आपसातही त्याबद्दल अजून बोलणं चाललं असेल की, नोकरी मिळाली, राहण्याची व्यवस्थाही झाली आणि त्यांना एका दृष्टीनं सुटल्यासारखं वाटलं असेल. माझ्या बाबतीतच नाही, त्यांच्या स्वत:च्या बाबतीतही एक निश्चितता वाटली असेल, जी त्यांच्या निश्चिंत वाटण्याचा आधार होती.

आज लवकर घरी आलो, तर लवकर जेवूनही घ्यावंसं ठरवलं. आज जरा जास्त भूकही लागली होती. स्टोव्ह पेटवून खिचडी शिजत टाकली, कपडे काढून ठेवून टॉवेल गुंडाळला. हात-पाय-तोंड धुवायला बाहेर नळावर जाऊन परत येऊन पुन्हा कपडे घातले. टॉवेल दांड्यावर सुकत टाकला आणि बदललेले कपडे खुंटीला टांगले. केस विंचरून आसन परसतोय तोपर्यंत खिचडी शिजलीच. खिचडी गरम असली, तर मला दुसरं तोंडीलावणंही लागत नाही.

जेवण झाल्यावर पातेलं आणि थाळी घेऊन मी बाहेर गेलो. काल रात्री उशीर झाला होता, म्हणून भांडी मी तशीच ठेवली होती. रात्री मध्येच भांडी खडखडली तशी मला जाग आली. खोलीत मिट्ट अंधार होता. बाहेरचा दिवाही नव्हता. मी मान वर करून बघितलं, तर चमकणारा उजेड येत असल्याने दोन छोट्या-छोट्या दिव्यांचा उजेड इकडे-तिकडे जात होता. हे मांजर असणार, हे समजणं अवघड नव्हतं; पण त्याऐवजी मला छावणीतल्या तरसाची आठवण झाली आणि घाबरून मी कुशीवर वळून डोकं खाली घालून ते कोपरापर्यंतच्या दोन्ही हातांमध्ये घट्ट दाबून धरलं. कानांत माझ्याच छातीची धडधड ऐकू येत होती. तेवढ्यात उड्या मारत धावण्याचा आवाज आला, असा मला भास झाला आणि असंही वाटलं की, तो आवाज माझ्याजवळ आला आहे – आता तो माझं डोकं पकडणार! तेव्हा मात्र मी जोरानं झटका देत डोकं वर केलं... कोणीतरी धावत-धावत जातंयसं वाटलं आणि मी बघायचा प्रयत्न केला, तर ते दोन चमकणारे बारके-बारके दिवे खिडकीत दिसले! चूं चूं चूं असा काहीसा आवाजही त्या प्रकाशाच्या बाजूनंच येत होता आणि मग आवाज न् उजेड दोन्ही अंधारात दिसेनासे झाले.

या साऱ्या प्रकारानं मी अत्यंत अस्वस्थ झालो आणि पुन्हा झोपू शकलो नाही. तऱ्हतऱ्हेचे वेडेवाकडे विचार येत राहिले. जरासं उजाडलं, तेव्हा रात्रीची खरकटी भांडी आडवी-तिडवी पडलेली दिसली. ती उचलून मी बाहेर नेली आणि घासून-घासून स्वच्छ केली. त्या रात्रीपासून मी खरकटी भांडी तशीच ठेवत नाही.

आत्ताही मी जेवून झाल्यावर भांडी घेऊन नळाकडे जात होतो, तेव्हा तिला मी नळाजवळ उभी असलेली बघितली. नळाखाली ठेवलेल्या बादलीत जोरानं पाणी

पडतं होतं. ती बाहेर मैदानात उभी होती. मोरीच्या रुंद पाळीवर तिनं एक पाय ठेवला होता आणि त्याच्यावर हात टेकवला होता. असं वाटलं की, तिच्या बऱ्याच पुढे आलेल्या पोटाच्या भारालाही त्यामुळे आधार मिळत असावा.

ती तिथून बाजूला होण्याची वाट बघत, मी जिथे होतो, तिथेच उभा राहिलो; पण सहजच माझं लक्ष तिच्याकडे होतं.

बादली भरली होती, पण तिचं लक्ष दुसरीकडेच होतं. समोरच्या वृक्षाकडे? नाही. वृक्षाच्या फांद्या ज्या आकाशात पसरल्या होत्या, त्या आकाशाकडे. ती लवकर भानावर येऊन हलेलसं दिसेना, म्हणून मी हळूहळू नळाकडे जाऊ लागलो.

मी तिच्या अगदी जवळ पोहोचलो तोपर्यंत तिचं लक्ष गेलं नाही. बादलीतून पाणी बाहेर सांडत होतं, बादलीतलं पाणी डचमळत होतं आणि त्यात तिचं प्रतिबिंब पडत होतं. ती एकदम दचकली. का, ते मला कळलं नाही. मला असा तिच्या मागे उभा असलेला बघून? का डचमळणाऱ्या पाण्यात तिचं प्रतिबिंब बघून?

नळाजवळ येऊन तिनं बादली उचलली, उचलताना त्यातलं पाणी थोडंसं बाहेर सांडलं – त्यात हलणाऱ्या तिच्या प्रतिबिंबाचा बराचसा भाग त्यातून सांडून गेला असेल?

तिनं गाउन घातला होता, तो खालच्या कडेनं सबंध भिजला होता. ती परत जायला वळून माझ्याजवळून गेली, तेव्हा माझं लक्ष तिच्या बादलीकडे गेलं. बादलीचा तळ दिसत होता इतकं पाणी शांत होतं. जणू बादली रिकामीच असावी, असा!

तिनं बंद केलेला नळ उघडून मी त्याच्या खाली भांडी ठेवली. मग ती भांडी हातानंच जोरजोरात घासता-घासता माझ्या मनात आलं की, ही कदाचित तीच बाई असावी, जिच्याबद्दल काल इथेच मी कपडे धुऊन वाळत घालत असताना दोन बायका आपसात बोलत होत्या.

दोन कडुलिंबाच्या झाडांच्या मध्ये दोरी बांधली होती, तिच्यावर वस्तीच्या ह्या बाजूला राहणारे लोक कपडे वाळत घालायचे. माझा नंबर आठवड्यातून साधारणपणे दोनदा लागायचा. ह्या आठवड्यात एका वेळचा नंबर हुकला होता. त्यामुळे कपडे जरा जास्त होते. त्या दोन बायकांमध्ये चाललेलं बोलणं ऐकताना मी जरा जास्त रेंगाळलो.

"ती स्वत: होऊन नाही आली, सासू स्वत: जाऊन मिनतवारीनं घेऊन आली."

"कुठून?"

"तिच्या कुठल्या दूरच्या नातलगांच्या घरून. ती आणि तिचा नवरा वेगळे झाले होते सासूपासून; तेव्हा मग सासू आणायला गेली, तर तिचा जीव कसा होणार यायला? सासूनंच जवळ घेतलं आणि घेऊन आली."

"दिवस गेलेले दिसतायत."

"हो ना. सासू तर म्हणत होती की, मी जिवंत असताना माझ्या मुलाचं मूल – म्हणजे आमचा वंश – असा कोणाच्यातरी घरी? म्हणजे वंशाच्या दिव्याला मी जवळ केलं नाही, असं होईल. माझ्या पोटच्या पोराच्या मुलाला मी जवळ करणार नाही?"

असं दिसत होतं की, दोघींपैकी एकीचं काम नुसतं 'हो ला हो करणं' एवढंच होतं! "धाकटा मुलगा न् त्याची बायको दोघंही ह्याच्या विरुद्ध होते. धाकट्याचं म्हणणं होतं की, आईनं सांगितलं म्हणून राड्यारोड्यात गाडल्या गेलेल्या थोरल्या भावाचं प्रेत घ्यायसाठी त्यानं खूप धावपळ केली होती. त्याचा अग्निसंस्कार केला होता, पण आता त्याच्या बायकोनं इथं राहणं त्यांना खपणार नाही. पण आईनं त्याचं ऐकलं नाही, म्हणून आई जशी थोरल्या सुनेला घेऊन यायला गेली, तशी धाकटा मुलगा न् सून घरातलं नेता येईल तेवढं सामान घेऊन निघून गेले!"

मला ह्या सगळ्याचा अजून उलगडा होत नव्हता. त्या बाईलाही होत नसावा, कारण तिनं विचारलं, "पण असं झालं तरी काय होतं?"

"तसं तर भांडण भूकंपाच्या आधीपासूनच होतं. वडिलोपार्जित घरात राहत होते, त्याचे दोन भाग केले. तेव्हा थोरल्यानं माडी असलेला पुढचा भाग पाहिजे म्हणून हट्ट धरला, त्याच्या बायकोनंही त्याला चिथावलं होतंच. धाकट्याचं म्हणणं होतं – समोरचा आणि मागचा असे दोन भाग करू या, पण मोठ्या भावासमोर त्याचं काही चाललं नाही. मोठ्यानं माडीसकट समोरचा भाग स्वत:कडे घेतला आणि मग – भूकंप झाला, तेव्हा नेमकं असं झालं की, मोठ्यानं घेतलेला घराचा भागच पडून गेला आणि तो स्वत: त्याच्याखाली गाडला गेला! त्याची बायको वाचली."

मी कपडे पिळून-पिळून वाळत टाकत होतो आणि वाळत टाकलेले कपडे कोण जाणे का, इकडून तिकडे करत होतो!

"थोरल्या भावाचा अग्निसंस्कार करून धाकटा भाऊ परत आला, तेव्हा त्याची बायको त्याच्या आईजवळ मोडून-तुटून पडलेल्या घराबाहेर बसली होती, पण भाभी कुठं दिसली नाही. त्या तिघांनी कुठल्यातरी छावणीत आसरा घेतला. मग धाकट्याला सांगण्याऐवजी आईनं स्वत:च थोरल्या सुनेला शोधून काढली आणि इथं ह्या वस्तीवर राहायला आल्यावर..."

माझा शेवटचा कपडा वाळत घालून झाला होता आणि ती बाई पाळीच्या दगडावर कपडे घासून-घासून मळ काढत होती.

आणि आत्ता मी घासलेली भांडी घेऊन घरात जात होतो, तेव्हा बघितलं तर, पाण्याची बादली उचलून ती बाई ज्या वाटेनं गेली होती, तिथं थोड्या-थोड्या अंतरावर हिंदकळून सांडलेल्या पाण्याची ओल दिसत होती.

२२

ही डायरी हे माझे आश्रयस्थान आहे – माझा आधार. ह्या अनोळख्या भूमीनं मला दिलेली भेट – भूकंपानंतरची भेट. मी काहीच गमावलेलं नसताना मला मिळालेली मदत! आणि तीसुद्धा कुठल्यातरी अगदी अनोळखी व्यक्तीकडून, अगदी अनपेक्षितपणे!

मला ही सापडली नसती, तर ह्या डायरीच्या ह्या पानावर कोण जाणे काय लिहिलं गेलं असतं! ते तर सोडा, पण हीसुद्धा विचार करण्यासारखी गोष्ट आहे की, ही नसती मिळाली, तर मी इतके दिवस – जवळजवळ वर्षभर – राहू शकलो असतो? ज्या स्थितीत आणि परिस्थितीत मी इथं आलो, त्याचा विचार केला; तर मला वाटतं, मी पळच काढला असता!

इथं राहणं अवघड तर होतंच, शिवाय मला इथं राहावंसं वाटण्यासारखंही काही नव्हतं. ह्या डायरीमुळेच कदाचित मी इथं थांबलो आणि मग इथंच मन गुंतलं. जणू ही डायरी लिहिण्यासाठीच इथं आलो असल्यासारखा, जणू हे काम मला कोणीतरी सोपवलं असल्यासारखा!

ही डायरी म्हणजे काही रोजनिशी नाही. ह्यामध्ये प्रत्येक दिवशी काय घडलं त्याबद्दल किंवा मी रोजच्या रोज काय करतो, त्याबद्दल लिहिलेलं नाही. एका अत्यंत भीषण आणि दुर्दैवी घटनेची आधारभूत माहिती? नाही.

– अहवाल? नाही.

– चित्रण? अंहं! एक चित्र – सबंध कॅनव्हासभरून एक चित्र... कॅनव्हासच्याही बाहेरपर्यंत पसरलेलं चित्र. ह्यात मी जे काही पाहिलं, जे मला समजलं; तेवढ्याचीच फक्त प्रतिकृती किंवा आकार नाही. मला जे-जे दिसलं, मी जे-जे अनुभवलं; ते मी माझ्या मनानं, रूप, रंग, रेषा देऊन आलेखलं आहे.

ह्या डायरीची पानं उलटतो, तेव्हा नवलही वाटतं. मी अशा तऱ्हेनं असं सगळं लिहू शकतो, असं मला ह्यापूर्वी कुठं माहीत होतं? हे लिहिलेलं वाचतो, तेव्हाही असं वाटतं की, हे तर मी कोणाशी तरी बोलत असेन तसं लिहिलं आहे! तुमच्याशी

– म्हणजे जे कोणी हे वाचेल, जेव्हा केव्हा वाचेल; तेव्हा त्याच्याशी झालेलं संभाषण, किंवा मग मी स्वत:शीच स्वगत बोललो असेन ते... तसं पाहिलं, तर आपण स्वत:शी बोलतच असतो, स्वत:लाच सांगत असतो आणि तेव्हा स्वत:चं म्हणणं ऐकतही असतो.

हां, तर मी असं म्हणत होतो की, ही काही रोजनिशी जशी नाही, तसाच ह्याचा लिहिण्याचा अमुक वेळ असाही ठरलेला नाही. कधीकधी सकाळी जाग आल्यावर बिछान्यावर उठून बसतो अन् मग उठून उभं व्हायच्या ऐवजी मांडी घालून बसतो आणि डायरी काढून लिहायला लागतो. असं वाटतं, जणू सारी रात्र ह्या शहरात फिरतच होतो. रात्री झोपायला म्हणून चटईवर अंग टाकतो. इतका थकलेला असतो की, वाटतं, थकव्यानं गळून जाऊन झोपूनच जाईन... असं वाटत राहतं, पण डोळे टक्क उघडे! मिटता मिटत नाहीत. मग जेव्हा वाटतं की, नाहीच झोप लागणार, तेव्हा उठून बसतो आणि डायरी उघडतो – लिहायला. दिवसभर खोलीत असो की बाहेर, ही डायरी न् पेन कायम माझ्याबरोबरच असतात. जणू माझ्या अस्तित्वाचा ते एक भागच आहेत! त्यामुळेच कधीकधी असं होतं की, घरी गेल्यावर जे लिहून काढायचं ठरवलं असेल, ते घरी जाता-जाता रस्त्यातच कुठेतरी दिव्याखाली बसता आलं, तर तिथेच बसून लिहायला लागतो – चालता-चालता एकदम थांबून.

खांबावरून खाली येणाऱ्या दिव्याचा जो प्रकाश माझ्यावर पडतो, त्यानं एक हद्द ठरवली जाते. तो प्रकाश चहूबाजूच्या अंधाराला जसा रोखून धरतो; तसं त्यानं समोरच्या रस्त्याला, रस्त्यावर माझ्याबरोबर चालत असलेल्या काळालाही जणू रोखून धरलेलं असतं. गती असते ती फक्त हातातल्या पेनला आणि ते माझ्या गुडघ्यांवर उघडून ठेवलेल्या डायरीच्या पानांवर चालत असते. त्या गतीचा आवेग, झडप – हे सगळं कोण जाणे कोठून येतं? पण येतं खरं!

काल रात्री जे घडलं – घडलं म्हणजे काय, जे एक दृश्य मी केवळ बघितलं – ते मनातून, आठवणीतून अजून गेलेलं नाही.

मी वस्तीवर परत आलो, तेव्हा लोकांची रात्रीची जेवणं वगैरे होऊन आवराआवर झाली होतीसं दिसलं. माझ्या समोरच्या घरांच्या ओळीमधल्या पहिल्या घरासमोर उभी असलेली एक युवती लहान मुलाचा हात धरून त्याला बाहेर पाठवत होती. मुलाला बाहेर जायचं नव्हतं. त्याचा एक पाय उंबऱ्याच्या आत न् एक बाहेर होता. ती युवती त्याचा उंबऱ्याच्या आतला पाय बाहेर पायरीवर ठेवायचा प्रयत्न करत होती आणि मुलगा बाहेरचा पाय आत ठेवण्याचा. त्यानं दाराची लोखंडी चौकट घट्ट पकडून ठेवली होती. युवतीनं दार पकडून ठेवलं होतं. दार थोडंसंच उघडं होतं आणि जेवढं उघडं होतं, तो भाग ती उभी होती म्हणून झाकला गेला होता. तिच्या चेहऱ्यावरचे भाव कळण्याइतका उजेड नव्हता; पण तिचे खांद्यापर्यंत मोकळे

असलेले, एक गाल झाकून टाकणारे केस, मुलाला हलकेच बाहेर काढू बघणाऱ्या तिच्या पंजाच्या आणि दाराशी असलेल्या पावलाच्या हालचालीतून आतुरता जाणवत होती. हातातल्या बांगड्या आणि पायांतल्या साखळ्या त्या अपुऱ्या उजेडात मध्येच चमकून गेल्या... असं लक्षात येत होतं की, मुलाचा दुसरा पाय उंबऱ्याच्या बाहेर पडल्याबरोबर दार बंद होईल.

त्या दोघांमध्ये काहीतरी वादही चालला होता. जरा मान लांब केल्यावर हळू पण आवेगपूर्ण असे ते आवाज त्या शांत वातावरणात ऐकू आले –

"नाऽय! मी पप्पांजवळ!"

"पप्पांजवळ उद्या सकाळी, हं? पप्पा आत्ता थकलेले असतात ना?"

"पण मी पप्पांजवळ नुसता झोपून जाईन!"

"दादांजवळ झोप ना, दादा बाहेर एकटे असतात ना?"

"मग दादांनाही आत झोपू दे ना – आपण सगळेच – दादा-दादाऽऽ" अशा हाका मारत तो खाली उतरल्याबरोबर दार बंद झालं!

मग दिसलं की, दादांनी त्याला जवळ घेऊन आपल्या कुशीत झोपवला होता, पण मुलाचा हट्ट चालू होता.

"दादा, तुम्ही बाहेर का झोपता?"

"घरात मला भीती वाटते बुवा!"

"कशाची भीती वाटते? धरणीकंपाची?"

मुलानं विचारलं आणि आपल्या प्रश्नाचं उत्तर तोच शोधत असल्यागत वर आकाशाकडे बघत राहिला. तो गप्प झालेला बघून दादांनी विचारलं, "मनू, तुला एक गोष्ट सांगू?"

आणि त्याच्या होकाराची वाट न पाहता दादा गोष्ट सांगू लागले –

"एक मोठं जंगल होतं. जंगलात उंच-उंच झाडं होती, जंगलात तऱ्हतऱ्हेचे प्राणी राहायचे. त्यात एकदा कोठूनसा एक खूप मोठा प्राणी आला. त्याच्या तोंडात खूप मोठे-मोठे दात आणि हत्तीसारखी सोंड होती. आवाजही खूप मोठा होता त्याचा आणि तो चालायचा तर त्याच्या पावलांनी जमीन हादरायची. दातांनी तो जमीन खोदायचा, धुळीचे लोटच्या लोट उडवायचा आणि सोंडेनं झाडच्या झाडं उखडून टाकायचा."

"मी सांगू त्याचं नाव दादाजी?" मनू एकदम म्हणाला, "जे.सी.बी.!"

मला वाटलं की, दादांच्या गोष्टीतला प्राणी जे.सी.बी.च होता!

मी खोलीत आलो आणि दार इतकं घट्ट बंद केलं. जणू तो प्राणी माझ्याच खोलीत शिरणार होता!

...पण त्या धुडाला – जे.सी.बी.ला अडवताच येत नाही! समजतच नाही ते

केव्हा, कोठे, कसं समोर येतं आणि एकाएकी काय उचकटून टाकतं, काय उद्ध्वस्त करून टाकतं. तसं पाहिलं तर एक लहानशी घटना, पण जणू मन उद्ध्वस्त करून टाकते. अगदी बारक्या-बारक्या कपच्या होतात, त्या अंगाला सगळीकडून लागतात आणि धुळीच्या वावटळीसारखा आसमंत भरून टाकतात. मग हळूहळू त्या खाली बसतात – एखादी चादर झाकावी तशा त्या सगळ्यावर पसरतात. चादर हा शब्द तर मी वापरला. कोणीतरी 'कफन' शब्द वापरला होता. पण मला तो शब्द नाही आवडला. कसलं आलंय कफन? मृत्यूची जी अदब पाळली जाते, ती कुठं आहे? त्या प्रसंगी असते, ती शांती कुठे आहे? बंद होत जाणाऱ्या डोळ्यांमध्ये बंद होत जाणारं अंतिम दृश्य कुठे आहे? त्या सगळ्याऐवजी नुसते कूडाकचऱ्याचे ढीगच्या ढीग दिसतात.

आता जे.सी.बी. आणि डम्पर्स त्यांची राक्षसी आकाराची लोखंडी चाकं फिरवतील आणि हा कचऱ्याचा ढीग थोडा-थोडा उचलतील. त्यातून काय-काय निघेल किंवा काय-काय गाडलं जाईल, ह्याचा अंदाज करता येत नाही. जशी उदाहरणार्थ – ही छोटीशी गोष्ट, जी एकदम केव्हाही सुरुंगासारखी फुटते...

आमच्या ऑफिसमध्ये एक हमाल आहे. त्याचं कामच हे आहे – असे सुरुंग फोडायचं – कोणाच्याही जवळ जाऊन एकदम असे सुरुंग फोडायचे! कोणाच्याही जवळ जाऊन एकदम असा काहीतरी सुरुंग फोडतो आणि मग भीती वाटेल असं हसतो. त्याच्याकडे बघितलं की वाटतं, ते हसणं त्याचे पुढचे दोन दात पडले आहेत त्या फटीतून येतंय – काळं-काळं आणि विड्यांच्या तंबाखूचा वास येणारं. हसतो तेव्हा बाजूच्या शाबूत दातांवर ते हसणं चिकटलेलं असतं आणि मधल्या फटीत आतमध्ये गोल-गोल फिरणारी जीभ दिसते. ती बघून असं वाटतं की, कडू विषासारखं त्याचं ते हसणं तो त्या फटीत घोळवतोय!

त्याला कोणाचीही पर्वा नाही आणि कोणीही त्याला काहीही म्हणू शकत नाही. त्याचं बोलणं ऐकून सर्व जण मिटल्या ओठांनीच जरा हसल्यासारखं करतात – तेही त्याचं म्हणणं त्यांना पटत असेल, परंतु ते हातातल्या कामात गुंतल्यासारखे दाखवत. वर-वर बघितलं तर असं वाटतं की, ते लोक असं वागून त्याला टाळू बघतायत; मात्र मला चांगलं माहीत आहे की, ते खरं नाहीये – भाभवाणीच्या कडू जहर गोष्टींनी त्यांची तोंड बंद केलीयत.

होय, त्याचं नाव भाभवाणी. हे त्याचं नाव आहे, का आडनाव – तेही माहीत नाही. जराही कां-कूं न करता तो विनातक्रार दिवसभर जुंपलेल्या गाढवासारखं काम करत राहतो. जे काम सांगाल, ते करायला तयार. राहतोही ऑफिसमध्येच. रात्री दोन टेबलं जोडून त्यांच्यावर झोपतो, दुपारी बाहेर जाऊन जेवून येतो. चहापाणी तर ऑफिसात होतच असतं. जो कोणी स्वत:साठी चहा मागवेल, तो भाभवाणीलाही

बोलावतो आणि तोही खूश होत येतो.

स्वत:बद्दल काही सांगताना मी त्याला कधी ऐकलेलं नाही आणि ऑफिसमधल्या दुसऱ्या कोणालाही फार काही माहीत असावंसं वाटत नाही. फक्त एवढं ठाऊक आहे की, धरणीकंपामधून त्याच्या घरची कोणीही माणसं किंवा घरदारही वाचलं नव्हतं. जी मदत सरकारकडून अशा सर्वांना मिळत होती, ती त्यानं मागितली नाही. साहेबांनी त्याला स्वत: होऊन त्याबद्दल सांगितलंही, पण त्यानं लक्ष दिलं नाही. पगाराचाही तो धड हिशोब ठेवत नाही, कसेही, कुठेही पैसे उडवून टाकतो. असं तो मूर्ख आहे म्हणून वागतो, असं नाही. सगळं समजतं त्याला. एकदा सगळ्यांकडे नजर टाकत तो म्हणाला होता, "मला कधी जरूर पडली ना, तर ह्यांच्यातला एकही जण मला एका पैशाचीही मदत करणार नाही. सगळे तेव्हा इकडे-तिकडे गायब होतील!"

कोणीतरी तेव्हा सहानुभूतीनं म्हणालं होतं, "तुला अल्ला तर आहे ना?"

तेव्हा तो फट्दिशी उत्तरला, "अल्ला?"

तेवढा तो एका शब्दाचा प्रश्न विचारताना त्याचं सारं रूपच कमालीचं बदललं होतं आणि त्याच्या परिणामानं सगळं ऑफिस स्तब्ध झालं होतं! मग कितीतरी वेळ कोणीही, काहीही बोललं नव्हतं. सगळे जण आपापली कामं करत होते, पण भाभवाणीच्या त्या एका शब्दाच्या प्रश्नानं धरणी पुन्हा क्षणभर थरथरल्यासारखं वाटलं होतं. ज्यानं त्याला अल्लाचं नाव घेऊन विचारलं होतं, तो त्या क्षणी अत्यंत अपराधी वाटून घेत होता. जणू फार मोठी चूक झाली होती; नको ते तोंडातून निघून गेलं होतं.

ह्या भाभवाणीची का कोण जाणे, मला भीती वाटते. तो ज्याच्याकडे जातो, त्याच्या टेबलासमोरच्या खुर्चीवर बसून जातो, टेबलावर कोपरात दुमडलेले दोन्ही हात टेकवून आणि त्या हातांवर टेकून, जरा पुढे वाकून.

एकदा असाच माझ्यासमोर येऊन बसला होता. एकदम म्हणाला, "साहेब, अजून एकाची गरज आहे."

"अं?"

मी चमकलो. भाभवाणीला कशाची गरज असणं आणि ते त्यानं स्वत: असं मागणं? मला फारच नवल वाटलं. मी सहानुभूतीनं विचारलं, "कशाची गरज आहे भाई?"

"धरणीकंपाची."

"आँ?"

त्या काळ्या फटीच्या गिलोलीतून मोठा दगड फेकला गेला!

मी नि:स्तब्ध झालो.

तो तसाच पुढे बोलत होता –

"सगळे म्हणतायत ना की, सगळं 'नवसर्जन' करायचंय? तसं असलं, तर आधी जे काही म्हणून जुनं-पुराणं शिल्लक असेल, त्याचा पुरा-पुरा निकाल लावला पाहिजे की नाही?"

तो जणू एखादं योगासन करत असल्यासारखा दोन्ही हात पसरून टक लावून माझ्याकडे बघत राहिला. जणू तो मला काहीतरी दाखवत होता.

"हा झालाय हा निकाल पुरा-पुरा झालाय, असं वाटतं तुम्हाला?"

प्रश्न विचारावा तसं त्यानं विचारलं; पण खरंतर त्याला जे काही म्हणायचं होतं, त्यातून त्याच्या प्रश्नाचं उत्तर ध्वनित होतच होतं! त्यात नुसता उपहास, छद्म किंवा तिरस्कार नव्हता, तीक्ष्ण वेदना होती आणि खोलवर कारुण्य होतं, जे समोरच्या माणसांच्या भावनांचा अंदाज घेत होतं.

मी त्याला काही उत्तर देऊ शकत नव्हतो, म्हणून मी तसाच नुसता बसून राहिलो. भाभवाणी उठून निघून गेला, जणू त्याचा तो प्रश्न माझ्या टेबलावर ठेवून जायलाच तो आला होता.

त्या क्षणी मी दचकलो. भाभवाणी निघून गेल्यावर तो उभा होता त्या मोकळ्या जागेत तो जणू पुन्हा वळून माझ्यासमोर उभा आहे, असा मला भास झाला. मी प्राचीन *दरबारगडा*समोर उभा होतो. *(सतराव्या शतकात बांधलेला भुज शहराच्या मध्यावर उभा असलेला राजवाडा 'दरबारगड'. भूकंपात ह्याचं खूप नुकसान तर झालंच, पण तो पूर्ण उद्‌ध्वस्त झाला नाही. कथानायकाला असा भास झाला की, तो तिथे गेला आणि त्याला काही भीतिदायक दृश्यं दिसली.)* माझ्यासमोर एक भग्न कालखंड भयानक विचित्र, उद्‌ध्वस्त अवस्थेत उभा होता. मी उदास झालो. हे सगळं मला कशा स्वरूपात बघायचं होतं आणि कसं स्वरूप माझ्यासमोर होतं! कुठल्याही भयंकर युद्धानं नाही; तर स्वतःच आतूनच हलून, कंप पावून गड कुठे-कुठे मोडून गेला होता, तर कुठे वाकून गेला होता. प्रवेशद्वाराच्या दोन्ही बाजूंना दगडांतून कोरलेले रक्षक किंकर्तव्यमूढ होऊन उभे होते. दारावरची गवाक्षं तुटून गेली होती. त्यांच्या जाळीतून मला भेगा पडलेली दृश्यं दिसली. मी प्रवेशद्वारातून आत डोकावलो. समोरच्या भिंतीवरच्या बांधकामात राजमार्गावरून जाणारे घोडेस्वार दगडांसारखे उभे राहिलेले दिसत होते. आत जाण्यात धोका होता. मधोमध मोठमोठ्या शिलाखंडांचा ढीग पडला होता आणि वरून मोठमोठाले खडक खाली वाकलेले होते. मी नजर वळवली. वाटलं की, ह्यांची आठवण आता ह्या स्वरूपातच ठेवायची. तेवढ्यात मागून आवाज ऐकू आला –

"मुहूर्तस्थापनेचे खिळे उचकटले गेले." *(हा तेथील प्रघात असावा.)*

मी मागे बघितलं, तर मला एक सुकून गेलेला वृद्ध चेहरा दिसला. पुढच्या

पडून गेलेल्या दोन दातांच्या मधून काळ्या रंगाचं हास्य त्याची जीभ फेकत होती. जणू मला सांगण्यासाठीच आला असल्यासारखा तो सांगू लागला –

"हे शहर वसवलं गेलं ना साहेब, तेव्हा इथं खिळे ठोकले होते. दर वर्षी त्या दिवशी इथं पूजा होते – म्हणजे व्हायची. आता?"

– तो असं म्हणाला आणि लगेचच *दरबारगड*च्या आत शिरला. बघितलं, तर तो लंगडत होता. कंबरेतून तो डाव्या बाजूला खाली वळायचा, तेव्हा त्याचा उजवा पाय उचलला जाऊन पुढे फेकला जायचा – वाटायचं, आत्ता निखळून तर नाही येणार?

मी त्याच्याकडे पाहत राहिलो, पण तो तर परतच आला नाही, जणूकाही गडपच झाला – धरणीकंपात?

– आणि आत्ता मला असं सांगून गेला की, आणखी एका धरणीकंपाची जरूर आहे! तोच हा? – भाभवाणी! बारीक, अशक्त, कंबरेत एका बाजूला वाकून चालणारा... चालत असेल, तेव्हा दुसरा पाय उडी मारत असल्यागत टाकणारा...

तो टेबलाशी ठेवून गेलेला प्रश्न तो गेल्यानंतर उदास रूपानं माझ्या मनात घोळत राहिला. त्याला झटकून टाकण्यासाठी मी, त्यानं वापरलेल्या 'नवसर्जन' शब्दांची गंमत वाटून विचार करत राहिलो. तो शब्द त्याच्या तोंडी शोभत तर नव्हता; पण त्यानंही हे समजत असूनही चेष्टेतच तो शब्द वापरला होता, हे माझ्या लक्षात आलं होतं. 'नवसर्जन', 'पुनर्वसन' असे शब्दही 'राडारोडा', 'मलबा', 'भंगार' अशा शब्दांसारखे प्रचारात आले होते. शिक्षित-अशिक्षित, खेडवळ-शहरी सर्वांच्याच बोलण्यात ते यायचे. आणि 'फट', 'भेग' इ. शब्दांचा तर जणू अर्थच बदलला होता. भिंतींमधल्या फटी माणसा-माणसांमधल्या संबंधांमध्ये दिसायला लागल्या होत्या, आडव्याही, उभ्याही!

संध्याकाळी उशिरानं मी ऑफिसमधून निघत होतो, तेव्हा भाभवाणी पायऱ्यांच्या कडेला बसला होता. कधी नव्हे ते त्यानं त्या दिवशी मला विचारलं –

"काय साहेब, चाललात?"

त्यानं त्या क्षणी मला जो प्रश्न विचारला होता, त्याऐवजी जो प्रश्न तो माझ्या टेबलावर ठेवून गेला होता, तोच प्रश्न मला ऐकू आला आणि तो त्याचंच उत्तर मागत असेल, असं मला वाटलं. कदाचित म्हणूनच मी थांबलो.

तो माझ्याजवळ आला आणि म्हणाला, "काल चावडाबरोबर कुठे – त्याच्या घरी गेला होतात?"

मी त्याच्याकडे बघत राहिलो आणि त्याचा प्रश्न समजून घेण्याचा प्रयत्न करू लागलो. मला मग आठवलं की, काल घरी जायला निघालो होतो, तेव्हा माझ्या ऑफिसमध्ये सर्व्हेअर म्हणून काम करणाऱ्या चावडानं मला त्याच्या बाइकवर

लिफ्ट दिली होती. वाटेत त्याचं घर आलं, तेव्हा आग्रहानं तो मला त्याच्या घरी घेऊन गेला होता.

मी भाभवाणीला म्हणालो, "हो, त्यांच्या बाइकवर ते मला घेऊन गेले होते."

भाभवाणी पुढे म्हणाला, "घरात शिरलं की, समोरच्या भिंतीवर फोटो लावलेला आहे, तो पाहिला का? चंदनाचा हार घातलेला?"

रहस्यांचं जाळं विणत हकिगत सांगत जाणाऱ्या भाभवाणीच्या शब्दांत कडवटपणा झिरपला. त्याच्या अशा बोलण्याच्या पद्धतीनं मी वैतागू लागलो होतो, पण कुतूहलही वाटत होतं. तरी त्रासिक आवाजात मी म्हणालो, "त्याच्या वडिलांचा फोटो ना? चावडा सांगत होते मला की, गॅलरी तुटून खाली पडली, त्याच्या खाली चेंगरून गाडले गेले. शव मिळायलासुद्धा खूप त्रास झाला. निघालं बाहेर, पण ओळखता येईल अशा स्थितीत नव्हतं. अमक्या जागी मिळालं म्हणून धरून चाललो की, त्यांचंच असणार!" मी भराभरा सांगून टाकलं. माझ्या आवाजात ह्या दुर्दैवी घटनेबद्दल पूर्ण सहानुभूती होती.

पण भाभवाणी त्याची प्रतिक्रिया देत असल्यासारखा लगेच म्हणाला. त्याचा आवाज अगदी निर्विकार होता, पण त्यात निर्मम कठोरता होती –

"हो! अमुक जागी प्रेत मिळालं, म्हणून चावडा समजला की, त्याच्या वडिलांचं असणार आणि त्याचे अग्निसंस्कार केले. त्यानंतर वडिलांचं प्रेत मिळालं, ते पोलिसांनी बेवारशी ठरवून त्यावर डिझेल टाकून पेटवून दिलं!"

माझा मेंदू बधिर झाला होता. भाभवाणी हे काय सांगत होता? हा रस्ता कुठे जातो हे न सांगता, तो कुठल्यातरी भुयारात मला घेऊन जात असावा आणि आता मला मागे ठेवून पुढे-पुढे चालू लागला असावा – तसं मला वाटलं.

त्याला टाळून तसंच पुढे जाणं आता अवघड होतं. माझं डोकं एवढं तापलं होतं की, वाटलं – त्याची मानगूट पकडून विचारावं, 'तुला म्हणायचंय तरी काय? बोल, सांग लवकर भाभवाणी, सांग!'

पण तशी गरज पडली नाही. भाभवाणीच थंड आवाजात पुढे सांगत राहिला – "चावडाचं घर कोसळलं आणि त्याचे वडील त्यात गाडले गेले. शेजारपाजारचं एकही घर उभं नव्हतं! राड्यारोड्याचा एवढा खच पडला होता की, आतून काहीही बाहेर निघणं फार कठीण होतं. चावडाला दुसरं काही नको होतं. फक्त वडिलांचा मृतदेह मिळावा म्हणून तो घाबराघुबरा, अस्वस्थ होऊन इकडे-तिकडे हिंडत होता. पण अशा परिस्थितीत काय करता येणार? इथं तर जिवंत माणसंही जीव वाचायला सैरावैरा धावत होती. शेवटी नॉर्वेहून इंजिनिअर्सची जी टीम आली होती, त्यांना वशिला लावून चावडा सर्वांत आधी त्याच्या घराशी घेऊन आला. त्यांनी सांगितलं की, नेमकी जागा दाखवा की वडील कुठे होते, तर कदाचित जमेल. चावडानं

अंदाजानं खूण तर करून ठेवलीच होती. इंजिनिअर्सनी मशीन चालू करून त्या खुणेच्या आसपासचा राडारोडा हटवला, स्लॅब्स तोडल्या आणि किती त्रास घेऊन प्रेत बाहेर काढलं...''

भाभवाणी सांगत होता, ते ऐकता-ऐकता माझ्याही पोटात गोळा आला होता; पण शेवटी देह सापडला ऐकून बरं वाटलं.

भाभवाणीच्या उघड-बंद होणाऱ्या तोंडातून सगळी हकिगत एखादा कागद छापून बाहेर पडावा, तशी बाहेर येत होती. त्याचा चेहरा इतका निर्विकार होता की, मला निष्ठुरच वाटत होता.

''प्रेत बाहेर काढण्यासाठी शरीराचे काही अवयच कापावे लागले आणि काही भाग असाही चिरडला गेलाच होता; पण चावडानं तोच त्याच्या वडिलांचा देह असल्याचं खात्रीनं सांगितलं. पोलिसांनी पंचनामा करून देह त्यांच्या ताब्यात दिला, तो शक्य तितका व्यवस्थित करून स्मशानात नेला. तिथं तर त्या दिवसांमध्ये प्रेतांचे ढीग होत होते, आणखी प्रेतं घेऊन येणाऱ्या माणसांचीही तेवढीच गर्दी होत होती. त्या सगळ्यांमधून जागा करून आम्ही चिता रचली आणि तिच्यावर देह ठेवून चावडानं अग्नी दिला.''

अशा तर अनेक घटना मी त्या सुरुवातीच्या दिवसांमध्ये ऐकल्या होत्या, प्रत्यक्ष डोळ्यांनी बघितल्याही होत्या; पण ही घटना सांगताना भाभवाणीचा आवाज असा काही होता की, मी त्याच्याकडे दुर्लक्ष करू शकत नव्हतो.

''त्या दिवसांमध्ये मी चावडाच्या नेहमी बरोबर राहत होतो. त्यानं नुकसानभरपाईचा अर्ज केला, त्यासाठी साक्षी म्हणून मीच सही केली होती. ती रक्कमही त्याला मिळाली. त्याच्या घरातलं काढता आलं तेवढं सामान काढायलाही मी त्याला मदत केली.''

हे सगळं सांगणं असं काही होतं की, भाभवाणीचा जो परिचय मला होता, त्याच्याशी ह्याचा मेळ बसत नव्हता. त्याची मन:स्थितीही मला काही वेगळीच वाटली.

''आणि घरातल्या सामानाबरोबर एक प्रेतही मिळालं. चावडाला ओळखू आलं नाही, पण मी लगेच ओळखलं – ते प्रेत त्याच्या वडिलांचं होतं!''

शेवटचं वाक्य भाभवाणी खूप भराभरा बोलला होता, तरी त्याचं वाक्य पुरं व्हायच्या आधीच मी उद्गारलो, ''काऽय?''

''शंभर टक्के! मी चावडाला सांगितलं, खाणाखुणा दाखवल्या; पण त्यानं कबूल केलं नाही. त्या प्रेताकडे त्यानं लक्षच दिलं नाही, ते भराभरा एका बाजूला ठेववून घेतलं. शेवटपर्यंत त्या प्रेताचा शोध करत कोणी आलं नाही, म्हणून शेवटी बेवारस ठरवून...''

भाभवाणीनं वाक्य पुरं केलं नाही. काळ्या चेहऱ्यावरच्या दाट भुवया वर करून तोंड वाकडं केलं. अशा तऱ्हेनं सांगणं संपवून तो पुन्हा नेहमीच्या मन:स्थितीत आला आणि तुटलेल्या दातांच्या फटीतून हसू लागला.

मला आता तिथं थांबायचं काही कारण नव्हतं, पण माझी पावलं जणू तिथं चिकटली होती. भाभवाणी मला आश्वस्त केल्यासारखा म्हणाला, "त्यात काय मोठं नाही साहेब... चालायचंच!"

मग पुन्हा स्वत:च स्वत:चं ते आश्वस्त करणारं बोलणं किती खोटं होतं, ते दाखवू बघत असल्यासारखा म्हणाला, "हे तर साहेब, प्रेत निघालं. एका ठिकाणी तर जिवंत माणूस निघाला होता – जिवंत माणूस! तो गेला, असं समजून ज्याच्या नावाच्या अंघोळी न् उत्तरक्रियाही केल्या होत्या आणि तो गेला म्हणून मिळालेले पैसेही खिशात टाकले होते – असा माणूस!"

मी कीवभरल्या डोळ्यांनी भाभवाणीकडे बघत राहिलो आणि तो सांगत राहिला, "मिळालेल्या त्या पैशातले अर्धे पैसे देऊन त्याच्या भावानं त्याला ट्रेनमध्ये बसवून दिलं आणि सांगितलं की, आता साऱ्या जन्मात ह्या बाजूला फिरकूच नकोस. खूप दूर निघून जा आणि तिकडे दूर जाऊन तुझं सगळं रूपच बदलून टाक."

भाभवाणीच्या दातांच्या रिकाम्या जागेतनं जोरजोरानं हलणारी त्याची जीभ दिसत होती – काहीतरी चघळत असल्यासारखी!

तिथं खिळलेले पाय प्रयासानं उचलून मी तिथून निघालो. मागे न बघताही मला भाभवाणीच्या तोंडावरचा आणि आतला *अंधेर* एक होताना दिसत होता!

एवढं लिहून झाल्यावर दचकल्यासारखा होऊन मी वर बघितलं. माझ्यासमोर एक कुत्रा पुढचे दोन पाय एकावर एक टाकून बसला होता – जीभ बाहेर काढून आणि तीक्ष्ण दात दाखवत. कान उंचावून तो माझ्याकडे असं काही बघत होता, जसं काही डायरीत मी जे काही लिहीत होतो, ते सगळं त्याला ऐकू येत होतं! मी उठून उभा राहिलो, तसा तो माझ्या मागे-मागे येऊ लागला.

२३

पुन्हा एकदा २६ जानेवारी येऊन पोहोचली – भूकंपाचं पहिलं वर्षश्राद्ध! वस्तीत पुन्हा एकदा सगळ्यांची मन थरथरली. चहूकडे उन्मळून पडलेल्या घरांच्या राड्यारोड्याच्या ढिगाऱ्यात खूप काही गाडलं गेलं होतं. माणसांच्या मनांमध्ये घर करून राहिलेल्या आठवणी तेवढ्या शिल्लक होत्या. राड्यारोड्यापैकी बराचसा उचलला गेला होता, पण लोकांच्या मनात अजून ते ढिगारे पडूनच होते.

आज सगळ्यांच्या डोळ्यांपुढे त्या घटनेची दृश्यं दिसत आहेत आणि तीच चेहऱ्यांवरही पसरली आहेत. जे लोक गप्प आहेत, त्यांचेही चेहरे त्यामुळे बोलके वाटतायत आणि ज्यांचं बोलणं कानांवर पडतं, त्यांच्या बोलण्यात एक वर्षापूर्वी घडलेल्या घटनांचीच चर्चा पुनःपुन्हा ऐकू येतेय – त्यात एक धडधड तर मिसळलेली असतेच, पण विस्मयही डोकावतो.

हे सगळं बघताना मला अशी धास्ती वाटू लागते की, आज मला ह्या सर्वांबरोबर राहणं अवघड होईल... मी त्यांच्यापासून वेगळा पडेन आणि ते सगळे जे काही बोलतील-करतील, ते माझ्यासमोर पुन्हा घडतंय, असं वाटत राहील. त्या प्रसंगाला कसं तोंड देईन मी?... असं वाटू लागल्यामुळे मी सकाळीच वस्तीतून बाहेर पडलो.

मुख्य रस्त्यावर आलो आणि माझ्या कानांवर शब्द पडले –

"स्कूलमधून प्रभातफेरी निघाली आणि ती बाजारात पोहोचली, तोच..."

एका वर्षापूर्वीच्या ह्या भयंकर घटनेचं वर्णन करणारे शब्द मध्येच थांबले. मी एकदम मागे वळून पाहिलं – माझ्या जराशीच पाठीमागे दोन लहान मुलं स्कूल युनिफॉर्ममध्ये होती. थांबलेले शब्द त्या बोलणाऱ्या मुलाच्या ओठांमध्ये अडखळले होते, असं वाटलं.

"तू चल तं खरा – मीपण आहे ना बरोबर?" तो दुसरा मुलगा त्याचा खांदा जोरजोरात हलवून त्याला सांगत होता.

"उंहुऽ मी नाही... नाही... नको..." ओठांत अडकलेले शब्द काढून टाकायचे

असल्यासारखा तो जोरजोरात 'नाहीऽऽ नाहीऽऽ' म्हणायला लागला आणि वस्तीकडे परत जायला वळला.

मी काय करावं, ते मला त्या क्षणी ठरवता आलं नाही, म्हणून मी माझ्या रस्त्यानं पुढे गेलो.

कुठल्याही रस्त्यावरून जाताना असं वाटायचं की, जणू पुन्हा एकदा एकदम जमीन फाटून दगड-धोंडे बाहेर येतायत... ह्या शहराच्या इतिहासात एका मोठ्या दुर्घटनेनं आपली कायमची नोंद करून ठेवली होती. शहरात हिंडता-हिंडता समजलं की, ठिकठिकाणी सामूहिक *तर्पण* (धार्मिक विधी), श्रद्धांजली, पुष्पांजली, प्रार्थनासभा असे कार्यक्रम होत होते. मी प्रत्येक ठिकाणी उपस्थित राहिलो, हात जोडून उभा राहिलो. मला कोणासाठी प्रार्थना करायची होती? आतून काहीतरी भरून येऊन पापण्यांपर्यंत येऊन थांबलं होतं. माझा तर ना ह्या शहराच्या भूतकाळाशी संबंध होता, ना भविष्यकाळाशी! त्याच क्षणी सतीशची आठवण झाली आणि बंद पापण्यांपर्यंत येऊन जे थांबलं होतं, ते एकदम बाहेर आलं. बरंच झालं, मी सर्वांबरोबर होतो. जे काही हळूच बाहेर आलं होतं, तेच इतरही कितीतरी बंद डोळ्यांमधूनही वाहत होतं. सर्व अश्रुधारांचा मूळ स्रोत एकच होता!

मला एकाएकी वाटलं, सतीशची का आत्ताच एकाएकी आठवण झाली? कुठे होता तो इतके दिवस? कदाचित... कदाचित नाही, नक्कीच – ह्या सर्वांच्या मनात वेगवेगळा नाही, माझ्या एकट्याच्या मनातून नाही, ह्या सर्वांच्या मनातून एकाएकी आज हे प्रगट व्हावं? ही दुर्घटना... नाही, दुर्घटना नाही – नुसत्या घटनेनंतर सगळ्यांपासून वेगळं होऊन कोण राहू शकलं आहे? सतीश सोडून दुसऱ्या कोणाला मी ओळखत नाही, तरी इथं थांबलो आहे; तेव्हा फक्त एकट्या सतीशचीच आठवण येत नाही राहिली, हे बरोबरच झालं.

त्या रात्री उशिरानं कसाबसा डोळा लागला होता आणि एकदम जाग आली. दरवाजाजवळ कोणीतरी रडत होतं? रडत होतं, का रडणं थांबवू बघत होतं, ते समजत नव्हतं. तरी काय झालं असणार, ते कळायला वेळ लागला नाही. आज सकाळचा प्रसंगच तिथून पुढे जणू इथपर्यंत आला होता. मी इतक्या सहज-स्वाभाविकपणानं उठून उभा राहिलो की, माझं मलाच नवल वाटलं. स्वाभाविक वाटणार नाही इतक्या शांतपणे मी दार उघडलं, त्याबरोबर बाहेरून ऐकू येणारा रडण्याचा आवाज थांबला. जे रडणं इतका वेळ थांबवता येत नव्हतं, ते दार उघडण्याच्या जराशा आवाजानं एकदम दबून गेलं. पण अंधार इतका होता की, मला एकदम काही दिसलं नाही.

आज बाहेर दिवे नव्हते, काही कारणानं वीज गेली असणार. असं होतं, तेव्हा बरेच दिवस रस्त्यातले दिवे बंदच राहतात किंवा इथं राहणाऱ्यांपैकी ज्याला त्यातली

काही माहिती असते, तो दुरुस्त करून टाकतो. खोल्यांच्या आतल्या दिव्याचंच कनेक्शन वेगळं होतं. ते चालू असलं, तर बाहेरच्या दिव्यांची फारशी कोणी पंचाईत करत नसे. आजचंच बघा ना!

एवढ्यात माझ्या लक्षात आलं की, दाराबाहेरच्या पायऱ्यांवरून कोणीतरी उठू बघतंय, म्हणून मी एकदम खाली उतरायला गेलो. दरवाजाच्या लोखंडी फ्रेममध्ये माझा पाय अडकला असेल किंवा तोल गेला असेल; पण मला हे समजलं नाही की, माझं मीच स्वत:ला सावरलं, का कोणी मला आधार दिला? कोणी मला आधार द्यायला समोर आलं की, मीच त्यानं निघून जाऊ नये म्हणून त्याला पकडलं? जे असेल ते. शेवटी झालं असं की, आम्ही दोघं जण तिथे पायरीवर बसून गेलो. मी त्याचं डोकं माझ्या छातीशी दाबून धरलं आणि त्यानं त्याचा हात माझ्या पाठीवर टाकला. आम्ही दोघं कितीतरी वेळ तसेच बसून राहिलो. त्याचे जे हुंदके मगाशी थांबतच नव्हते, ते आता थांबले होते. मी त्याला काही विचारलं नाही; पण आज भूकंप होऊन वर्ष झालं, त्याच्या विचारानंच नकळत आम्हा दोघांना जवळ आणलं होतं, असं मला वाटलं.

थोड्या वेळानं तो बाजूला झाला, उभा राहिला आणि चालायला लागला. मीही त्याला थांबवला नाही. भोवताली गाढ अंधार होता, त्यात तो दिसेनासा झाला न् मग मला वाटलं की, मी त्याला थांबवून घ्यायला हवं होतं. मनात विचारांनी गर्दी केली – ह्याच पायऱ्यांवर तो येऊन बसला... हे नकळतच झालं असेल, का काही कारण असेल? असं येऊन बसण्याच्या ठिकाणांपैकी कदाचित हे आणखी एक ठिकाण सापडलं असेल? कोणीतरी दार उघडलं नसेल किंवा कोणीतरी उघडून लगेच बंद करून टाकलं असेल. उघडणाऱ्याला अंधारात काही दिसलं नसेल किंवा दार उघडल्यावर हाच स्वत: तिथून निघून गेला असेल किंवा दार उघडणाऱ्यानं प्रश्न विचारायला सुरुवात केली असेल... किंवा – किंवा – किंवा...

तो जिथून आला असेल, तिथल्या लोकांना हा असा तिथून निघालाय, हे ठाऊक असेल? का मग भूकंपाला आज वर्ष झालं ह्याचा विसर पडून ते झोपून गेले असतील आणि त्यांची झोपमोड होऊ नये म्हणून तो असा बाहेर निघून आला असेल? इतक्या रात्री उशिरापर्यंत दाबून धरलेला हुंदका जेव्हा त्याच्या एवढ्याशा छातीत दाटून येऊन मावेनासा झाला असेल तेव्हा... छाती फुटेल असं वाटलं असेल तेव्हा... आता हा चुपचाप जाऊन झोपून जाईल? बस, एवढंच हवं असेल त्याला; त्याच्या फुटू पाहणाऱ्या छातीला आपल्या छातीशी कोणीतरी दाबून धरेल, त्याचे हुंदके शमेपर्यंत... बस!

अशा सगळ्या प्रश्नांना माझ्या भरून आलेल्या छातीत भरून मीही मग पायऱ्यांवरून उठलो आणि आत खोलीत परत गेलो.

दरवाजा बंद करून मी माझ्या जागेवर जाऊन झोपलो. माझी नजर दरवाजावर होती – वीज येऊन बाहेरचे दिवे लागले असावेत – त्यांचा उजेड दाराच्या फ्रेमच्या मधल्या फटींमधून आत येऊन डोळ्यांवर येऊ लागला. मी कूस बदलली. मी त्याला म्हणायला हवं होतं की, आता ते सगळं विसरून जा! 'ते सगळं' म्हणजे काय? त्याचे आई किंवा वडील किंवा भाऊ किंवा बहीण किंवा जे कोणी राड्याच्या ढिगाऱ्यात गाडले जाऊन मृत्यू पावले असतील – ती घटना? त्यांच्यापैकी कोणाचंही शवही हाती लागलं नसेल – ती घटना? चेंदामेंदा झालेलं शव किंवा शरीराचा एखादा भाग किंवा अंगावरच्या कपड्यांचा एखादा तुकडाच मिळाला असेल आणि ओळखता आला नसेल – राड्यारोड्याच्या खालून ओढून काढणाऱ्यांनी त्याला घाईघाईनं, मोठ्यामोठ्यानं विचारलं असेल – 'बोल ना अरे! तू ओळखतोस हा हात? हा कापडाचा तुकडा? खात्री आहे?' आणि तो लाचार, हताश नजरेनं त्यांच्याकडे बघत राहिला असेल – ही घटना? राड्यांच्या खालून येणारा आवाज त्यानं ओळखला असेल... त्याला बाहेर काढण्यासाठी खूप आरडाओरडा, रडारड केली असेल... मग त्वेषानं तो स्वत:च तो राडारोडा सरकवू बघू लागला असेल आणि शेवटी थकून खाली पडला असेल... मग कोणीतरी त्याला तिथून घेऊन गेलं असेल आणि त्याच्या नातेवाइकाला शोधून काढून त्याला त्यांच्याकडे सोपवला असेल – ती घटना? 'हे सगळं विसरून जा –' असं मी त्याला सांगू?

काय सांगू मी त्याला? असं सांगू की, भाई, हे सगळं तर आता घडून गेलं –संपलं? आता काय त्याचं? ते सगळं जुनं झालं आता, आता पुढचा विचार कर. बरोबर आहे तुझं. आठवणी तर येतच राहणार. येतील, तेव्हा कोणी बघत नाही ना असं बघून डोळे पुसून टाकायचे! अजून तुझं कितीतरी आयुष्य बाकी आहे, खूप मोठा भविष्यकाळ आहे तुझ्यासमोर! – असं सगळं सांगू की काय मी त्याला? आणि ते ऐकल्यावर जर तो मला म्हणाला की, 'काय घडून गेलंय – संपलंय सांग? एक दिवससुद्धा झाला नाहीये अजून'– तर? तर मी त्याला काय उत्तर देऊ?

मलाच धाप लागली आणि श्वास कोंडू लागला. चेहऱ्याच्या शिरा ताणल्या गेल्या असाव्यात अन् डोळेही भांबावून इकडे-तिकडे बघत असावेत. मुठी घट्ट वळून मी हात जमिनीवर टेकवले. मला काय होत होतं, तेच कळत नव्हतं... मग काय झालं, माहीत नाही – मला चक्कर आली, का झोप लागून गेली, तेही माहीत नाही. जागा झालो, तेव्हा शरीर जखडल्यासारखं झालं होतं. डोकं जड झालं होतं. समोरच्या दरवाजाच्या फटींमधून अजून उजेड येत होता, पण तो रात्रीच्या दिव्याच्या उजेडापेक्षा जास्त होता.

मी उठून बसलो आणि रात्री जे घडलं होतं, ते आठवू लागलो. ते सगळं खरंच घडलं होतं? का मला फक्त वाईट स्वप्न पडलं होतं? अवघड होतं पक्कं ठरवणं.

उठून दार उघडलं. दिवस उजाडला होता. खोलीबाहेर येऊन बघितलं, तर वस्तीतला सकाळचा नित्यक्रम चालू झाला होता. वळणावरच्या सुबाभुळींमध्ये कडुनिंबाचं झाड होतं. तिथपर्यंत जाऊन जरा उडी मारून एक खाली आलेली फांदी पकडली, तिच्यातून काडी तोडून दातण बनवलं. ते तोंडात घालून चावत इकडे-तिकडे हिंडू लागलो.

सध्या वस्तीचं जे दृश्य डोळ्यांसमोर दिसत होतं, ते एखाद्या गल्लीतल्या दृश्याची आठवण होईल असं होतं. रस्ता तसा होता म्हणून नाही, पण लोकांच्या राहणीमुळे. छावणीत जो मोकळेपणा वाटत नसे, तो इथं वाटत होता – एक वेगळाच मोकळेपणा – आपल्याला हव्या त्या पद्धतीनं राहण्याचा आणि कामं करण्याचा. थोड्या दिवसांपूर्वी रस्त्याच्या कडेला विटांचा ढीग पडलेला पाहिला होता, तो आता तिथं नव्हता. काही घरांच्या दरवाजांच्या बाहेर त्याला चिकटून काटकोनात ह्या विटा लावण्यात आल्या होत्या, काही घरांच्या मागच्या जागेतही अशा विटा लावल्या होत्या. त्या बनवलेल्या जास्तीच्या जागेत जास्तीचं सामान ठेवलं गेलं होतं. कोणी ती भांडी घासायची मोरी केली होती, कोणी तिथे अंघोळीला आडोसा केला होता, तर कोणी तिथं चूल पेटवत होतं. पेटलेली चूल बघून मला बरं वाटलं... 'घर' असण्याची पहिली खूण – चूल असणं ही! शिवाय चुलीमुळे आणखीही कितीतरी तिथं आलं होतं, जे त्या चुलीसमोर बसलेल्या व्यक्तीच्या चेहऱ्यावर उमटलं होतं – एक आत्मविश्वासाची, आत्मनिर्भरतेची, आपण विशेष वेगळं काही केलं असल्याची चमक! कितीतरी दिवसांनी अशी चूल पेटलेली बघायला मिळाली होती!

खोलीच्या मागच्या बाजूला कपडे वाळत टाकायला दोऱ्या बांधलेल्या होत्या, तिथं कपडे वाळत होते. ज्या घरांच्या उघड्या दारांमधून आतलं दिसत असे, तिथं गाद्या ठेवायचा स्टँड, भांड्यांचा स्टँड, पेटी आणि एकावर एक रचलेले डबे दिसत असत. उंबऱ्यांवर वर-खाली चढणारी-उतरणारी लहान मुलं. कोणी-कोणी पायऱ्यांसमोर मोठाले दगड लावले होते आणि इकडून-तिकडून गोळा केलेल्या सिमेंटच्या पत्र्यांचा आडोसा केला होता. कुठे-कुठे तर एखादा सापडलेला दरवाजाही ठेवला होता आणि अंगण तयार केलं होतं. हे सगळं बघितल्यावर लोक मनानं स्थिरावले आहेत, असं वाटत होतं.

मला भीती ही होती की, ही निश्चिंतताच आज नाही तर उद्या माझ्या अनिश्चिततेला कारण होईल, हे शक्य आहे. ह्या वस्तीत मीच एक असा होतो, जो एकटा होतो. एवढंच नाही, एकटाच राहत होतो. मनाला येईल तेव्हा येत होतो आणि मनाला येईल तेव्हा जात होतो.

ह्या बाजूला वस्ती होऊ लागली होती, त्यामुळे रस्त्यावर चहाच्या गाड्या उभ्या

राहू लागल्या होत्या. त्यांमध्ये नाश्ताही मिळायचा – ब्रेड, बिस्किटं, भजी, गांठिया – असं काहीही. पुष्कळदा सकाळचा चहा-नाश्ता आणि दुपारचं जेवण सगळं एकदमच उरकून टाकायचो.

एवढ्या दिवसांमध्ये मी इथल्या लोकांना बऱ्यापैकी माहीतही झालो होतो; एवढंच नाही, इथल्या परिस्थितीचीही मला आता सवय झाली होती. अनेक सेवाभावी संस्था इथं काम करायला आल्या होत्या आणि सरकारी कचेऱ्यांमध्येही वाढत्या कामामुळे जास्त माणसांची गरज भासायला लागली होती. तिथं मला काम मिळवणं फार कठीण नव्हतं, पण माझी स्थिती काहीशी विचित्र होती. कागदपत्रांमधील माहितीमध्ये मी हरवून जायचा! वेगवेगळी नावं, मरण पावलेल्या किंवा जखमी झालेल्यांच्या याद्या, प्रमाणपत्रं, अर्ज – माझ्यासमोर अशा सगळ्या माहितीच्या कागदांचा ढीग असायचा. कधीकधी त्यांतील एखादी अशी माहिती लक्ष वेधून घ्यायची, जी माझ्या डोळ्यांसमोर एक चित्रं उभं करायची आणि मी माझ्या आजूबाजूच्या लोकांपासून वेगळा पडायचो – जसा वसाहतीत पडत होतो, तसाच. त्यात माझ्या दृष्टीनं चांगली बाजू ही होती की, नोकरीचं बंधन काही नव्हतं. सोडायची असेल, तेव्हा सोडून देता येईल.

ह्या परिस्थितीबद्दल मी मोटा भाईंना कळवलं होतं. त्यानंतर त्यांचं उत्तर माझ्या अपेक्षेपेक्षा खूपच लवकर आलं होतं. त्यांना खूप आनंद झाला होता. भाभींनाही हे समजून बरं वाटलं, असंही भाईंनी लिहिलं होतं.

वस्तीमध्ये माझी खोली अगदी शेवटी आणि वळणावर आहे. तिथून पुढे माळरान आहे. एका बाजूला वस्ती आणि दुसऱ्या बाजूला उजाड माळरान! पण त्यामुळे वस्तीतल्या लोकांचं लक्ष माझ्याकडे फारसं जात नाही; माझं लक्ष मात्र त्यांच्याकडे गेल्याशिवाय राहत नाही. मी त्यांच्या हालचाली बघत राहतो. मुलं, स्त्रिया, एका घरातून दुसऱ्या घरात जा-ये करत असतात; वडील माणसं बाहेर बसलेली असतात. कोणी खाट टाकून, तर कोणी जमिनीवरच सतरंजी अंथरून. फक्त जेवाय-खायला ही मंडळी आतमध्ये जात असावीत, असं वाटतं. अंघोळीसाठी वगैरे ते दुसरीकडे कोठे जात असतील किंवा विटांच्या केलेल्या आडोशात. अमुक वेळी घराचं दार बंद असायचं आणि ते इकडे-तिकडे हिंडत असायचे किंवा मग डोक्यावरून पांघरूण घेऊन बाहेर झोपलेले असत!

मला हे बघून नवल वाटायचं, लक्षातही यायचं नाही; पण हळूहळू समजलं की, मुलगा न् सुनेला एकान्त मिळावा, म्हणून ही व्यवस्था होती.

"काय करायचं? एक वर्ष तर असंच गेलं. त्यांची तरी काय चूक आहे? आपल्याला तर काय, कुठंतरी इकडं-तिकडं पडूनच राहायचं ना?"

इकडं-तिकडं कुठंतरी पडूनच राहायचं? कशा मन:स्थितीत हे शब्द बोलले

जात असतील? माझ्या लक्षात हेही आलं होतं की, मुलं-मुलीही अशा वेळी इकडे-तिकडे हिंडत राहायची आणि परत यायची तेव्हा घराचं दार उघडलं नसेल, तर घटकाभर बाहेर वडीलमाणसांबरोबर बसून किंवा दुसऱ्या कोणाच्यातरी घरी चक्कर मारून ह्या प्रसंगाकडे दुर्लक्ष करण्याचा प्रयत्न करायची.

एक दिवस बालमंदिरातून लवकर परत आलेली एक लहान मुलगी एका बंद घराचं दार ठोठावत होती. त्या ठोठावण्याबरोबर आत कोंडून बसलेल्या परिस्थितीचं निर्दय हास्यही ऐकू येत होतं.

मी विचारात पडलो. एकापाठून एक अगम्य अशी खिन्नता मनात पसरत होती. वाटलं – भूकंपामुळे झालेले मृत्यू आणि मालमत्तेची हानी, ह्यांच्यापेक्षा ह्या घटना कशा कमी उद्विग्न करणाऱ्या म्हणायच्या? बंद खोलीत सीमित काळाच्या अनिवार्य मिठीत एकमेकांना विळखे घालणारी शरीरं आणि खोलीच्या बाहेर पिळवटणारी मनं – ह्यांचा मी कितीतरी वेळ विचार करत राहिलो.

ह्या वस्तीचं एक वेगळंच रूप मला दिसलं. ते रूप दुर्लक्षित करून दुसरं काही मी बघू नव्हतो शकत? कदाचित माझं इथं राहणं मला विसंगत वाटू लागलं होतं. मीही अशा वेळी इथून दूर असलं पाहिजे, असं वाटून मी तिथून निघालो.

२४

सगळं कसं एकदम घडून आलं! काम संपलं, म्हणून आता माझ्या मदतीची गरज नव्हती आणि मी नोकरी सोडली.

ज्या दिवशी नोकरी सोडली, त्या दिवशी जसा रोज निघायचो तसाच बाहेर पडलो. इतक्या सहजपणे की, मला असंही काही वाटलं नाही की, उद्या इथं यायचं नव्हतं! वेगळं होण्यासाठी आधी जोडलं जावं लागतं ना? कदाचित तेच झालं नव्हतं!

इथंच काय, चहूकडूनच सगळं कसं सुटं-सुटं होऊन गेलं होतं. मी ज्या लोकांचे काम करायचं होतं, तेही सगळे कसे सुटे होऊन गेले होते एकमेकांपासून – जिथं राहत होते त्या जागेपासून आणि त्या काळापासून!

पुष्कळदा तर कागदांवर लिहिलेल्या माहितीतून माझं मन सबंध घटना डोळ्यांपुढे आणू लागायचं. मग स्थळ आणि काळात ती घटना आकार घेऊ लागायची. माझे हात आणि डोळे त्या घटनेचे साक्षी-पुरावे शोधू लागायचे आणि त्यासाठी जरूर ते नियम-ठराव इत्यादींचा आधार देण्यात गुंतायचे. त्या बाबतीतले माझे विश्वास-अविश्वास, शंका-कुशंका ह्यांचे आधारही मला त्यातून शोधायचे होते; मंजुरी-नामंजुरीचे सही-शिक्के करून घ्यायचे होते. कोणाला किती आर्थिक मदत द्यायची, ते नक्की करण्यात येत होतं. मागण्या केल्या जात होत्या, त्या ऐकून घ्यायच्या तारखा नक्की केल्या जात होत्या. व्यवस्थित स्थायिक झालेला माणूस एकाएकी उचकटला गेला होता, एकटा पडला होता.

ऑफिसमधून निघत होतो, तेव्हा समोरच भाभवाणी भेटला. जी गोष्ट मी विसरून गेलो होतो, त्याची जणू आठवण करून दिल्यासारखा तो म्हणाला, "साहेबांना भेटलात?"

त्याला काय म्हणायचं आहे ते समजलं नाही, अशा तऱ्हेनं मी त्याच्याकडे बघितलं, तेव्हा तो पुढे म्हणाला, "तुम्ही बघताच आहात ना साहेब, काम इतकं आहे की, ते लवकर संपणं अवघड आहे. चहूकडे जसे कूडाकचऱ्याचे ढीग पडलेत

ना, तसंच हे काम पडलं आहे – ढीगच्या ढीग आणि सगळं विसकटलेलं.''

तो त्याच्या विशिष्ट लकबीनं हसला. ह्या वेळी मला त्याचा राग आला. माझ्या हेही लक्षात आलं की, हे मदतीचं चाललेलं काम त्या कचऱ्याच्या ढिगाऱ्यासारखं पडलं आहे, असं तो म्हणाला होता.

''आणि नवी-नवी कामंही अशीच निघतच राहतायत.''

तो आधी जे बोलला होता, त्याच संदर्भात तो पुढे बोलत होता –

''जसजशी धोकादायक वाटणारी घरं पाडून टाकली जातायत अन् त्यांचे ढिगारे वाढत जातायत, तसंच!''

तो हसला. ते हसणंही त्या आधीच्या हसण्यासंदर्भातच होतं; पण आता आणखी काळं झालं होतं आणि तोंडातल्या फटीतून जीभ जास्त वळवळत होती.

त्या हसण्यानं त्याचं वेगवेगळ्या विषयांवरचं बोलणं जोडलं जात होतं, असं मग मला वाटलं; कारण तो पुढे म्हणाला, ''तुमच्याबरोबर ज्यांच्या नोकऱ्या संपल्या, ते सगळे साहेबांना भेटून आले.''

भाभवाणीचे डोळे काही रहस्य सांगत असल्यासारखे नाचत होते, असं मला वाटलं. त्याला जे काही सांगायचं होतं, ते कदाचित त्याच्या शब्दांपेक्षा त्या नाचणाऱ्या डोळ्यांमधून व्यक्त होत होतं; त्यामुळे माझ्या मनात त्याच्याबद्दल खूप चीड भरून आली. त्या चिडीनंच मी त्याला सांगितलं –

''मला नोकरी नको आहे.''

एवढंच बोलून मी त्याच्यापासून दूर झालो. दूर आल्यावर मी मागे वळून बघितलं नाही; पण माझी खात्री आहे की, तो नक्कीच तसाच हसत-हसत माझ्याकडे बघत राहिला असेल, जणू त्यानंच मला नोकरीवरून काढल्याप्रमाणे!

कोणालाही न भेटता मी सरळ वस्तीवर पोहोचलो, पण घरात आल्यावर कोण जाणे का, मला वाटलं – हे कुठं आलो मी? ह्याच खोलीत मी खात-पीत होतो, झोपत-उठत-बसत होतो, अंघोळ वगैरे करत होतो; आणि तरी, 'हे माझं घर आहे' असं मी इतक्या दिवसांत कधीही म्हणू शकलो नव्हतो – असं आत्ता माझ्या लक्षात आलं. इथं आलो होतो, तेव्हा किती बरं वाटलं होतं! एका तऱ्हेनं मदत मिळाल्यासारखं वाटलं होतं. ते वाटणं कुठे गेलं? मला समजतंय की, इथं मिळालेल्या सोईंमुळे एक आपलेपणा वाटायला लागला होता, तो आपलेपणा कुठं गेला? छावणीमध्ये 'आपलं' असं जे गमावल्याची भावना आली होती, ती जाऊन इथं मिळणाऱ्या सोईंमुळे बरं वाटायला लागलं होतं. निर्वासिताला आश्रयस्थान मिळालं होतं. पण नंतर? काय झालं होतं? नंतर हे लक्षात आलं होतं की, आश्रयस्थान हे 'घर' नाही!

मग वाटलं की, मी हे कोणाविषयी बोलतोय? माझ्याविषयी, का ह्या वस्तीत राहणाऱ्या इतर लोकांविषयी? माझा प्रश्न मी ह्या सगळ्यांशी कसा जोडून टाकला?

माझं आहे कुठे इथं घर? जे 'माझं घर' मी गमावलं होतं, ते ह्या शहरात कुठे होतं? इथंच काय, कुठंही तरी खरं होतं का? 'घर' असण्याचा, ते 'माझं' असण्याचा, केवढा मोठा भ्रम होता हा! ह्याचा अर्थ असा झाला की, एकत्र राहणाऱ्या सर्वांच्या एकमेकांशी असलेल्या संबंधांमध्येही हा भ्रम असणं शक्य होतं! सर्व काही क्षणभंगुर असल्याचा अनुभव घेऊनच निर्वासितासारखाच मी इथं नव्हतो का आलो?

इतके दिवस इथं ज्या लोकांबरोबर राहिलो आणि सारं क्षणभंगुर असण्याचा जो अनुभव घेतला; त्यावरून असं वाटतंय की, ह्यापूर्वी ज्याचं रूप अखंड होतं, ती नुसती तशी घडवलेली व्यवस्था होती! जो मोडका-तोडका कचरा आत होता, तोच आता बाहेर आलाय. माणसं राहत होती त्या घरांमध्येही आणि माणसा-माणसांमधल्या संबंधांमध्येही!

मी माझं इकडे-तिकडे पडलेलं सामान गोळा करून आवरू लागलो. थोडी भांडी, स्टोव्ह, केरोसिनचा डबा, चटई... मग त्या सगळ्याकडे पाहत राहिलो आणि ते सगळं एका कोपऱ्यात गोळा करून ठेवलं. तेवढ्यात कपड्यांच्या दोरीकडे लक्ष गेलं. त्यावर लटकणारे कपडे काढून घेतले – स्वत:लाच तिथून काढून घेत असल्यासारखे! चला, अडकलेला जीव सोडवून घ्या. असं अडकणं ठीक नाही, असा विचार मनात आला आणि गंमत वाटली.

कपडे आणि दुसऱ्या तीन-चार वस्तू थैल्यात भरल्या. तेवढ्यात ही डायरी हाताला लागली. डोक्याला एकदम झिणझिण्या आल्या. कपड्यांमधून ती ओढून बाहेर काढली; तेव्हा असं वाटलं की, काय काय न् किती सगळं ओढून बाहेर काढत असेन मी! निघून गेलेला काळ, त्या काळात घडलेल्या वेड्यावाकड्या-वाईटसाईट घटना, उद्ध्वस्त झालेल्या परिसराची दृश्यं आणि मनात रुतून बसलेल्या वेदना! पत्त्यांचा जोड फर्रर करून फिरवावा तशी डायरीची पानं फिरवली, त्याच्या आतली अक्षरं दिसली न दिसली आणि बंद झाली. सबंध वर्षभराची ही माझी बडबड... कचराच की हा! ह्यात काय-काय कोंबलं गेलंय... डायरी नसती, तर हे मनातच राहून गेलं असतं ना! बरं झालं, निचरा होऊन बाहेर निघालं!

मी डायरी पुन्हा थैल्यात खोचली, क्षणभर ती हातानं तशीच दाबून ठेवली. आतलं काही उसळून बाहेर नको यायला, म्हणूनच जणू! पण मग डायरीतल्या मजकुराशी ती तशी बांधून ठेवण्यानं बांधलं गेल्यासारखं वाटलं. थैला खांद्यावर लटकवून मी खोलीच्या बाहेर निघालो, तेव्हा एखादा प्रवासी रात्रीचा कुठंतरी मुक्काम करून पुढे निघाला असावा, तसं वाटलं.

माझी खोली – एवढं लिहितो आणि थांबून जातो. जिथं फक्त थोडे दिवस मुक्काम केला होता, तिथं माझी खोली म्हणायचा कुठला हक्क? हक्क कसला आलाय; ही तर माया म्हणायची! तर मग उचकटून-उन्मळून पडलेले हे सगळे

लोक इथंच राहण्यासाठी धडपडतायत; माझ्यासारखे सोडून जात नाहीयेत, हाही केवळ हक्कासाठीचा संघर्ष नाही – मायेचं अतूट बंधनही आहे!

पण अशा मायेवरही माझा हक्क नाही, म्हणून तर मी पुढे असं लिहितो आहे –

ही खोली तशी तर ह्या वस्तीच्या पहिल्या वळणावर आहे, वस्तीकडे तोंड न करता पाठ फिरवून मी तिथून निघून जाऊ शकलो असतो; परंतु तसं होऊ शकलं नाही. मी उंबरा ओलांडला आणि त्या वळणावर मी वळणार, त्याच्या आधीच मी कडुनिंब होता त्या चौकात लोकांना गोळा होताना बघितलं. चहूकडच्या घरांमधून लोक अजून बाहेर येतच होते. ह्या सगळ्यांकडे दुर्लक्ष करता आलं नाही, म्हणून मी तिकडे वळलो.

तिथे पोहोचण्यापूर्वी लोकांमध्ये चाललेल्या बोलण्यावरून मला समजलं होतं की, धरणीकंपाला वर्ष झालं, त्यानिमित्तानं वस्तीतल्या लोकांनी एका कार्यक्रमाचं आयोजन केलं होतं. आता सगळे लोक जमून गोल करून बसले होते, मध्यावर मोकळी जागा सोडली होती. मी जमलेल्या लोकांमध्ये जाऊन बसलो.

मधल्या मोकळ्या जागेत एक धुळीने भरलेला, अंगावर राख चोपडलेला, फाटके-तुटके, चिंध्या झालेले कपडे गुंडाळलेला बाबाजी जोरजोरात चकरा मारत आला. तो गोल-गोल फिरत होता, जोरजोरात पाय आपटत होता, तोंडातून विचित्र अन् वेडेवाकडे आवाज काढत होता. डोळे विस्फारून मोठे झाले होते आणि जणू बाहेर आले होते! त्याच्या भोवताली मुलं गोळा झाली होती. ती इकडून तिकडे पळत होती, एकमेकांवर आपटून रडत होती, पडत होती, किंचाळत होती, चिरकलेल्या आवाजात मोठ्यानं ओरडत होती... "भूकंप झाला!... भूकंप झाला!..." सगळी थरथर कापत होती आणि एकमेकांना तिथून दूर नेण्यासाठी ओढत होती, पण जागची हलत मात्र नव्हती! 'भूकंप' आळीपाळीनं ह्या सगळ्यांच्या अंगावर जात होता आणि त्यांना खाणार असल्यासारखा त्यांच्या अंगावर बसत होता. त्याच्या गळ्यात हार लटकवावेत तसे सळया आणि दगड लटकत होते. मग एक मोठं रिकामं पोतं घेऊन तो त्यात शिरून उभा राहिला; पोत्याच्या खालच्या बाजूला केलेल्या दोन फटींमधून त्यानं पाय बाहेर काढले. लोकांनी राडारोडा जमा करून त्याच्या आजूबाजूला पसरला होता. त्यात घरातली भांडीकुंडी वगैरे सामानही होतं, चिंध्यांच्या बनवलेल्या माणसांच्या आकृत्याही होत्या. चकरा मारत-मारत तिकडे गेला, त्यातली एकेक वस्तू उचलून-उचलून सर्वांना दाखवू लागला आणि पोतं म्हणजे त्याचं पोट असल्यासारखा त्यात त्या वस्तू भरू लागला. असं करताना तो क्रूर हास्य करत होता, जे जवळच्या घरांच्या सिमेंटच्या पत्र्यांच्या बनवलेल्या भिंतींवर आदळत होतं. लोक टाळ्या वाजवून हसत होते, त्यामुळे त्याला आणखी

जोर चढत होता. त्याला जोर चढला की, लोक आणखी हसत होते आणि टाळ्या वाजवत होते. फक्त भूकंपाचा अभिनय करणाराच नव्हे, सर्व प्रेक्षकही ह्या नाट्यात सामील असतीलसं वाटत होतं आणि त्यामुळे एकूण सर्व दृश्य भीतिदायक वाटत होतं.

तेवढ्यातच दोन मुलांनी जमिनीवर लोळणाऱ्या एका लहान मुलाला त्या राड्यारोड्यातून खेचून काढल्यासारखा ओढून काढून उभा केला. त्या लहान मुलानं डोळे फिरवले होते, त्याचा श्वास कोंडत होता, तो नीट उभा राहू शकत नव्हता. ते दोन मोठे मुलगे घाबरल्यासारखे ओरडले – "लवकर जा कोणीतरी – जा लवकर! ह्याच्या आई-बापाला घेऊन या!"

पण कोणीच जागचं हललं नाही. कदाचित काय करावं, हे कोणालाच समजतच नव्हतं. तेवढ्यात ते मूल लडखडत खाली पडलं.

"अरे! हा मेला की काय?"

ते दोन मुलगे ओरडले, पण त्यांचा आवाज भेदरलेला होता. आणखी दोन-तीन मुलगेही तिथं धावत आले. एकाच्या हातात पाणी भरलेला ग्लास होता, तो खाली पडलेल्या मुलाच्या तोंडावर पाणी शिंपडू लागला. दुसरा त्याला हातांनी वारा घालू लागला. तेवढ्यात कोणीतरी एक बूट त्यांच्याकडे टाकला.

"बूट धर त्याच्या नाकाशी, बूट धर!"

पण जमलेले लोक गंभीरच राहिले, कोणी हसलं नाही. त्या मोठ्या मुलानं तो जोडा उचलून लहान मुलाच्या नाकाशी धरला, म्हणजे जोडा काही गंमत म्हणून फेकला नव्हता.

"अरे, वेंधळ्यासारखे बघत काय बसलायत? जा ना ह्याच्या आई-बापांना..."

"ह्याचे आई-बाप? ह्याच्या आई-बापांना कुठून शोधून आणायचं? ते तर ह्या राड्यारोड्यात गाडले गेले!"

ती दोन मोठी मुलं म्हणाली.

पण तेवढ्यात प्रेक्षकांकडून कोणीतरी म्हणालं, "हे काय त्याचे आई-बाप इकडे आहेत – लीलाऽ एऽ लीलाऽऽ तुझा पोरगा..."

प्रेक्षकांमध्ये हालचाल, गोंगाट झाला. एक स्त्री सर्वांच्या मधून पुढे येण्याचा प्रयत्न करत होती. तिचा चेहरा भयग्रस्त होता आणि तिच्या चेहऱ्यावरचा तणाव कमी करण्याचा ती प्रयत्न करत होती. प्रेक्षक एकमेकांकडे बघून हसण्याचा प्रयत्न करत होते, पण त्यांच्या चेहऱ्यावर एक अस्वस्थता दिसत होती.

"आई-बाप गाडले गेले? तर मग असं करा. तुम्ही जाऊन ॲम्ब्युलन्स घेऊन या."

ते दोन मुलगे त्या खाली पडलेल्या मुलाजवळ त्याच्यावर वाकून बसले होते.

दुसरे दोन मुलगे मोटरसारखी चक्कर मारून तिथे येऊन उभं राहिले. त्या मुलाला हात-पाय पकडून उचलू लागले. तेवढ्यात तो मुलगा उठून उभा राहिला आणि हसत-हसत प्रेक्षकांच्या गर्दीकडे पळाला! प्रेक्षकही मनावरचा ताण जाऊन हसू लागले.

"माझ्या सोन्यानं कमालीचं नाटक केलं ना! मी तर इतकी घाबरले होते!" 'सोन्या'नं आईला मिठी घातली होती. त्यात सुप्त भीती होती की ऊब शोधणं होतं, ह्याचा विचार करताना मी भोवतालच्या लोकांकडेही बघितलं. एकमेकांच्या खांद्यांवर हात ठेवून उभ्या असलेल्या लोकांकडे आणि एकमेकांच्या आधारानं उभ्या असलेल्या त्या घरांकडेही.

तेवढ्यात प्रेक्षकांमधून पुन्हा हास्य ऐकू येऊ लागलं. बघितलं तर एक स्त्री खुरडत-खुरडत पुढे सरकत होती. समोर कडुनिंबाला टेकून चादरी, सतरंज्या, चटई असं झाकून नळकांड्यासारखा झोपडीचा आकार केला होता. त्याच्या 'दारात' एक लंगडा उभा होता. त्याने येणाऱ्या बाईला बघितलं आणि हातवारे करून तिला हाकलायला लागला.

"इथं नाही, इथं नाही! तुझा नवरा मेला, त्याला मी काय करू? मी का मारलाय त्याला? भूकंपात मेला, तर जा ना भूकंपाकडे! इथं कोण करेल तुला सांभाळायची उस्तवारी?"

त्याच्याकडे लक्ष न देता ती स्त्री खुरडत-खुरडत थेट त्याच्याजवळ पोहोचली. लंगडा दरवाजासमोर उभा राहिला.

"हे तुझं घर आहे न् माझं नाही?" स्त्री आव्हानात्मक सुरात म्हणाली, "आम्ही ह्याच घरात नव्हतो राहत? आता घर सोडून मी कुठं जाऊ?"

"तुझं घर? हे? हे तुझं कुठून झालं? तुझं घर तर गाडलं गेलं त्या राड्यारोड्यात. तू न् तुझा नवरा दोघंही त्याच्या खाली सापडलावतात. आण काढून त्याला, जा! नाही तर ज्यानं तुला काढली ना, त्याच्याकडे जा! 'कुठं जाऊ?' असं मला विचारतीयस बाई माझे, तं 'बाहेर काढा' म्हणून ओरडत होतीस, तेव्हा हा विचार नाही आला की, बाहेर निघून मग कुठं जाईन?"

दरवाजाचा आधार घेऊन लंगडा तिला लाथ मारणार असल्यासारखा आपला लंगडा पाय पुढे-मागे करत, दात-ओठ खात असल्यासारखा एवढं सगळं बोलून गेला.

"पण ते तर..."

स्त्री गोंधळली. त्याला काय उत्तर द्यावं, ते तिला सुचलं नाही. जरा वेळानं विनवण्या केल्यागत ती म्हणाली, "तुम्ही घरचे असून मला हाकलून देताय?" तिचा आवाज रडका झाला.

पण हे बोलणं ऐकून एकदम उखडल्यासारखा लंगडा ओरडला, "घरचे? घरचे... अं? चूप बस एकदम, चूप! एक अक्षर बोललीस ना आणखी, तर गळाच दाबीन तुझा! हा भूकंप झाला त्यात विसरलीस काय सगळं? का आता पाय मोडले, म्हणून डोकं ताळ्यावर आलं? माझ्या बापानं तुला माझ्यासाठी मागणी घातली, तेव्हा काय म्हणालीवतीस तू? की, लंगड्याशी कोण लग्न करेल? त्याच्या भावाशी करून देत असलात लग्न, तर..."

लंगड्याच्या गळ्याच्या शिरा टरारून आल्या होत्या.

"आणि माझ्या भावाच्या जिवाबरोबर माझा जीवही घेतलास तू! धरणीकंप तर तू असं बोललीस त्या दिवशीच झाला होता... माझं घर त्या दिवशीच मोडून पडलं रांडे!"

चहूबाजूंनी टाळ्यांचा कडकडाट आणि हास्याचे फवारे.

"वा, भानुड्या, वा! कमाल केलीस तू तर!"

"हा तर नाना पाटेकरच्याही वरकडी होईल असा आहे!"

"आणि ही मिनुडी? ही काय कमी आहे?"

– माझ्या डोळ्यांसमोर अंधारी येत होती आणि कानात भणभणत होतं. पण तरी मी तिथून पळ काढला.

– ह्या बैलगाडीजवळ एका कोपऱ्यातलं हे खोकं जरा सरकवून डायरीत हे सगळं लिहिलं आणि बघतो – तर डायरीचं हे शेवटचं पान होतं!

असं वाटलं की, हे शेवटचं पान जरी नसतं, तरी आता काय लिहिलं असतं ह्यात?

समोरून बस येताना बघून रवी उठला. बस थांबली, तसा भराभरा तिकडे जाऊन आत चढून बसला.

बस सुटत होती, तेव्हा एक मुलगा त्याच्या मागे-मागे धावत आला. त्याच्या हातात रवीची डायरी होती. हात उंच करून त्यानं मोठ्यानं हाक मारली – "साहेबऽऽ तुमची डायरी!"

रवीनं त्याच्याकडे बघून हात हलवत सांगितलं –

"माझी नाही."

■

परिशिष्ट

भूकंपपीडित छावणी,
राजपूत छात्रालय, भुज
कच्छ – ३७० ००१
दि. १९ फेब्रुवारी २००१

प्रिय हर्षद,*

'शब्दसृष्टी'च्या फेब्रुवारीच्या अंकात मुखपृष्ठावरच तू 'पवनना वेश'मधून माझ्या कविता निवडून त्या छापल्या आहेस, हे मला बडोद्याहून एका मित्रानं कळवलं; त्या वेळी तर परिस्थिती अशी होती की, 'थेट बडोद्याहून?' असं वाटलं. शब्दांचा आपल्याला केवढा आधार असतो, असं वाटलं. आपल्या दोघांमध्ये प्रत्यक्ष एका शब्दानंही बोलणं न होताही तू जणू माझा हात हातात घेऊन दाबतो आहेस, असं वाटलं! कविताच आपल्याला ऊब, प्रकाश, आधार देते, असं पुन्हा एकदा मला वाटून गेलं. तुझ्या ह्या कृतीनं तुझी संपादकीय सुज्ञता आणि समज ह्याची जी प्रचिती मिळाली. त्यामुळे ह्या अशा दिवसांमध्येही मन प्रसन्न झालं, हेही तुला सांगितलंच पाहिजे. त्या कवितांचं भावजगत सध्या वास्तव जगत होऊन माझ्यासमोर उभं आहे, असं मी म्हटलं; तर ते अक्षरशः सत्य आहे. पण सध्या जे वास्तव जगत समोर आहे, ते इतकं सीमित नाही आणि आत्ताचं माझं भावजगत ह्या वास्तव जगताहून वेगळं नाही, हेही तितकंच खरं आहे. सध्याच्या दिवसांचं माझं हे जग सोबतच्या कवितांमधून पाठवीत आहे. तुझ्या लक्षात येईल की, ह्या कविता वेगवेगळ्या असल्या तरी भिन्न नाहीत, एक आहेत.

दि. २६ जानेवारीला सकाळी राष्ट्रध्वजाला ताठ मानेनं सलाम करायला निघणार, त्यापूर्वी धरतीलाच मस्तक टेकवायची वेळ आली! प्रजासत्ताकदिनाच्या

** हर्षद त्रिवेदी हे 'शब्दसृष्टी' ह्या उच्च दर्जाच्या गुजराती मासिकाचे संपादक आहेत.*

समारंभासाठी टाउन हॉलवर (आता टेकडी!) जायला तयार होऊन नूतन (लेखकाची पत्नी) कॉरिडॉरमध्ये आली, तेव्हा मी बाहेरच्या खोलीत बसून वाचत होतो. ती मला काहीतरी सांगणार, एवढ्यात घर जणू समुद्रावरचं जहाज झालं! त्याचं इंजीन एकदम चालू झालं असेल, तसा जोरात घर्रघर्र आवाज... आणि एकदम वेग खूप वाढला. बाहेर लाटा उसळत असतील तसे धुळीचे लोट... जमीन सरकू लागली आणि सबंध घर डोलू लागलं. बाथरूममधून धावत बाहेर आलेल्या माँला नूतन 'दरवाजाच्या चौकटीला पकडून उभ्या राहा' असं सांगत होती, आणि मला ती 'बाहेर निघा' असं मोठ्यामोठ्यानं सांगत होती. मी व्हीलचेअरमध्ये होतो. माझ्याकडे लक्ष राहावं म्हणून ती स्वत: होती तिथेच हात लांब करून तोल सांभाळायचा प्रयत्न करत होती. माझ्या डोळ्यांसमोर पत्नीची घाबरलेली नजर आणि संकटग्रस्त चेहरा होता. आणि तरीसुद्धा – तुला खरं वाटेल हर्षद? – तुझी शपथ, त्या क्षणी माझ्या मनात यत्किंचितही भीती नव्हती! माझ्या मनात एक प्रकारचा थरार उभा राहिला होता – आणि मी – हर्षद, मूर्खासारखा, मजा वाटत असल्यासारखा हसत होतो! मानसिकही आणि शारीरिकही; तो एक रोमांचक, थरारक अनुभव होता... पण किती वेळ? क्षणार्धापुरताच!

आमच्या घराच्या भिंतींमधून सळया बाहेर सुटून बाहेर फेकल्या जाऊ लागल्या होत्या. दरवाजे वाकडे-तिकडे होऊन पडू लागले होते, वारा भरलेल्या शिडासारखे पडदे फुलत होते आणि दरवाजांच्या चौकटी उखडून निघून यायला लागल्या होत्या. त्यांच्यावरची पडद्यांची पेल्मेट्स धडाधड पडू लागली होती. कपाटं फटाफट आपोआपच उघडू लागली होती, त्यांची दारं आपटू लागली होती आणि आतली क्रॉकरी, भांडी, डबे, शो-पीस, पुस्तकं – सगळं काही बाहेर पडू लागलं होतं. त्यांच्या पडण्याचे आवाज, डोळ्यांनी पडताना दिसत असल्यानं आणखीच मोठे वाटत होते. दीड-पावणेदोन मिनिटांचा काळ किती दीर्घ होऊ शकतो आणि तेवढासा काळ किती मोठा वाटू शकतो, ह्याचा हा अनुभव होता.

एवढं झाल्यावरही जहाज बुडालं का स्थिर झालं, ते नक्की समजत नव्हतं. माझ्या घराच्या वरच्या मजल्यावर राहणाऱ्या बँक मॅनेजरनं जोरात मारलेली हाक – 'प्रोफेसरसाब – प्रोफेसरसाब – बाहर निकलो! – ' धडाधड जिना उतरत खाली ऐकू आली. माझ्या व्हीलचेअरसाठी वाट राहिली नव्हती. माझे सहाध्यायी अध्यापक जितेन्द्र सोढा बाहेरून धावत आले. मला उचलून बाहेर काढण्याची त्यांची इच्छा होती. मी कॅलिपर्स घालून बाहेर निघण्याचा हट्ट धरला. त्यांना माझी (आणि माझ्याबरोबर स्वत:चीही) काळजी वाटत होती, हे मी त्यांचा चेहरा बघून समजू शकत होतो. परंतु घराची स्थिती बघून हेही मला समजत होतं की, आता पुन्हा आत जाऊन बाहेर येणं पूर्णपणे अशक्य आहे. एकाही वस्तूकडे न बघता, खंडहर होऊन

गेलेल्या घराला सोडून मी बाहेर पडलो.

बाहेर मृत्यू त्याच्या बातम्या घेऊन उभाच होता. जवळच्या चौरस्त्याजवळची कल्पतरू अपार्टमेंट्सची इमारत कोसळली होती! त्यात माझ्या पत्नीची आई आणि भर तारुण्यातला भाऊ...! कोसळणारी इमारत वाचवणं जितकं अवघड होतं, तितकंच मनानं तुटून पडणाऱ्या नूतनला आवरणं अवघड होतं. माझ्या खांद्याखालच्या कुबडीचा आधार मी तिलाही दिला.

रस्त्यावर कोसळलेल्या इमारतींच्या स्लॅब्स, कॉलम्स, गर्डर्स, पिलर्स, सज्जे, पॅसेजेस, जिने – कुठे वाकडे-तिकडे होऊन, लुळे-पांगळे होऊन लटकत होते; कुठे-कुठे ते वटवाघळासारखे अधांतरी लटकत होते. पळापळ करणाऱ्या भयभीत लोकांचे डोळे समोर दिसणाऱ्या मृत्यूकडे बघत असल्यासारखे गरागरा फिरत होते. चालती-बोलती घबराट रस्त्यावर सैरातरा धावत होती. त्यातून घुसत माझी स्कूटर चक्क 'कल्पतरू'पर्यंत पोहोचली की, लगेचच एका माणसानं कमालीचं घाबरून मला थांबवलं. ''ज्युबिली... ज्युबिली... तिकडं जा. इथं आत जाऊ नका! नका जाऊ सांगतोय –'' तो आक्रोश करत सांगत होता.

जे काही बघितलं-ऐकलं, त्यातून मला एवढं तर समजलं की, आता आत कोणी नव्हतं – फक्त मृतदेह होते – आणि कदाचित बाहेर निघू बघणारे जीव अन् त्यांना गाडून टाकू बघणारा मृत्यू!

आणि ज्युबिली मैदानचं दृश्य? हातगाड्या, टेम्पो, जीप, मोटरगाड्या... सगळ्यांमधून प्रेतं काढून ठेवली जात होती. कोण कोणाला आणून ठेवत होतं, हे कोणाला ठाऊक असणार? मृतदेह शोधत लोक इकडून तिकडे भटकत होते, एकमेकांवर आपटत होते. कोणी-कोणी एखाद्या मृतदेहाकडे बघून नजर दुसरीकडे वळवत होते. कुठे-कुठे कपडे, दागिनेच काय; पण बूट, मोजे, चपला किंवा काहीही ओळख पटेल अशा खुणांवरून ठरवण्याचे प्रयत्न चालले होते. मानसिक गोंधळ, द्विधा मन:स्थिती, वादविवाद, चीड, विरुद्ध मतामतांची भांडणं, आक्रोश, शून्यमनस्कता, पश्चात्ताप... पण एक बघण्यासारखं होतं – माणसं थकून जात नव्हती, निराश होत नव्हती; जे करायला हवं, ते करत होती. सर्वांच्या नजरांमध्ये प्रश्न होते – 'तुमचे कोण कोण?', 'किती?', 'माझे हे' – 'इतके' – आणि लगेच बाजूला होऊन जागा करून देत होते. सांत्वना नव्हती – मृतांबद्दल दु:ख व्यक्त करणं, चौकशी करणं – काही नव्हतं. दु:खाचं प्रदर्शनही नव्हतं. निष्प्राण प्रेतं पडली होती अन् जिवंत प्रेतं तिथं हिंडत होती.

अगदी शेवटच्या टोकाला पांढऱ्या कपड्यानं झाकून ठेवलेल्या गुंडाळ्यांसारख्या आकाराजवळ मी थांबलो – तो आकार बघून नाही, त्याच्या कडेशी खांबासारख्या उभ्या राहिलेल्या तरुणाला बघून – मीही दगडासारखा झालो. काखेत असलेल्या

कुबड्यांमुळे मला वाकता येणारच नव्हतं, म्हणून मी निषदला – माझ्या मोठ्या मेव्हण्याला चेहऱ्यावरून चादर बाजूला करायला सांगितली. धडाच्या वर मांसाच्या गोळ्यात फक्त एक हाड खोचलेलं होतं. निषदची विरक्त, कोरडीठाक, शून्य नजर मला विचारत होती, 'घ्या – बघा! काय बघायचंय?'

स्मशानभूमी शवांनी भरून गेली होती आणि आकाश धुरानं. शवं घेऊन येणारे मात्र जणू नुसते खांदेच होते!

स्मशानातच बातम्या मिळत राहिल्या की, मृत्यू कुठे-कुठे जाऊन पोहोचला होता – 'बालाजी अपार्टमेंट्सची सबंध बिल्डिंग कोसळून ढीग झाला!' आँ? तिथं तर माझा चुलत भाऊ राहत होता! लोक बोलत होते तिथं जाऊन घाबऱ्या-घुबऱ्या आवाजात लोकांना विचारू लागलो – "बालाजी? बालाजी कुठाय?"... "ही काय? हीच!"... "हो, आता बालाजीची टेकडी म्हणून ओळखली जाईल!" अनेक लोक त्याच्याभोवती गोळा होऊन बसले होते. त्याच्या विनवण्या करून प्रसन्न करायचा जणूकाही विधी करत होते, काहीतरी की काही नाही तर मृतदेह तरी हाती लागावा!...

त्या कुडकुडत्या थंडगार रात्री हॉस्पिटल रोडवरचा काळाकुट्ट सन्नाटा पसरलेल्या वातावरणात नूतन आणि मी आमच्याच घराबाहेरच्याच फुटपाथवर नुसतेच बसून राहिलो. आपण कुठंतरी आसरा शोधला पाहिजे, हे उशिरा केव्हातरी सुचलं!

दुसऱ्या दिवशी बघितलं, तर भुज शहर हे भूकंपपीडितांच्या छावण्यांचं शहर झालं होतं आणि तुटून पडलेल्या दरबारगड किल्ल्याच्या आतली भीषण दृश्यं बघत होतं. ह्या सगळ्यात माणसांचं कुठून कुठे जाणं इतकं अनिश्चित झालं होतं की, माझी सहकारी दर्शना ढोलकिया मला म्हणाली, "तीन दिवस तुमचा ठावठिकाणा शोधत भटकतेय... पण तुम्ही तर... 'गेला माधव कुणीकडे!' झालं होतं आमचं!"

मृत्यू किती कुरूप आणि कुत्सित असू शकतो, हे ह्या एकाच दिवसात मी खूप जवळून बघितलं आणि दुसऱ्याच दिवसापासून राड्यारोड्यात शिरून हिमतीनं, धोका पत्करूनही कुठेतरी जीवन शिल्लक असण्याच्या शक्यतेनं कोणालातरी वाचवायला, मृत्यूच्या जबड्यातून हिसकावून बाहेर काढायला झुंज देणारे टेक्नोक्रॅट्स व डॉक्टर्स ह्यांच्या माणुसकीपूर्ण पुरुषार्थाचाही अनुभव घेतला! येणारे दिवस अशा झुंजीचेच असतील, असं चित्र आहे!

चिरंतन स्नेहांकित,

धीरेन्द्र मेहता